அள்ள அள்ளப் பணம் 8

பங்குச்சந்தை: அனாலிசிஸ்

டாக்டர் **சோம. வள்ளியப்பன்**

பங்குச்சந்தை வர்த்தகம், பொருளாதாரம், உணர்வு மேலாண்மை, சுயமுன்னேற்றம், நிர்வாகவியல், மனித வள மேம்பாடு, நிதி நிர்வாகம் உள்ளிட்ட துறைகளில் பல புகழ்பெற்ற நூல்களை எழுதியவர். துறைகள் சார்ந்த செழிப்பான அனுபவமும் நிபுணத்துவமும் கொண்டிருக்கும் இவர் தொலைக்காட்சி மற்றும் பத்திரிகைத்துறை ஊடகங்களில் தொடர்ந்து இயங்கிவருகிறார். Emotional Intelligence-ல் ஆய்வுசெய்து சென்னை பல்கலைக் கழகத்தில் PhD. பட்டம் பெற்றவர். சொற்பொழிவுகள் மற்றும் பயிற்சி வகுப்புகள் மூலம் பல ஆயிரக்கணக்கான மக்களுடன் தொடர்ந்து உரையாடி வருபவர்.

அள்ள அள்ளப் பணம் 2

பங்குச்சந்தை: அனாலிசிஸ்

சோம. வள்ளியப்பன்

கிழக்கு

அள்ள அள்ளப் பணம் 2 - *பங்குச்சந்தை: அனாலிசிஸ்*
Alla Alla Panam 2 - Panguchanthai: Ananlysis
Soma. Valliappan ©

First Edition: January 2007
Revised Edition: January 2012
208 Pages
Printed in India.

ISBN: 978-81-8368-271-8
Title No. Kizhakku 195

Kizhakku Pathippagam
177/103, First Floor, Ambal's Building, Lloyds Road,
Royapettah, Chennai - 600 014. Ph: +91-44-4200-9603
Email : support@nhm.in Website : www.nhm.in

◼ kizhakkupathippagam ◘ kizhakku_nhm

Author's Email: writersomavalliappan@gmail.com
Author's Website : www.writersomavalliappan.in
www.facebook.com/Soma Valliappan
www.youtube.com/Soma Valliappan

Kizhakku Pathippagam is an imprint of New Horizon Media Private Limited

The views and opinions expressed in this book are the author's own and the facts are as reported by the author, and the publishers are not in any way liable for the same.

All rights reserved. No part of this publication may be reproduced, stored in a retrieval system, or transmitted, in any form or by any means, electronic, mechanical, photocopying, recording or otherwise, without the prior permission of the publishers.

முன்னுரை

அள்ள அள்ளப் பணம் எழுதி வெளிவந்து, அதைப் பற்றிய கருத்துகள் வர ஆரம்பித் ததுமே, பங்குச்சந்தை பற்றி இன்னமும் கூடுதல் விவரங்கள் தரும் இன்னொரு புத்தகம் எழுதவேண்டும் என்ற ஆவல் வந்தது. அள்ள அள்ளப் பணம், அடிப்படை களை விளக்கும் புத்தகம். அதனால் பங்குச் சந்தை பற்றிய எல்லா விவரங்களையும் அந்தப் புத்தகத்தில் எழுதவில்லை. ஓவர் டோஸ் ஆகிவிடக்கூடாதே என்ற எச்சரிக்கை உணர்வுதான் அதற்குக் காரணம்.

ஆனால் இப்போது அதற்கான நேரம் வந்து விட்டதுபோலத் தெரிகிறது. பங்குச் சந்தைக்கு வரலாம், அங்கேயும் நிறையப் பணம் பண்ணலாம் என்ற கருத்து, பலராலும் இப்போது பரவலாக ஒப்புக் கொள்ளப்பட்டு விட்டது. தற்செயலாக, கடந்த மூன்று ஆண்டுகளாகப் பங்குச்சந்தையும் தொடர்ந்து முன்னேற்றமே கண்டுவந்திருக்கிறது. பலர் புதிதாகப் பங்குச்சந்தைக்குள் வந்திருக்கி றார்கள். புதிதாகப் பங்குச்சந்தைக்குள் நுழைந்த பலரும், இந்நேரம் கைபழகி இருப் பார்கள். இனி தாராளமாக அடுத்தக் கட்டத் துக்குப் போகலாம்.

ஆமாம். பங்குச்சந்தை போன்ற படு டெக்னிக்கலான விஷயத்தைக் கட்டம் கட்டமாகத்தான் கடக்க வேண்டும்.

இந்தப் புத்தகம், அள்ள அள்ளப் பணம் புத்தகத்தில் சொல்லப் பட்டதற்கு அடுத்தக் கட்டம். இதையும் தாண்டி இன்னமும் சில படிகள் உள்ளன. அவை பின்பு.

என்ன என்பதைத் தெரிந்துகொண்டுவிட்டவர்களின் ஆர்வம், அடுத்து ஏன், எதனால் என்கிற பக்கம் திரும்புவது இயற்கை. பங்குச்சந்தை விதிவிலக்கல்ல. அதுவும், சிரமப்பட்டு சம்பாதித்த பணத்தினை முதலீடு செய்யும் இடம் எப்படிப்பட்டது என்பதையும் அங்கே நிகழ்பவை ஏன், எப்படி நிகழ்கின்றன என்பவற்றைப் பற்றியும் கட்டாயம் தெரிந்துகொள்ள வேண்டும்.

அதற்கான புத்தகம்தான் இது. பங்குச்சந்தை வல்லுனர்கள் எவற்றைப் பார்த்து சரியாகச் செய்கிறார்களோ, அவற்றைப் பற்றி நம் வாசகர்களுக்கு எளிமையாக விளக்கிவிட வேண்டும் என்பதுதான் எடுத்துக்கொண்ட குறிக்கோள்.

பங்குகளில் தொடர்ந்து முதலீடு செய்யப்போகிறோம். அதனால் Economics, Fundmental Analysis மற்றும் Technical Analysis ஆகிய மூன்று பற்றியுமே கொஞ்சமேனும் தெரிந்துகொள்வது முக்கியம். அதைச் செய்வதுதான், இந்தப் புத்தகத்தின் நோக்கம். அதைச் செய்திருப்பதாக நினைக்கிறேன்.

மானிடரி பாலிசி பற்றி கூடுதல் விவரங்கள் கொடுத்த திரு.எஸ்.கோபாலகிருஷ்ணன் அவர்களுக்கு என் நன்றி!

அபிராமபுரம்,
சென்னை - 18

அன்புடன்
சோம.வள்ளியப்பன்

இரண்டாம் பதிப்புக்கான முன்னுரை

அள்ள அள்ள பணம் 2ன் முதல் பதிப்பு வெளிவந்த 2007ம் ஆண்டின் நிலைமைக்கும் இரண்டம் பதிப்பு வருகின்ற 2012ம் ஆண்டின் நிலைமைக்கும் இடையே பங்குச் சந்தையில் எத்தனை வேறுபாடுகள்! இது பங்குச்சந்தையில் மட்டுமில்லை, முதலீட்டாளர்களிடமும் வியத்தகு மாற்றங்கள். அவர்களுடைய ஆர்வத்திலும் புரிதலிலும் நிறைய மாற்றங்கள் வந்துவிட்டன. பத்திரிகைகள், தொலைக்காட்சிகள் என்று முக்கிய ஊடகங்கள் அனைத்துமே பங்குச்சந்தையை முக்கியமாக எடுத்துக் கொண்டுள்ளன.

பங்குச்சந்தை பற்றிய இந்தப் புத்தகத்தை 2007ல் எழுதிய பிறகு, அடுத்தடுத்த நிலைகள் பற்றித்தான் எழுதத் தோன்றியதே தவிர, இடையில் பெரிய மாற்றங்கள் எதையும் செய்யவில்லை. அதன்பிறகு அள்ள அள்ளப் பணம் வரிசையில் அடுத்தடுத்து ஐந்து புத்தகங்களை எழுதினேன்.

அள்ள அள்ளப் பணம் வரிசையில் இதுவரை ஐந்து புத்தகங்கள் வெளியாகியுள்ளன. அத்தனையும் வாசகர்களின் கவனத்தையும் வரவேற்பையும் பெற்றுக்கொண்டிருக்கின்றன. தொடர்ச்சியாக வந்துகொண்டிருக்கும் கடிதங்களும் மின்னஞ்சல்களுமே அதற்கு சாட்சி.

சமீபத்தில் ஒருமுறை அள்ள அள்ளப் பணம்-2 புத்தகத்தைப் படிக்க நேர்ந்தது. அப்போது சட்டென்று மனத்துக்குள் மின்னல் வெட்டியது. தகவல்கள் எல்லாம் சரியாகத்தான் இருக்கின்றன. ஆனால் அவற்றை சமீபத்திய மாற்றங்களோடு இணைத்து புதுப்பித்துக்கொடுத்தால் வாசகர்களுக்கு கூடுதல் பலனைக் கொடுக்குமே என்று நினைத்தேன்.

கடுமையான உழைப்பைக் கோருகின்ற வேலைதான். ஆனாலும் ஆரம்பித்தேன். ஏராளமான தகவல்களை சேகரித்து வைத்துக்

கொண்டு வேலையைத் தொடங்கினேன். கிட்டத்தட்ட புத்தகம் முழுவதுமே நிறைய மாற்றங்கள் தேவைப்பட்டன. புதிய தகவல்கள். புதிய அட்டவணைகள். புதிய வரைபடங்கள் என்று நிறைய புதிய விஷயங்களை இந்தப் புத்தகத்தில் சேர்த்திருக் கிறேன். நவம்பர் 2011 வரையில் கிடைத்த அத்தியாவசிய தகவல்கள் அனைத்தையும் உள்ளடக்கிய, 2011ல் எழுதப்பட்ட புதிய புத்தகம் போலவே கொண்டுவந்திருக்கிறேன்.

வாசகர்களிடம் எப்போதும் வைக்கும் அதே வேண்டுகோள்தான். உங்கள் கருத்துகளைக் கடிதமாக அல்லது மின்னஞ்சலில் அனுப்புங்கள். காத்திருக்கிறேன்.

24.12.2011 **சோம. வள்ளியப்பன்**

உள்ளே

1. பணம் பண்ணலாம் பணம் பணம் ... 13
2. பொருளாதாரம் ... 43
3. நல்ல பங்குகளைக் கண்டுபிடிப்பது எப்படி? ... 90
4. சரியான நேரத்தில் பங்குகளை வாங்குவது, விற்பது எப்படி? ... 116
5. இந்தியப் பங்குச்சந்தை இதற்கு மேலும் உயருமா? ... 179

ஓர் அவசியமான முன்குறிப்பு

இந்தப் புத்தகம் பங்குச் சந்தையைப் பற்றி அறிந்து கொள்ளவும், பங்குச்சந்தை எப்படி வேலை செய்கிறது என்பதைப் புரிந்து கொள்ளவும் உதவும் வகையில் மட்டுமே எழுதப்பட்டுள்ளது. எந்தெந்தப் பங்குகளில் முதலீடு செய்ய வேண்டும் என்ற எந்த அறிவுரையும் இந்தப் புத்தகத்தில் கொடுக்கப்படவில்லை. பங்குச் சந்தையில் முதலீடு செய்வதா, வேண்டாமா, எந்தெந்தப் பங்குகளை வாங்குவது, விற்பது ஆகியவை முழுவதுமாக உங்கள் முடிவாகும்.

பங்குச் சந்தை வர்த்தகத்தில் ஈடுபடுவதாலோ அல்லது வேறெந்த முதலீடுகளில் ஈடுபடுவதாலோ உங்களுக்கு ஏற்படும் நட்டங்களுக்கோ, இழப்புகளுக்கோ பதிப்பாளரோ, ஆசிரியரோ எந்த விதத்திலும் பொறுப்பேற்க மாட்டார்கள்.

DISCLAIMER

This book is only meant to help you learn about the stock market and how it works. Specifically nothing in this book should be construed as investment advice of any kind. You are solely responsible for your decision to invest in the stock market or buy or sell any specific shares.

The Publisher and the Author accept no liability for any losses or damages of any kind that may result from your investments in the stock market or elsewhere.

1. பணம் பண்ணலாம் பணம் பணம்!

பங்குச்சந்தையில் முதலீடு செய்வது பற்றித் தெரியாதவர்கள் இன்னமும் எவ்வளவோ பேர் இருக்கிறார்கள். என்னுடைய தந்தை கிட்டத்தட்ட ஐம்பது வருடங்களாகப் பங்குச்சந்தையில் முதலீடு செய்து வந்தவர். ஐம்பது ஆண்டுகளுக்கு முன்பு என்றால் கற்பனை செய்து பாருங்கள், அது எப்படிப்பட்ட இந்தியாவாக இருந்திருக்கும் என்று. இண்டர்நெட், செல்போன்களை விடுங்கள்; சாதாரண போன்களே அதிகம் இல்லாத காலம். அந்தக் காலகட்டத்திலேயே பங்குகளை வாங்கி விற்பது என்றால், எவ்வளவு விவரம் தெரிந்தவராகவும் தைரியமானவராகவும் அவர் இருந்திருக்க வேண்டும்!

நான் கல்லூரியில் படிக்கும்பொழுது அடிக்கடி என் அப்பாவுக்கும் அம்மாவுக்கும் விவாதம் நடப்பதைக் கவனித்திருக்கிறேன். எல்லாம் இதைப் பற்றித்தான். ஷேர் மார்க்கெட்டில் பணத்தினைப் போட வேண்டாம் என்று என் தாயார் ஒற்றைக் காலில் நிற்பார். ஷேர் வாங்குவதோ, விற்பதோ, நிச்சயம் நஷ்டத்தைத்தான் உண்டாக்கும்; ஷேர் பக்கம் போவதே குடும்பத்துக்குக் கேடுதான் என்று என் தாய் தீர்மானமாக நம்பினார்.

அந்த எண்ணம் காரணமில்லாமல் வந்திருக்க முடியாது. என் தந்தைக்கும் பங்கு மார்க்கெட்டில்,

லாபத்தைவிட நஷ்டம்தான் அதிகம் உண்டானது. என் தாயார், ஷேர் வாங்கவே கூடாது என்று சொன்னதற்குக் காரணம் அதுவாகத்தான் இருக்க வேண்டும்.

எனக்குத் திருமணமானது. நான் என்ன காரணத்தினாலோ மறைத்து மறைத்து, பப்ளிக் இஷ்யூவில் ஷேர்களுக்கு விண்ணப் பித்துக் கொண்டிருந்தேன். என் மனைவி முதலில் அதனைச் சரியாகக் கவனிக்கவில்லை. ஏதோ செய்கிறார் என்றுதான் நினைத்திருக்க வேண்டும். கெட்டிக்காரன் புளுகு எத்தனை நாள்! ஒரு நாள் வெட்ட வெளிச்சமாக 'இது ஷேர் சம்பந்தப்பட்டது' என்று தெரிந்துவிட்டது. (மாமியார் மருமகளுக்குச் சொல்லிக் கொடுத்திருப்பாரோ என்னவோ!)

அவ்வளவுதான். என்னை மேலும் கீழும் ஒரு பார்வை பார்த்து விட்டு, ஏதோ, சிகரெட், குடிப்பழக்கம் உள்ளவர்களைக் கேட்பது போல. 'அடடா! என்ன பழக்கம் இது? எப்பொழுதி லிருந்து?' என்று பதறிப் போய்விட்டாள்!

இதில் ஒன்றும் ஆச்சரியமில்லை. ஷேர் வர்த்தகத்தைச் சூதாட் டம் போலத்தான் பலரும் பார்த்தார்கள். நிலைமை வெகுகாலத் துக்கு மாறவேயில்லை. வங்கி டெபாசிட்டுகள், போஸ்ட் ஆபீஸ் சேவிங்க்ஸ், NSC, கிசான் விகாஸ் பத்திரம், நிலம், தங்க நகைகள், வீடு. இவைதான், சேமித்த பணத்தைப் போட்டு வைக்கக்கூடிய ஒழுங்கான முதலீடுகளாகக் கருதப்பட்டன.

அதிலும் குறிப்பாக வேலைக்குப் போய்ப் பணம் சம்பாதிப்பவர் கள், இந்த 'லட்சுமண ரேகை'யை மறந்தும் தாண்டியதில்லை. இதெல்லாம் 1990 வருடம் வரைதான். ரிலையன்ஸ் திருபாய் அம்பானி வந்தார். இந்திய பங்குச்சந்தையில், அதுவும் மத்தியதர வர்க்கத்தினரிடையே அம்பானியின் வருகை ஒரு பெரும் மாற்றத் தினைக் கொண்டு வந்தது. அலுவலகம் போகும் பலரும் வியா பாரம் செய்பவர்களும் பங்குச்சந்தைக்குள் எட்டிப் பார்த்தார்கள்.

அதன் பிறகு சொல்லி வைத்தது போல ஒன்றிரண்டு 'பூம்'களும் வந்தன. பங்குகளின் விலைகள் இறக்கைக் கட்டிக் கொண்டு பறக்க, புதிதாக உள்ளே வந்தவர்கள்கூட சுலபமாகப் பணம் பார்த் தனர். சந்தைக்குள் வராமல் வெளியே நின்று கொண்டிருந்தவர் களும், 'அட! இவ்வளவு நாள் விட்டுவிட்டோமே!' என்ற பதற்றம் வரப் பெற்றார்கள். 'இது ரொம்ப சுலபம்தான் போல்

இருக்கிறது. நாமும் பணம் பண்ணலாம்' என்று வேகவேகமாக உள்ளே வந்தார்கள்.

எல்லா 'பூம்'களுக்கும் பின்னால் பெரும் சரிவு உண்டல்லவா? ஒன்றிரண்டு ஆண்டுகளில் பங்குகளின் விலைகள் சறுக்குமரத்தில் சறுக்கும் பிள்ளைகள் போல வேகமாகக் கீழிறங்கின. என்ன நடக்கிறது, ஏன் நடக்கிறது என்று எதுவும் புரியாமல் வாழ்நாள் சேமிப்புகளைப் பலர் சொற்ப காலத்தில் இழந்தார்கள்.

'வா வா' என்று மயக்கி உள்ளே இழுத்து, வந்ததும் கதவைச் சாத்திவிட்டு தர்ம அடி கொடுப்பது போல, பங்குகளின் விலை கள் சரிய, அடி வாங்கும் காரணம் புரியாமல் வந்தவர்கள் விழிக்க, சிம்பிளாக 'ஊழல்' என்றார்கள். அவ்வளவுதான். பலரும் பங்குச்சந்தையை விட்டு ஒரே நேரத்தில் வெளியேறத் துடித்தார் கள். அங்கே சினிமாக் கொட்டகையில் தீ பிடித்ததுபோல, ஒரே களேபரம்தான். ரண களம்தான். எல்லோரும் கிடைத்த விலைக்குப் பங்குகளை விற்றுவிட்டு, 'ஆளை விடு சாமி' என்று, வந்து நுழைந்த வேகத்திலேயே வெளியேறினார்கள். மொத்தத்தில், இது சூதாட்டமேதான் என்று மீண்டும் ஒருமுறை பொதுமக்கள் மத்தியில் ஊர்ஜிதமானது.

அடுத்து ஒருமுறை 2000-த்திலும் அதே நடந்தது. அதற்குப் பெயர் டெக்னாலஜி பூம். தகவல் தொழில்நுட்பத் துறை பங்குகள் முதல் முறையாக விலை ஏறிய சமயம். ஏற்றம் என்றால் ஏகப்பட்ட ஏற்றம். அதன்பின் மிகப் பெரும் சரிவு. திரும்பவும் பலபேர் தங்கள் சொத்துக்களை இழந்தார்கள். பங்குச்சந்தையை விட்டுத் தூர ஓடினார்கள். ஓடும் பொழுதே திரும்பிப் பார்த்துத் திட்டிக் கொண்டே போனார்கள். 'எல்லாம் ஃபிராடு! ஏமாற்றுகிறார்கள்' என்ற குற்றச்சாட்டுடன்.

அடுத்து நடந்தது சற்றுத்தள்ளி, 2008ல் இந்த முறை பொறுப்பு ஏற்றுக்கொண்டது அமெரிக்க மார்க்கெட். 'சப் பிரைம்' என்பது அதற்கு புரியாத பெயரும்கூட.

இதெல்லாம் உண்மையா? பங்குச்சந்தையில் மட்டும் ஏன் இது அடிக்கடி நிகழ்கிறது? நாம் என்ன செய்ய வேண்டும்? சுத்தமாக ஒதுங்கிவிடுவதா? அல்லது அடிபடாமல் பணம் பண்ண முயற்சிப்பதா? அது முடியுமா? அப்படிச் செய்தவர்கள் இருக்கி றார்களா? எல்லாவற்றையும் பார்ப்போம்.

இது சூதாட்டமல்ல!

சூதாட்டம் என்றால் என்ன? என்ன நடக்கிறது என்று யாருக்கும் தெரியாது. ஆனால் பெரிதாக ஏதாவது நடக்கும் என்கிற நம்பிக்கை, ஆடுபவர்களுக்கெல்லாம் இருக்கும். மூணு சீட்டு, லாட்டரி, குதிரைப் பந்தயம் - இப்படிப் பலவித சூதாட்டங்கள். பத்து ரூபாய் வைத்தால் அதன் மூலம் ஐம்பது ரூபாய் அல்லது நூறு ரூபாய்கூடக் கிடைக்கும் என்கிற நம்பிக்கை. எதேச்சையாக எவருக்காவது இப்படிக் கிடைக்கலாம். பெரும்பாலான சமயங்களில் வைத்த பத்து ரூபாயும் கிடைக்காமல்தான் போகும். சூதாட்டத்தில் இதுதானே நடக்கும்! அதனால்தானே சூதாட்டம் வேண்டாம் என்று தலைப்பாடாகக் கத்துகிறார்கள்.

பலரும் பங்குச் சந்தையை அப்படித்தான் பார்க்கிறார்கள். இங்கே பத்தாயிரம் முதலீடு செய்தால், அது சீக்கிரமே 'டபுள்' ஆக வேண்டும். இன்னும் அதிகமானால்கூட தேவலாம் என்பதாக இருக்கிறது எதிர்பார்ப்பு.

எப்பொழுதாவது சில சமயங்களில் அப்படி நடந்தும் விடுகிறது. அத்தோடு பிடித்தது சனியன். மீண்டும் மீண்டும் அப்படியே நிகழும், நிகழ வேண்டும் என்று கிடந்து தவியாய்த் தவிக்கிறார்கள். அதனால் தவறுகள் செய்து, கையில் இருக்கும் பணத்தை இழக்கிறார்கள். அதன்பிறகு 'அடச் சீ... இது சூதாட்டம்தான்' என்கிறார்கள். இது யார் குற்றம்?

அப்படிப்பட்ட குறுகிய கால, மிக அதிகமான எதிர்பார்ப்புகளுடன் வருபவர்களால்தான் பிரச்னை. அதுவும் சில குறிப்பிட்ட காலகட்டங்களில் அப்படிப்பட்டவர்கள் எண்ணிக்கை அதிகரித்து விடுவதால் குழப்பமும் அதிகரித்து விடுகிறது. சிலர் குளிர் காய, வேறு சிலருக்கு உடம்பு கருகியே விடுகிறது.

பணம் பண்ண இரண்டு வழிகள்

ஷேர் மார்க்கெட்டில் பணம் பண்ண இரண்டு நிச்சய வழிகள் இருக்கின்றன. அதில் சூதாட்டம் இல்லை. சூதாட்டம் பணம் பண்ணும் வழியல்ல. இழக்கும் வழி. அதனை பங்குச்சந்தை மொழியில் 'ஸ்பெகுலேஷன் பிசினெஸ்' என்பார்கள். ஊகங்களின் அடிப்படையில் அதிக ரிஸ்க் எடுத்துச் செய்யப்படுவது.

உதாரணத்துக்கு, ரிலையன்ஸ் நிறுவனர் திருபாய் அம்பானியின் மகன்களான அனில் அம்பானிக்கும் முகேஷ் அம்பானிக்கும் இடையே தகராறு. அதனால் அந்த நிறுவனப் பங்குகளின் விலைகள் குறையும் என்று கேள்விப்படுகிறோம். உடனே அந்த நிறுவனப் பங்குகளை (ஊகத்தின் அடிப்படையில்) விற்று வைப்பது ஸ்பெகுலேஷன்.

அல்லது, மத்திய அரசின் பட்ஜெட், குறிப்பிட்ட தொழிலுக்குச் சாதகமாக இருக்கும் என்று கேள்விப்பட்டதை வைத்து, அந்தப் பங்குகளை வாங்குவது. மும்பையில் ரயில்களில் குண்டு வெடித்த செய்தி கேள்விப்பட்டதும் பங்குச் சந்தை இறங்கும் என்று பயந்து விற்பது. பெரிய நிறுவனம் ஒன்று சின்ன நிறுவனம் ஒன்றை வாங்குகிறது என்கிற வதந்தியை வைத்து, சின்ன நிறுவனப் பங்குகளை வாங்குவது.

இப்படிப் பல விதமான, நிச்சயமற்ற தகவல்களின் அடிப்படையில், குறுகிய கால நோக்கில், ரிஸ்க் எடுத்துச் செய்வதுதான் ஸ்பெகுலேஷன். இது வேண்டவே வேண்டாம். ஏதாவது ஒரு சமயம் வேட்டியை நிச்சயம் உருவிவிடும்.

பணம் சம்பாதிக்க இரண்டு நிச்சய வழிகள் உண்டு என்று சொன்னேனல்லவா? அவை டிரேடிங்கும், இன்வெஸ்ட்மெண்ட்டும் தான். நிச்சய வழி என்றதாலேயே சுலபமான வழி என்று அர்த்தமில்லை. நிறைய விவரங்களும் பங்குச்சந்தைக்குத் தேவைப்படும் மனோபாவமும் கொண்டிருக்க வேண்டும். அப்பொழுது தான் பணம் செய்ய இவை நிச்சய வழிகளாக ஆகும். அவற்றை இந்தப் புத்தகத்தில் விவரமாகப் பார்க்கலாம்.

டிரேடிங்

டிரேடிங் என்றால், 'வாங்குவது - விற்பது' அல்லது 'விற்பது - வாங்குவது.' ஆமாம் எப்படியும் செய்யலாம். சரியான நேரத்தில் வாங்கி, சரியான நேரத்தில் விற்க, நமக்கு லாபம். இவ்வளவு தான் டிரேடிங். எவ்வளவோ பேர் அற்புதமாகச் செய்து, நல்ல பணம் பார்த்துக் கொண்டிருக்கிறார்கள்.

ஒருவகையில் பார்த்தால், இதுவும் ஸ்பெகுலேஷன்தானே என்று நீங்கள் கேட்கலாம். ஆமாம். விலை ஏறலாம். இறங்கவும் செய்யலாம். ஆனால், பலரும் விலைகள் எப்பொழுதும் ஏறும் என்று நம்பியே வாங்கி, சமயத்தில் பணத்தைத் தொலைக்கிறார்கள்.

அப்படி வெறுமனே குருட்டாம் போக்கில் எதையாவது வாங்காமல், விஷயம் தெரிந்து அல்லது விஷயம் தெரிந்தவர்கள் சொல்வதைக் கேட்டு செய்வது நிச்சயம் ஸ்பெகுலேஷன் ஆகாது.

இன்வெஸ்ட்மெண்ட்

இன்வெஸ்ட்மெண்ட் என்றால் முதலீடு.

வங்கிகளில் சேமிப்புக் கணக்கு தொடங்குகிறோம். எவ்வளவு வட்டி தருகிறார்கள்? ஆண்டுக்கு 5.5 - 6 சதவிகிதம் வரை தானே! நூறு ரூபாய்க்கு வருடத்துக்குக் கிட்டத்தட்ட ஐந்து ரூபாய்தான் வட்டி. அந்த வட்டிகூட நடப்புக் கணக்குக்கு (கரண்ட் அக்கவுண்ட்) கிடையாது. சேமிப்புக் கணக்கில் போடப்படும் பணத்துக்குத்தான்.

அடுத்து, அதே வங்கியில் பிக்சட் டெபாசிட்டாகப் பணம் போடுகிறோம். சேமிப்புக் கணக்கில் கிடைக்கும் வட்டியை விடக் கொஞ்சம் அதிகம் கிடைக்கும். அதாவது, 9-9.5 சதவிகிதம். நாம் போடும் பிக்செட் டெபாசிட்டுக்களின் கால அளவு அதிகரிக்க, அதிகரிக்க வட்டி சதவிகிதமும் கூடும்.

அதேபோல, அஞ்சலக சேமிப்புக் கணக்கு அல்லது தேசிய சேமிப்புப் பத்திரம் (NSC) அல்லது கிசான் விகாஸ் பத்திரம் (KVP). இவற்றுக்கெல்லாம் 8 சதவிகிதம் வரை வட்டி கொடுப்பார்கள். ஆனால் முக்கியமான விஷயம், போட்ட பணத்தை 6 அல்லது 7 ஆண்டுகளுக்குத் திரும்ப எடுக்க முடியாது. லாக் இன் பீரியட் உண்டு. என்ன செய்கிறோம்? போட்ட பணம் பத்திரமாக இருக்க வேண்டும் என்கிற ஒரே காரணத்திற்காக, எந்த வருத்தமும் இன்றி அங்கே அந்தச் சாதாரண வட்டிக்குப் போட்டு வைக்கிறோம். இவையெல்லாம் சேர்ந்தது ஒரு வகையான முதலீடு.

இன்னொரு விதமான முதலீடும் இருக்கிறது. தங்கம் வாங்கு கிறோம். எப்பொழுதாவது விற்கிறோமா? அல்லது வீடு, வீட்டு மனை, நிலம். இவற்றையெல்லாம் வாங்குகிறோம். பெரும் பாலோனோர் விற்பதில்லை. இருபது, முப்பது, நாற்பது ஆண்டு களுக்கு நிரந்தரமான முதலீடுகள். உண்டா இல்லையா?

மேலே பார்த்தவற்றில் எல்லாம் பெரும் பணத்தைப் போட்டு விட்டு, ‘அக்கடா’ என்று வேறு வேலை பார்க்கிறோம். ஆனால்

பங்குச்சந்தையில் மட்டும் அந்த அணுகுமுறையைக் கடைப் பிடிப்பதில்லை. ஏன்?

நம்மையும் அறியாமல், நம் மனத்துக்குள் ஒரு குட்டி ஸ்பெகு லேட்டர் இருக்கிறார். அவர் அவ்வப்பொழுது எழுந்து, 'இன்ன மும் வாங்கு... ஏறும் ஏறும்' என்று ஆசை காட்டுவார். அல்லது 'அவ்வளவுதான். எல்லாம் போச்சு. விற்றுவிடு' என்று பயமுறுத்துவார்.

பங்குகளை நல்ல முதலீடாகச் செய்தவர்கள் நம் நாட்டில் மட்டும் தான் என்றில்லை, உலகெங்கிலும் நல்ல வருமானம் பார்த்திருக் கிறார்கள்.

அமெரிக்காவில் ஒரு கணக்கு எடுத்திருக்கிறார்கள். 1896 முதல் 1996 வரையிலான நூறு ஆண்டுகளில், எந்த முதலீடுகள் எவ்வளவு வருமானம் தந்துள்ளன என்று. அதில் ஐந்து விதமான முதலீடு களைக் கணக்கில் எடுத்துக் கொண்டிருக்கிறார்கள்:

1. பங்குச்சந்தைப் பங்குகள்
2. கடன் பத்திரங்கள்
3. தங்கம்
4. அரசாங்கப் பத்திரங்கள்
5. டிரஷரி பில்கள்.

இந்த ஐந்தில் முதல் இரண்டும்தான் மிகச் சிறந்த வருமானத்தைத் தந்துள்ளன என்கிறது ஆராய்ச்சி முடிவுகள்.

இதற்கு அமெரிக்காவெல்லாம் போக வேண்டாம். நம் நாட்டி லேயே ஏகப்பட்ட உதாரணங்கள் இருக்கின்றன. டாடா ஸ்டீல், எச்.எல்.எல், பஜாஜ் ஆட்டோ, ஹீரோ ஹோண்டா, இன்ஃபோ சிஸ். இந்தப் பங்குகளில், நீண்டகால அணுகுமுறையுடன் முதலீடு செய்தவர்கள் பார்த்த ஆண்டு வருமானங்கள் முப்பது, நாற்பது சதவிகிதங்களுக்கும் மேல்.

பங்குகளில் முதலீடு என்றால் என்ன, அதைச் செய்து பணம் பார்ப்பது எப்படி என்பதை கொஞ்சம் முறையாகவே தெரிந்து கொண்டுவிடுவது பயன் தரும். காரணம், இன்னமும் பத்துப் பதினைந்து ஆண்டுகளுக்கு, அதாவது 2025 வரை, இந்தியப்

பங்குச்சந்தை மிகப் பிரமாதமாக இருக்கப் போவதாகச் சிலர் கணிக்கிறார்கள்.

நிலைமை இப்படியிருக்கும் பொழுது நாம் ஏன் விடவேண்டும்?

விட வேண்டாம்.

வயதானவர்கள், உடல் நலமில்லாதவர்கள், கொஞ்சம் கூட ரிஸ்க் எடுக்க விரும்பாதவர்கள் எல்லாம் ஒதுங்கிக் கொள்ளலாம். மற்றவர்களுக்கு என்ன? ஏன் விடவேண்டும்? கவனமாக விஷயங்களைத் தெரிந்து கொண்டு, நீண்ட கால அணுகுமுறை யுடன் செய்தால், முப்பது, நாற்பது சதவிகிதங்களை விடுங்கள், குறைந்தபட்சம் வருடத்துக்கு 15 முதல் 20 சதவிகிதம் வருமானம் பார்த்துவிட முடியும்.

யாருக்குப் பங்குச்சந்தை சரியாக வரும்?

எல்லோராலும், எல்லா வியாபாரத்தையும் செய்துவிட முடி யாது. வேலைகளிலும் அப்படித்தான். ஒவ்வொருவருக்கும் சில திறமைகள் உண்டு. அதே போலத்தான் ஆர்வமும். இந்த இரண்டு மட்டுமல்ல. சந்தர்ப்ப சூழ்நிலைகளும் ஒத்துவந்தால்தான், சிலவற்றைச் செய்ய முடியும்.

சிலருக்கு உடல்நிலை. வேறு சிலருக்கு குடும்பச் சூழ்நிலை. எதுவோ ஒன்று படுத்தும். நாம் தேர்வு செய்வது எதுவாக இருந் தாலும், அதைச் சிறப்பாகச் செய்ய என்ன தேவை, அது நம்மால் முடியுமா என்று ஒரு பார்வை பார்த்துவிட்டு இறங்குவது நல்லது.

சில விதிமுறைகளைச் சரியாகத் தெரிந்து கொண்ட பின்னர் பங்குச்சந்தையில் இறங்குவது உத்தமம்.

அ. பங்குச்சந்தை பற்றி சரியான புரிதல்

பங்குச்சந்தை என்றால் என்ன? இதில் யார் யார் ஈடுபட்டிருக் கிறார்கள்? அவர்களின் பலம் என்ன? அவர்கள் எதற்காகப் பங்குச்சந்தைக்கு வருகிறார்கள்? எப்பொழுது வெளியேறுகிறார் கள்? ஏன் வெளியேறுகிறார்கள்? அவர்களில் பெரும்பாலோ னோர் ஒரே நேரத்தில் வெளியேறினால் என்ன ஆகும்? அந்த சமயம் நாம் என்ன செய்ய வேண்டும்?

மேலே சொல்லப்பட்டுள்ள கேள்விகள், பார்ப்பதற்குச் சாதாரண மானவையாகத் தோன்றும். ஆனால் ஒவ்வொன்றுக்கும் சரியான பதிலைக் கண்டுபிடிக்க வேண்டும்.

எனக்கு மிக நெருங்கிய உறவினர் ஒருவர் திடீரென ஒருநாள் தொலைபேசியில் என்னைக் கூப்பிட்டு, 'நான் ஷேர் பண்ணலான்னு இருக்கேன். நீங்கள்தான் விவரம் தெரிந்தவரா யிற்றே... என்னென்ன ஷேர் வாங்கலாம், சொல்லுங்கள்' என்றார்.

நான் சொல்லவில்லை. மேலும், 'இப்ப வேண்டாம். முதலில் மார்க்கெட் பத்தி முழுசாத் தெரிஞ்சுக்குங்க... வாங்குவதைப் பற்றி பின்னால் பார்க்கலாமே' என்றேன்.

இது கடைக்குப் போய் கத்தரிக்காய் வாங்கும் சமாசாரம் போலில்லை. கத்தரிக்காய் வாங்குவதிலேயே நிறைய டெக்னிக் இருப்பதாக, ஒவ்வொரு முறை நான் வாங்கி வந்த பிறகும் வீட்டில் திட்டு வாங்கித் தெரிந்து கொண்டிருக்கிறேன்.

'எல்லாரும் சொல்லுறாங்க...'

'எல்லாரும் வாங்குறாங்க...'

இவையெல்லாம் போதாத காரணங்கள். முதலில் விஷயம் பெறுதல். பின்புதான் இறங்குதல். ஆளாளுக்குக் குதிக்கிறார்களே என்று நாமும் ஆழம் தெரியாமல் குளத்தில் குதிக்க முடியுமா என்ன?

ஆ. நம்மால் எவ்வளவு தாங்க முடியும்?

ஷேர் மார்க்கெட்டில் இரவும் வரும், பகலும் வரும். சமயத்தில் சுனாமியும் வரும். வந்திருக்கிறது. வெறும் லாபத்தையே நினைத்துக் கொண்டு, நம்மிடம் உள்ள பணம் எல்லாவற்றையும் போட்டுவிடக் கூடாது. திடீரென்று நாம் எதிர்பாராத சமயம் விலைகள் கடும் வீழ்ச்சியடையும். நம் கையில் உள்ள பங்குகளை விற்க முடியாது. விற்றாலும் படு நஷ்டம் ஆகும். என்ன செய்ய? காத்திருக்க வேண்டியதுதான். சமயத்தில் வருடக் கணக்கில்.

காத்திருக்க முடியாத சூழ்நிலைகளில் உள்ளவர்கள் இங்கு வர வேண்டாம். மகள் கல்யாண வயதில் இருக்கிறாள். எப்பொழுது வேண்டுமானாலும் திடீரென்று கல்யாணத்துக்காகப் பணம்

தேவைப்படும். அல்லது பிள்ளைகள் படிப்புக்குத் தேவைப் படும். இப்படிப்பட்ட பணத்தை வைத்து பங்குச்சந்தையில் தயவு செய்து இறங்க வேண்டாம்.

கொஞ்சம் பணம் போனாலும் 'பரவாயில்லை, நிலைமை சீரான பின் எடுத்துக் கொள்ளலாம்' என்று நம்மால் எவ்வளவு பணத்தை விட்டு வைக்க முடியுமோ அதுதான் நம்முடைய தாங்கக் கூடிய அளவு. அதனைச் சரியாகக் கணக்கிட்டு, அந்த அளவு மட்டுமே பங்குச்சந்தையில் இறங்குவது ஓர் அடிப்படை ஒழுக்கம். அது இங்கே தேவை.

சிலர், நாம் வாங்கியதெல்லாம் விலையேறுகிறதே என்று சந்தோஷப்பட்டு வாங்கிய ஷேர்கள் எதையும் விற்காதது மட்டு மல்ல, இன்னமும்கூட வாங்கலாம் என்று ஆசைப்படுவார்கள். அதனால், மேலும் வாங்கக் காசு தேடுவார்கள். அப்படி தேவைப் படும் காசுக்காக, மற்ற முதலீடுகளைக் காலி செய்வார்கள். பின்பு அதுவும் போதாமல், கடன்கூட வாங்குவார்கள். அதன்பின் தங்கள் சக்திக்கு மீறிச் சந்தையில் முழுவதுமாக இறங்கிவிடு வார்கள். கழுத்தளவு தண்ணீரில் நிற்பது போல!

இந்தச் சமயம் பங்குச்சந்தைக்கு ஏதும் நிகழ்ந்தால்? எந்த மிகப் பெரிய வீழ்ச்சிக்கு முன்னாலும் அதைப் பற்றிய அறிகுறிகள் எதுவுமே இல்லாமல்தான் இதுவரை இருந்திருக்கிறது. அந்தச் சமயம் எதை விற்பது? முடியாது. மற்ற முதலீடுகளில் இருந்ததும் போய், கடனும் ஆகி, அதற்கு வட்டியும் ஏறி... இந்தத் தப்பை மட்டும் செய்யவே கூடாது. நம்மால் முடிந்த அளவு மட்டுமே பணம் போட வேண்டும். பின்பு, அதிலிருந்து வரும் லாபத்தை வேண்டுமானால் தொடர்ந்து முதலீடு செய்து பெருக்கலாம். அசலுக்கு எப்பொழுதும் அளவு வைத்துக் கொள்ள வேண்டும்.

குறியீட்டு எண்கள் (இண்டெக்ஸ்)

பங்குச்சந்தையைப் பற்றிப் பேசும்போதெல்லாம் சில குறியீட்டு எண்களைப் பற்றிப் பேசிக் கொண்டே இருப்போம். குறியீட்டு எண்களை ஆங்கிலத்தில் இண்டெக்ஸ் என்று அழைப்போம். இவை என்னென்ன, எப்படிக் கணக்கிடப்படுகின்றன என்பதை இப்பொழுதே தெரிந்து கொண்டுவிடுவது நல்லது.

இந்தியப் பங்குச்சந்தையைப் பொருத்தவரை இரண்டு முக்கிய மான குறியீடுகள் உள்ளன. ஒன்று சென்செக்ஸ் (Sensex), மற் றொன்று நிஃப்டி (Nifty).

சென்செக்ஸ் என்பது சென்சிடிவ் இண்டெக்ஸ் என்பதன் சுருக்கம். இது மும்பைப் பங்குச்சந்தையின் குறியீட்டு எண். மும்பை பங்குச்சந்தை உயர்கிறதா, இறங்குகிறதா என்பதைத் தெரிந்து கொள்ள இது உதவும். சந்தையில் பரிவர்த்தனை நடக்கும் தினங்கள் தோறும் இந்தக் குறியீடு கணக்கிடப்பட்டு அந்த அந்த விநாடியே அறிவிக்கப்படுகிறது.

மும்பைப் பங்குச்சந்தையில் 5,000-க்கும் அதிகமான பங்குகள் பட்டியல் செய்யப்பட்டிருந்தாலும் அவை எல்லாம் தினசரி வாங்கி விற்கப்படுவதில்லை. அதே போல, அத்தனை பங்கு களும் பரவலாகப் பலராலும் வாங்கி விற்கப்படுவதில்லை. எனவே, முக்கியமான முப்பது பங்குகளை மட்டும் தேர்ந் தெடுத்து அந்தப் பங்குகளின் விலைகளிலிருந்து உருவாகப் பட்டதுதான் சென்செக்ஸ்.

இந்தக் குறியீடு 1987-ம் ஆண்டு உருவாக்கப்பட்டது. அப்போது கணக்கில் எடுத்துக் கொள்ளப்பட்ட பங்குகளில் சில, இப்போது வெளியேற்றப்பட்டு விட்டன. இந்தப் பங்குகளுக்கு A குரூப் பங்குகள் என்றும் பெயர்.

22 டிசம்பர் 2011-ல் மும்பை சென்செக்ஸில் இருக்கும் 30 பங்குகளின் பட்டியல் இதோ.

நிறுவனத்தின் பெயர்	இண்டெக்ஸ்-ல் வெயிட்டேஜ் %
Reliance Industries Ltd.	10.44%
Infosys Ltd.	10.23%
ITC Ltd.	8.69%
Housing Development Finance Corporation Ltd.	7.19%
HDFC Bank Ltd.	6.35%
ICICI Bank Ltd.	6.23%
Tata Consultancy Services Ltd.	5.26%
Larsen & Toubro Ltd.	4.26%
State Bank of India	3.64%
Oil And Natural Gas Corporation Ltd.	3.49%
Hindustan Unilever Ltd.	3.49%

Bharti Airtel Ltd.	3.45%
Mahindra & Mahindra Ltd.	2.46%
Tata Motors Ltd.	2.45%
NTPC Ltd.	2.09%
Wipro Ltd.	1.91%
Tata Steel Ltd.	1.82%
Bajaj Auto Ltd.	1.82%
Sun Pharmaceutical Industries Ltd.	1.62%
Jindal Steel & Power Ltd.	1.57%
Bharat Heavy Electricals Ltd.	1.57%
Coal India Ltd.	1.47%
Hero MotoCorp Ltd.	1.45%
Cipla Ltd.	1.37%
Hindalco Industries Ltd.	1.27%
Tata Power Company Ltd.	1.13%
Maruti Suzuki India Ltd.	1.09%
Sterlite Industries (India) Ltd.	1.08%
DLF Ltd.	0.63%
Jaiprakash Associates Ltd.	0.49%

இந்த முப்பது பங்குகளின் விலை மாற்றம்தான், பங்குச் சந்தை குறியீட்டு எண் சென்செக்ஸின் உயர்வும் தாழ்வுமாகக் காட்டப் படுகிறது. ஒரு நாளை எடுத்துக் கொண்டால், இந்த முப்பது பங்குகளில் சில பங்குகளின் விலைகள் உயரலாம். அதே நாள், வேறு சில பங்குகளின் விலைகள் இறங்கலாம். இரண்டையும் சேர்த்து, கூட்டிக் கழித்துத்தான் குறியீட்டு எண் என்ன மாற்றம் ஆகியிருக்கிறது என்று கணக்கிடுவார்கள்.

மும்பை பங்குச்சந்தை போலவே, தேசியப் பங்குச்சந்தை யிலும் பங்குகள் பட்டியல் இடப்பட்டுள்ளன. அவற்றின் விலைகளும் ஏறும், இறங்கும். அவற்றின் விலைமாற்றங் களைக் கண்டுபிடிப்பதற்கு உள்ள குறியீட்டு எண்தான் நிஃப்டி

(Nifty). அதற்காகத் தேர்வு செய்யப்பட்ட ஐம்பது பங்குகளைக் கொண்டு ஒரு பட்டியல் தயாரித்தார்கள். அதற்கு, National Stock Exchange-ன் Fifty என்ற முறையில் சுருக்கமாக 'நிஃப்டி' என்று பெயரிட்டார்கள்.

நிறுவனத்தின் பெயர்	இண்டெக்ஸ்-ல் வெயிட்டேஜ் %
ITC Ltd.	8.31%
Infosys Ltd.	7.66%
Reliance Industries Ltd.	7.65%
HDFC Bank Ltd.	6.11%
Housing Development Finance Corporation Ltd.	5.97%
ICICI Bank Ltd.	5.95%
Larsen & Toubro Ltd.	4.49%
Tata Consultancy Services Ltd.	4.05%
State Bank of India	3.40%
Oil And Natural Gas Corporation Ltd.	2.94%
Hindustan Unilever Ltd.	2.90%
Tata Motors Ltd.	2.66%
Bharti Airtel Ltd.	2.34%
Mahindra & Mahindra Ltd.	2.01%
Tata Steel Ltd.	1.77%
Axis Bank Ltd.	1.64%
Sun Pharmaceutical Industries Ltd.	1.41%
Coal India Ltd.	1.36%
Kotak Mahindra Bank Ltd.	1.34%
Bajaj Auto Ltd.	1.31%
Wipro Ltd.	1.29%
Dr. Reddy's Laboratories Ltd.	1.23%

NTPC Ltd.	1.21%
Hero MotoCorp Ltd.	1.20%
Asian Paints Ltd.	1.11%
Bharat Heavy Electricals Ltd.	1.07%
Jindal Steel & Power Ltd.	1.04%
Hindalco Industries Ltd.	0.99%
Infrastructure Development Finance Company Ltd.	0.99%
Grasim Industries Ltd.	0.98%
Cipla Ltd.	0.98%
Power Grid Corporation of India Ltd.	0.96%
Tata Power Company Ltd.	0.94%
GAIL (India) Ltd.	0.93%
Maruti Suzuki India Ltd.	0.91%
Sterlite Industries (India) Ltd.	0.85%
Bank of Baroda	0.80%
Ambuja Cements Ltd.	0.80%
Cairn India Ltd.	0.78%
HCL Technologies Ltd.	0.75%

கொஞ்சம் வரலாறு

2011ம் ஆண்டின் நவம்பர் மாதத்தில் பங்குச்சந்தை எப்படியிருக்கிறது? வலுவாக இருக்கிறது.

இதே பங்குச்சந்தைக் குறியீடுகள், அக்டோபர் 2008-ல் எப்படியிருந்தன தெரியுமா? முதலீட்டாளர்கள் சுத்தமாக நம்பிக்கை இழந்துவிட்டிருந்தார்கள். போச்சு, அமெரிக்காவில் சப்பிரைம் பிரச்னை. லெமேன் பிரதர்ஸ் மெரில்லின்ச், AIG போன்ற மாபெரும் கார்பரேட் நிறுவனங்கள் திவாலாகப் போய்விட்டன. அமெரிக்க வீட்டுவசதி நிறுவனங்களான பென்னி & பிரட்டி (Freddie Mae & Fannie Mae) ஆகியவையும் கொடுத்த கடன் வராமல்

ஒன்றுமில்லாமல் போய்விட்டன. அமெரிக்காவில் சமாளிக்க முடியாத அளவு பொருளாதார பிரச்னைகள். அதனால், உலகெங்கிலும், முதலீடு செய்யப்பட்டிருக்கும் அமெரிக்கப் பணம் டாலர்களாக மாற்றப்பட்டு அவர்கள் நாட்டுக்கு திரும்பக் கொண்டிருக்கிறது! இந்தியாவிலிருந்தும் லட்சம் கோடி ரூபாய்களுக்கும் அதிகமான பணம் பங்கு சந்தைகளில் இருந்து FIIக்களால் உருவப்பட்டது... 'அமெரிக்காவில் ரெசஸ்ஷன்... இனி எல்லாம் பல ஆண்டுகளுக்கு எழுந்திருக்காது' என்கிற ஒப்பாரி வேறு. அக்டோபர் 24 (2008) மற்றுமொரு கருப்பு தினம். சென்செக்ஸ் ஒரே நாளில் 16 வருடங்களில் இல்லாத அளவாக 11% விழுந்து 8710 என்கிற அளவைத்தொட்டது.

முதலீட்டாளர்கள் பல ஆயிரம் கோடி ரூபாய் இழந்தார்கள். அடுத்து அடுத்து தொடர்ந்து இனி இறங்குமுகம்தான் என்ற கலக்கம், பலரிடமும் இருந்து வந்தது.

ஆனால் நிலைமை அப்படியே போய்விடவில்லை. 2009ல் சென்செக்ஸ் 17500. நிலைமையில் கணிசமான முன்னேற்றம். முன்பு விற்ற FIIக்கள் மீண்டும் வாங்கினார்கள், கூடுதல் விலைகொடுத்து!

FIIக்கள் என்று எவரைப் பற்றியோ குறிப்பிடப்படுகிறதே! யார் இவர்கள்? இவர்களுக்கும் பங்கு சந்தைக்கும் என்ன தொடர்பு என்கிற கேள்வி சிலர் மனதில் வரலாம்.

எஃப்.ஐ.ஐ.க்கள்

பங்குச்சந்தையுடன் தொடர்பு இருப்பவர்களுக்கு, எஃப்.ஐ.ஐ. (FII) பற்றிக் கொஞ்சமாவது தெரிந்திருக்கும், தெரிந்திருக்க வேண்டும். கடந்த சில ஆண்டுகளாக பங்குச் சந்தை ஏறினாலும் இறங்கினாலும் இவர்கள்தான் காரணமாகக் காட்டப்படுகிறார் கள். பங்குச்சந்தை பற்றிய செய்திகளில் முக்கிய இடம் வகிக்கும் இவர்கள் யார்? இவர்களின் பலம் என்ன? என்ன செய்கிறார்கள்? ஏன் செய்கிறார்கள்? தெரிந்து கொள்வது நல்லது.

'ஃபாரின் இன்ஸ்டிட்யூஷனல் இன்வெஸ்ட்டர்ஸ்' என்பதின் சுருக்கம்தான் FII. இந்த FII என்ற ஆங்கில மூன்றெழுத்துக்களும் இந்தியப் பொருளாதாரத்தில் ஆயிரக்கணக்கான - இல்லை, இல்லை - லட்சக்கணக்கான கோடி ரூபாய்க்குச் சமம். இவர்கள்

இன்றி நமது பங்குச் சந்தையில் ஏதும் பெரிதாக நிகழ்ந்துவிட முடியாது. அந்த அளவுக்கு இவர்கள் தங்கள் பணத்தை நம் பங்குச் சந்தையில் முதலீடு செய்திருக்கிறார்கள்.

இந்தியா அல்லாத அந்நிய நாடுகளைச் சேர்ந்த முதலீட்டு அமைப்புகள் என்பதுதான் FII-யின் தமிழாக்கம். இவர்கள் பல நாடுகளைச் சேர்ந்தவர்கள். அவர்கள் நாட்டில் உள்ளவர்களிடம் இருந்து பணம் திரட்டி, அதை எங்கே லாபகரமாக முதலீடு செய்ய லாம் என்று தேசம் தேசமாகத் தேடித் திரிபவர்கள். பெருந்தனக் காரர்கள். அதனால் மதிப்பும் மரியாதையும் பெறுபவர்கள்.

இவர்களின் பலம் என்ன?

இந்தியப் பங்குச்சந்தையில் இவர்களின் பலம் மிக மிகப் பெரியது. BSE 500 என்று அறியப்படும் மும்பை பங்குச் சந்தையில் பட்டியலிடப்பட்ட பெரும் 500 இந்திய நிறுவனங் களில், இந்த FII-க்கள் வைத்திருக்கும் பங்குகளின் அளவு, 16.9%. மொத்தப் பங்குகளில் கிட்டதத்தட்ட ஆறில் ஒரு பங்கு அளவினை இவர்கள்தான் வைத்திருக்கிறார்கள். அதே BSE 500 எனப்படும் 500 முன்னணி நிறுவனங்களின், Free Floatல் 40%க்கு அதிகமானவை இவர்கள் வசம்தான்.

இந்தியப் பங்கு சந்தைகளில் இவர் முதலீடு செய்திருக்கும் பணத்தின் அளவு சுமார் பல லட்சம் கோடி ரூபாய்கள்.

அமெரிக்க பொருளாதார பிஞுச்னையால் 2008ல் 53,052 கோடி களுக்கு இந்தியப் பங்குகளை விற்ற இவர்கள். 2009ல் 85,368 கோடி களுக்கும் அதைவிட கூடுதலாய் 2010ல் ஒரு லட்சத்து 34 ஆயிரத்து 294 கோடி ரூபாய்களுக்கு இந்தியப் பங்குகளை வாங்கித் தள்ளினார்கள். பங்கு சந்தை குறியீட்டு எண்கள் உயர்ந்தன. 2011ல் ஆகஸ்ட் முதல் அக்டோபர் வரை 11,360 கோடி ரூபாய்களுக்கு (ஐரோப்பிய, குறிப்பாக க்ரீஸ் நாட்டு பொருளாதார பிரச்னை காரணமாக) FII-க்கள் விற்க இந்திய பங்கு சந்தைகள் 10% வரை குறைந்தன. இதனால்தான் நான் அசைந்தால் அசையும் (பங்கு) அகிலமெல்லாமே என்று இவர்களால் பாடமுடிகிறது! உண்மை யில் ஆட்டுவிக்கவே செய்கிறார்கள்.

பல மிகப் பெரிய இந்திய நிறுவனங்களின் கணிசமான பங்குகள், FII-க்கள் வசம்தான் உள்ளன. ஒரு பட்டியல் பாருங்களேன்.

சென்செக்ஸ் மற்றும் நிப்டி பங்குகள் சிலவற்றில் FII-க்களின் உரிமை, சதவிகிதங்களில்: அக்டோபர், 2011ல்

நிறுவனம்	வைத்துள்ள பங்குகளின் சதவிகிதம்	வைத்திருக்கும் FII-க்களின் எண்ணிக்கை	சந்தை மதிப்பு ரூ. கோடிகளில்
HDFC	59.08	903	523041
IVRCL இன்ப்ரா	57.22	176	1133
ஜெயின் கிரிகேஷன்	55.24	248	4062
இந்தியா புல்ஸ் ரியாலிட்டீஸ்	55.06	232	2576
IDFC	50.49	501	10181
Yes Bank	45.6	209	4150
LIC ஹவுசிங்	41.8	195	704
Sriram Transport	40.21	272	6131
தனலட்சுமி மில்ஸ்	39.78	63	356
ரீ அக்ரோ	39.35	62	978
சவுத் இண்டியன் பேங்க்	38.61	62	855
ஆட்டோ சர்கியூட்ஸ்	37.65	139	1647
இன்போசிஸ்	36.6	935	64011
ஹீரோ ஹோண்டா	33.47	455	10257

(தகவல் மணி கண்ட்ரோல்.காம்)

இன்னும் பல...

இது ஒரு சாம்பிள் பட்டியல்தான். கிட்டத்தட்ட இருநூறுக்கும் அதிகமான இந்திய நிறுவனங்களில் 10%க்கும் அதிகமான பங்குகள் இவர்கள் வசம் இருக்கின்றன.

இந்த வெளிநாட்டு முதலீட்டு அமைப்புகள், முதன்முதலாக 1994-ல்தான் இந்தியப் பங்குச்சந்தையில் முதலீடு செய்ய அனுமதிக்கப்பட்டார்கள். அதுமுதல் செப்டெம்பர் 2011 வரை மொத்தம் 102 பில்லியன் அமெரிக்க டாலர் (சுமார் 5 லட்சம் கோடி ரூபாய்) பணத்தை, இந்தியாவில் கொண்டுவந்து கொட்டியிருக்கிறார்கள். அவற்றின் சந்தை மதிப்பு மிக மிக அதிகம். கடந்த சில வருடங்களில் அவர்கள் எடுத்து வந்த பணம் பற்றிய விவரம்:

வருடம்	நிகர முதலீடு ரூபாய் கோடிகளில்
2000-01	9934.2
2001-02	8754.9
2002-03	2689.1
2003-04	45763.5
2004-05	45880.0
2005-06	39466.0
2006-07	30841.0
2007-08	109089.2
2008-09	(-) 45811.0

எஃப்.ஐ.ஐ. என்றால் அது ஒரு கூட்டம். ஜூன் 2011 வரை இந்திய அரசின் கண்காணிப்பு ஆணையமான SEBIயிடம் பதிவு செய்திருந்த FIIகளின் எண்ணிக்கை 1721. இதுவே ஜனவரி 2007ல் 1059 ஆகத்தான் இருந்தது. அதற்குமுன் மார்ச் 2005ல் 685 மட்டுமே. இந்த FII அண்ணன்களுக்கு ஒன்றுவிட்ட சித்தப்பா மகன்கள் போல சப்-அக்கவுண்டுகளும் உண்டு. அவை FII அல்ல. ஆனால் FIIகளில் கீழ்வரும் கணக்குகள். அவற்றின் எண்ணிக்கை ஜூன் 2011ல் 5879. ஆக இந்திய பங்குச் சந்தையில் முதலீடு செய்ய பல வெளிநாட்டு நிறுவனங்கள் தொடர்ந்து இந்தியாவுக்கு வந்துக் கொண்டிருக்கின்றன.

இப்படி நூற்றுக்கணக்கான அமைப்புகள் இருந்தாலும் அவற்றில் சிலதான் ஊர்ப் பெரிய மனிதர்கள் போல. அப்படிப்பட்ட சில நிறுவனங்கள் எவை? அவை முதலீடு செய்துள்ள தொகை எவ்வளவு என்பதைப் பார்க்கலாம்.

டிசம்பர் 31, 2010 கணக்குப்படி

	(மில்லியன் ரூபாய்களில்)
டாய்ஸ் பேங்க்	*9293*
அபர்டீன் அசெட்மேனேஜ்மெண்ட்	*3841*
சிட்டி குரூப்	*5607*
HSBC	*6282*
கஷ்மெண்ட் ஆப் சிங்கப்பூர்	*1299*

ஐந்தாயிரம் கோடிகளுக்கு மேல் முதலீடு செய்திருக்கும் நிறுவனங்கள் 2011ல் 5. இதுவே 2010ல் எட்டாக இருந்தது.

கிட்டதட்ட 600 பில்லியன் டாலர் மார்க்கெட் கேப்பிட்டலைசேஷன் உள்ள இந்திய பங்குகளில் 6ல் ஒரு பங்குக்கு மேலாக, 16.9%தினை FII-கள் தான் வைத்திருக்கிறார்கள். பிரபலமாகி வரும் பரஸ்பர நிதிகள் அதில் பாதிக்கும் குறைவான அளவு பணத்தையே (45 பில்லியன் டாலர்கள்) முதலீடு செய்திருக்கிறார்கள்.

FII-கள் என்றால் வெளிநாட்டு தனியார் நிறுவனங்கள், தனிப்பட்ட பணக்காரர்கள் பணம் மட்டுமல்ல. பல அரசாங்கங்களின் சாவரின் பண்ட் எனப்படும். அரசு நிதிகளும் அடங்கும்.

இவர்கள் அனைவரும் ஏன் இந்தியாவில் முதலீடு செய்கிறார்கள்?

அவர்கள் நிறையப் பணம் வைத்திருக்கிறார்கள். அதை எங்காவது லாபகரமாக முதலீடு செய்ய வேண்டும். அவர்களுடைய தேசங்களின் பொருளாதாரம் ஏற்கெனவே நன்கு வளர்ந்துவிட்டது. அதனால் அங்கு முதலீடு செய்யப்படும் பணம், மேலும் பெரிய வளர்ச்சி காண முடியாது.

அதே சமயம் வளரும் நாடுகளில் அந்த வாய்ப்பு உள்ளது. 2003-ல் இருந்து இந்தியாவை அப்படிப் பார்க்கத் தொடங்கியிருக்கிறார்கள்.

தைவான், தென் கொரியாவுக்கு அடுத்தபடி இந்தியாவில்தான் பொருளாதாரம் வேகமான வளர்ச்சி காண்கிறது என்று முடிவு செய்து, இங்கே வந்து துண்டு விரித்தார்கள். அவர்கள் முதலீடு

செய்தது பங்கு சந்தையில். அதாவது இந்திய நிறுவனங்களின் பங்குகளை வாங்கினார்கள். அதுதான் அவர்கள் பணத்தை பெருக்க கையாண்ட வழி. இந்தியாவின் பொருளாதாரம் வளர்ச்சியடையும் என்பதை சரியாக கண்டறிந்தார்கள். அவர்கள் கணக்கு தப்பவில்லை. ஆகஸ்ட் 2005-ல் சென்செக்ஸ் 7816 என்று இருந்தது. டிசம்பர் 2005-ல் 9020 புள்ளிகளானது. அப்படி யென்றால், வளர்ச்சி சதவிகிதம் கிட்டத்தட்ட 17. அதன்பின், மே 2006-ல் 12000-த் தாண்டியது. பின்பு டிசம்பர் 2006-ல் 14,000க்குப் பக்கத்தில் வந்தது. 2008ல் 21,000. 2007 வரை தொடர்ந்து முதலீடு செய்தார்கள். காரணம், அவர்கள் நோக்கம் தெளிவானது. காய்க்கிற மரம் வேண்டும். மிக அதிகம் காய்க்கும் மரம். அவ்வளவுதான். பின்பு பல்வேறு காரணங்களுக்காக தளர்ச்சி வர, விருவிருவென்று வெளியேறி னார்களே பார்க்க வேண்டும்! 2011ல் அவர்களில் பலர் மற்ற தேசங்களுக்கு ஓடிவிட்டார்கள்.

காரணம் அந்த சில தேசங்களில் பெரும் பொருளாதார மாற்றங்கள் வந்து, அங்கே வளர்ச்சி சதவிகிதம் கூடுகிறது. சரி. அதற்காக உடனே அங்கே எப்படி இவர்களால் இவ்வளவு பணத்தைக் கொண்டுபோய் முதலீடு செய்ய முடிகிறது? நிலைமை மாறினால், உடனே ஏதோ பஸ் மாறுவது போல இவர்களால் முதலீட்டில் தேசம் மாற்ற முடிகிறது?

யோசிக்க வேண்டிய விஷயம்தான். எத்தனை லட்சம் கோடி ரூபாய், எவ்வளவு சீக்கிரம், எவ்வளவு சுலபமாக இடம் மாறு கின்றன? எப்படிச் சாத்தியமாகிறது?

சிட்டிபேங்கின் முன்னாள் தலைவர் வால்டர் ரிஸ்டன் முன்னர் ஒருமுறை 2005ல் விவரித்ததுபோல, முன்பிருந்ததைக் காட்டிலும், அடிப்படையில் பெரிதும் மாறுபட்ட ஒரு சர்வதேச நிதி நிலைமை வந்திருக்கிறது. இதனை 'இண்டர்நேஷனல் ஃபைனான்ஸ்' என்கிறார்கள்.

இந்தப் புதிய நிலைமையை உருவாக்கியது அரசியல்வாதிகளோ, பொருளாதார நிபுணர்களோ, மத்திய வங்கியாளர்களோ அல்லது நிதியமைச்சர்களோ இல்லை. இவை வந்தது தொழில் நுட்பத்தால்தான். கம்ப்யூட்டர், இன்டர்நெட் போன்றவைதான் இவ்வளவு பெரிய தொகையை வேகமாகக் கண்டம் விட்டு கண்டம் தாவக் காரணம் என்றார் வால்டர் ரிஸ்டன்.

மக்கள் ஆரம்பக் காலங்களில் அசையாச் சொத்துக்களில்தான் பணம் போட்டார்கள். வசதி ஏற ஏற, அவர்கள் கண்ணால் பார்க்க முடியாத 'ஃபைனான்ஷியல் புராடெக்ட்ஸ்'சிலும் பணத்தை முதலீடு செய்யத் தொடங்கினார்கள். முன்னேறிய நாடுகள், இந்த விதத்தில் பல படிகள் மேலே போய்விட்டன.

'ஃபைனான்ஷியல் புராடெக்ட்ஸ்' என்றால், வங்கி வைப்புகள் முதல் பங்குகள், டிபென்ச்சர்கள், கடன் பத்திரங்கள், பரஸ்பர நிதிகள் போன்றவை. இவற்றில் சில ஆபத்து குறைவானவை. அதிக பாதுகாப்பானவை. வேறு சில எதிர்மாறானவை. கூடுதல் ரிஸ்க், அதிக வளர்ச்சி.

1970-களில் இருந்த மொத்த சர்வதேச முதலீட்டுப் பணத்தில் 10 சதவிகிதப் பணம் ரிஸ்க் அதிகமுள்ள ஸ்பெகுலேட்டிவ் முதலீடு களுக்கும், மீதமுள்ள 90 சதவிகிதப் பணம் நீண்டகால முதலீடு களிலும் போடப்பட்டது. அந்த 10 + 90 என்பது 1990 - களுக்குப் பிறகு தலைகீழாக 90 + 10 என்பதாக மாறிவிட்டது. அதாவது 90 சதவிகிதப் பணம் அதிக வளர்ச்சியையும் வாய்ப்புகளைத் தேடியலைகிறது, பாய்கிறது.

ஒரு காலத்தில் மிகக் குறைந்த அளவிலான பணத்தைத்தான் மக்கள் பங்குச்சந்தையில் முதலீடு செய்வார்கள். சில ஆண்டு களுக்கு முன்புகூட பென்ஷன் ஃபண்ட்கள், 40 சதவிகித பணத்தைத்தான் பங்குகளில் முதலீடு செய்தன. பின்னர் 2005, 2006 களிலேயே அது 57 சதவிகிதம் என்றாகிவிட்டது. பிரிட்டன் போன்ற நாடுகளில் பென்ஷன் ஃபண்ட்கள் கிட்டத்தட்ட 80 சதவிகிதம்வரை பங்குகளில் முதலீடு செய்கின்றன.

அமெரிக்காவில் பென்ஷன் நிதியில் இருந்து, வளர்ச்சி தேடி வெளிநாடுகளில் முதலீடு செய்யப்படும் பணத்தின் அளவு மட்டும் 12 லட்சம் கோடிக்கும் மேல்!

நீங்களும் நானும் நூறு ஷேர்கள் வாங்கிவிட்டு, தினம் தினம் ஏறுமா, இறங்குமா என்று பார்த்துக் கொண்டிருக்கையில், இப்படிப்பட்ட பயில்வான்கள் அனாயாசமாகத் தினம் தினம் கோடி களில் புகுந்து விளையாடுகிறார்கள். நாம் நடமாட நினைக்கும் மைதானத்தில் ஆடும் மற்றவர்கள் இப்படிப்பட்ட அசுரர்கள்.

2005 அக்டோபரில் பங்குச் சந்தை கடகடவென்று ஒரேயடியாக ஏறிக் கொண்டிருந்தபொழுது, திடீரென்று ஒருநாள் விழ

ஆரம்பித்தது. அப்படியே விழுந்து விழுந்து ஒரேயடியாக சென்செக்ஸில் 1,000 புள்ளிகள் குறைந்துவிட்டன.

செய்தது யார் என்று நினைக்கிறீர்கள்? FII-க்கள்தாம். அவர்கள்கூட வேண்டுமென்றே செய்யவில்லை. அவர்கள் தங்கள் பங்குகளை விற்றார்கள். வெறும் 4,500 கோடி ரூபாய்க்கும் கீழான தொகைக்கு மட்டும். அவ்வளவுதான்! மடமடவென்று 1,000 புள்ளிகள் அல்லது 13 சதவிகிதம் பங்குச்சந்தை குறியீட்டு எண் சரிந்தது. வெறும் 4500 கோடி ரூபாய்க்கு விற்றதற்கே இந்த வீழ்ச்சி.

நல்லவேளை, அவர்கள் திரும்ப 2005 நவம்பரில் இருந்து வாங்கத் தொடங்கினார்கள்.

நமக்குப் பிடிக்கிறதோ இல்லையோ, FII-க்கள்தாம் இந்தியப் பங்குச் சந்தையின் தலையெழுத்தைத் தீர்மானிப்பவர்களாக இருக்கிறார்கள். காரணம், அவர்களது ராட்சஸத்தனமான 'வாங்கும் சக்தி'.

சரி, வாங்கட்டும். உலகெங்கும் வாங்குகிறார்கள். தேடித் தேடித் வாங்குகிறார்கள். நம் நாட்டில் ஏன் வாங்குகிறார்கள்?

இந்தியாவில் ஏன் வாங்குகிறார்கள்?

1990க்கு பிறகு இந்தியாவின் முகம் உலக அரங்கில் பிரகாசமாகத் தெரிகிறது. அந்நிய நிறுவனங்கள், முதலீட்டாளர்கள் எல்லாம் இந்தியாவை பெரிய முதலீட்டு வாய்ப்பாக பார்க்கிறார்கள். அதனால், ஏகப்பட்ட அந்நிய நேரடி முதலீடுகளை (Foreign Direct Investment) இந்தியாவுக்குள் கொண்டு வந்து கொட்டுகிறார்கள்.

என்ன ஆச்சு இந்தியாவுக்கு? அதென்னவோ 'இண்டியா ஸ்டோரி' என்றார்களே! கடந்த சில ஆண்டுகளில் இந்தியப் பங்குச் சந்தையில் காணப்படும் அபரிமிதமான வளர்ச்சிக்கு எஃப்.ஐ.ஐ.க்கள் காரணம் என்றால், ஹெட்ஜ் ஃபண்ட்கள் கப்பல் கப்பலாகப் பணம் கொண்டு வந்தபடி இருக்கிறார்கள் என்றால், அதெல்லாம் நடப்பது ஏன்?

இண்டியா ஸ்டோரி

பாத்திரத்தை அடுப்பில் ஏற்றியாகிவிட்டது. பால் பாக்கெட்டைக் கத்தரித்து, பாத்திரத்தில் ஊற்றியாகிவிட்டது. அடுப்பும் எரிய ஆரம்பிக்கிறது. நல்ல நீலநிற ஜுவாலை வரும் நெருப்பு.

என்ன நடக்கும்? பால் சூடாகும். ஆனால் பாத்திரத்தைப் பார்த்தால் எப்படியிருக்கும்? அமைதியாக இருக்கும். அடியில் அடுப்பு எரிவதோ, அதனால் பாலுக்குள் மாற்றங்கள் நிகழ்வதோ வெளியில் தெரியுமா? தெரியாது.

கொஞ்ச நேரம் இப்படியே அமைதியாக இருந்த பால், திடீரென ஒரு சந்தர்ப்பத்தில், புசுபுசுவெனப் பொங்க ஆரம்பித்துவிடும். சர்ர்... என்று மேலெழும்பி வரும். என்னவோ அப்பொழுதுதான் நெருப்பு எரிந்ததுபோல. பால் பொங்குமளவு காய்ந்தது எப்படி? அந்தப் பத்து நிமிடமும் அடுப்பு எரிந்ததால்தானே! ஆனால் அதற்குமுன் நடந்த முஸ்தீபுகள் எதுவுமே வெளியே தெரிய வில்லை.

2003 முதலே உயர ஆரம்பித்த பங்குகளின் விலைகளும், பங்கு சந்தை குறியீட்டு எண்ணும், நவம்பர், டிசம்பர் 2005ல் திமிரும் குதிரைகளாயின. மும்பை பங்கு சந்தையின் சென்செக்ஸ் ஒரே எவ்வாக எவ்வி, 9,000 புள்ளிகளைக் கடந்தது.

அதற்குக் காரணம், அந்த டிசம்பர் மாதத்தில் நடந்த ஏதோ ஒன்றோ, சிலதோ மட்டுமல்ல. வெகு நேரமாக அடுப்பு எரிந் திருக்கிறது. சூடு ஏறியுள்ளது. அந்தத் தொடர்ந்த வெப்பத்தின் வெளிப்பாடுதான் பொங்குதல். பங்குச்சந்தையும் பொங்கியது.

அதோடு நிற்கவில்லை. தொடர்ந்து 2006-2007 ஆண்டுகளில் உயர்ந்தது. 2008ம் ஆண்டில் மட்டும் அமெரிக்க பொருளாதார சுணக்கத்தினால் அதிர்ந்துவிட்டு, மீண்டும் 2009ல் உயர ஆரம்பித்தது. 2010லும் 2011ல் தொடர்ந்து உயர்ந்தது 'கௌரவ மான' அளவிலேயே நின்றது. இப்படியாக 2003 முதல் தொடர்ந்து பல ஆண்டுகளாக சூடாகவே இருக்க என்ன காரணம்?

பங்குச்சந்தை பொங்குவதற்கு வெப்பம் தரும் நெருப்பு எது? எவை? நிறைய இருக்கின்றன. அவற்றைச் சில பெரும் பிரிவு களாக - அரசியல், பொருளாதாரம், மனிதவளம் - என்று மூன்றாகப் பிரிக்கலாம்.

இந்தியாவில் ஜனநாயகம் இருக்கிறது. யதேச்சாதிகாரங்கள், ராணுவ ஆட்சிகள் இல்லை. அவை போதும், அரசியல் தொந்தர வாகத் தெரியாமல் இருப்பதற்கு. மேலும் சமீப காலத்தில், முடிவுகள் எடுக்கக்கூடிய ஸ்திரமான அரசுகள்தாம் ஆட்சிக்கு வருகின்றன.

இவையெல்லாம் ஏன் முக்கியம்? அதுவும், பங்குச்சந்தைக்கும் இவற்றுக்கும் என்ன தொடர்பு? கேட்கலாம். நிறையவே இருக்கிறது. இன்னமும் சொல்லப் போனால், பொருளாதாரம் என்பதேகூட இந்த அரசியல் பெறும் பிள்ளைதான். அரசியல் தான் நாட்டில் எதையும் முடிவு செய்யும் தலையெழுத்து.

அரசின் கொள்கைகளால்தான், பொருளாதார வளர்ச்சியும் வீழ்ச்சியும் தீர்மானிக்கப்படுகின்றன. ஆக அரசியலைப் பார்க்காமல் நாட்டின் வளர்ச்சி பற்றி எதுவுமே சொல்ல முடியாது.

அடுத்தது பொருளாதாரம். வெளிநாட்டு, உள்நாட்டு முதலீட்டாளர்கள் எதற்காக இந்தியாவில் முதலீடு செய்கிறார்கள்? இந்தியா என்று இல்லை. உலகத்தின் எந்த மூலைக்குப் போனாலும் அவர்கள் குறியெல்லாம் ஒன்றேதான். அது பணம் பண்ணுவது.

ஒரு முதலீட்டை எதிலாவது போட்டு, அதில் நல்ல வருமானம் பார்க்க வேண்டுமானால், அதற்கேற்ற சூழ்நிலை நிலவ வேண்டும். அதுதான் Economic Condition. பொருளாதார நிலை.

ஒருவருக்கு வயது ஐம்பது ஆகிறது. அவர் ஆரோக்கியமாக இருக்கிறாரா என்று எப்படிப் பார்ப்பது? அவருடைய இரத்தத்தில் உள்ள சர்க்கரையின் அளவு என்ன? அவருடைய இரத்த அழுத்தம் (BP) என்ன, அவரால் நன்கு மூச்சு இழுத்து விட முடிகிறதா என்று பலவற்றையும் பார்ப்பார்கள் அல்லவா? அந்தப் பரிசோதனைகளின் முடிவுகள் தானே அவர் உடல்நலம் பற்றிய சுட்டிக் காட்டிகள் (இண்டிகேட்டர்ஸ்)!

அதேபோல, ஒரு நாட்டின் பொருளாதார நிலைமையைப் பற்றித் தெரிந்து கொள்ளவும் பல அளவுகோல்கள் உண்டு. அவற்றில் முக்கியமான சிலவற்றை தினசரிகள் படிப்பவர்கள், செய்திகளை ஊடகங்கள் மூலம் கேட்பவர்களுக்குத் தெரியும். அவை,

★ ஐ.ஐ.பி. (IIP - இண்டெக்ஸ் பார் இண்டஸ்டியில் புரொடெக்ஷன்).

★ ஜி.டி.பி. (GDP - நாட்டின் மொத்த உற்பத்தி).

★ பிஸ்க்கல் டெபிசிட் (Fiscal Deficit - அரசின் நிதிப் பற்றாக் குறை).

★ இன்ஃபிளேஷன் (Inflation - பணவீக்கம்).

★ பேலன்ஸ் ஆஃப் டிரேட் (Balance of Trade - ஏற்றுமதி - இறக்குமதி வித்தியாசம்).

இவை தவிர இன்னமும் பல அளவுகோல்கள் உண்டு. ஆனால் இவற்றைப் பார்த்தாலே மற்றவையெல்லாம் எப்படியிருக்கிறது என்பது தெரிந்துவிடும். இவைதான் முக்கியமான அளவு கோல்கள்.

உதாரணத்துக்கு, நாட்டின் ஏற்றுமதி, இறக்குமதி எப்படியிருக் கிறது? ஏற்றுமதி அதிகரித்து இறக்குமதி குறைகிறதா என்று பார்க்க வேண்டும். இரண்டையும் தனித்தனியாகப் பார்ப்பதற்கு பதில் நாம் அவற்றைக் கூட்டிக் கழித்துப் பார்க்கும் பேலன்ஸ் ஆஃப் டிரேடைப் பார்க்கலாம்.

அதேபோல, பொருள் உற்பத்தி, மின்சார உற்பத்தி, விவசாயப் பொருள்கள் உற்பத்தி, சேவை என்றெல்லாம் தனித்தனியாக இல்லாமல், அவற்றையெல்லாம் சேர்த்தால் கிடைக்கும் GDP எனப்படும் க்ராஸ் டொமெஸ்டிக் பிராடக்ட்டை (Gross Domestic Product) கவனிக்கலாம்.

நாட்டில் பணப்புழக்கம் எப்படியிருக்கிறது? தொழில்கள், விவசாயம் ஆகியவற்றைச் செய்ய முதல் கிடைக்கிறதா? கடன்கள் பெற முடியுமா? பொருள்களையும் சேவைகளையும் வாங்க முடிகிறதா? இவையெல்லாம் சேர்ந்து தெரியும் ஓர் அடையாளம்தான் இன்ஃபிளேஷன் எனப்படும் பணவீக்கம்.

இவற்றைப் பற்றி விரிவாகச் சற்றுப் பின்னால் பார்ப்போம். அதற்குமுன் இவற்றைச் செய்யும் காரணியான மனிதவளம் பற்றி!

மனிதவளம்

எந்தப் பிரச்னையிலும் ஒரு நன்மையுண்டு என்று சில ஆப்டி மிஸ்டுகள் (எதிலும் நல்லதைப் பார்ப்பவர்கள்) சொல்வார்கள். ‘இவ்வளவு பிள்ளைகள் பெறுகிறீர்களே’ என்று இந்தியர்களை திட்டிக் கொண்டே இருந்த காலம் மாறிவிட்டது. அந்தக் கட்டுப் பாடு அவசியம்தான் என்றாலும், தற்போதைய சூழலில், உலக நாடுகளின் மத்தியில் இந்தியா ஒரு நல்ல எதிர்கால வாய்ப்புள்ள நாடாகத் தெரிவதற்கு, அதுவே காரணமாகி இருப்பதுதான் வேடிக்கை.

'டெமோகிராபி' என்கிறார்கள். மக்களின் சராசரி வயது என்ன? வெவ்வேறு வயதுகளில் எவ்வளவு நபர்கள் இருக்கிறார்கள் என்றெல்லாம் பார்க்கும் ஒரு விஷயம். அது நமக்கு, நம் தேசத் துக்கு மிகவும் சாதகமாக இருக்கிறது. பல நாடுகளில் பிறப்பு விகிதம் தொடர்ந்து குறைந்து வந்திருக்கிறது. அதேசமயம், இறப்பு விகிதமும் குறைந்து, மனிதர்கள் வாழும் காலம் நன்கு நீட்டிக்கப்பட்டிருக்கிறது. வளர்ந்துள்ள மருத்துவ வசதிகள், ஆரோக்கியமான சுற்றுச்சூழல், நல்ல உணவு கிடைப்பது முதலியன இதற்குக் காரணங்கள்.

பிறப்பு இறப்பு விகிதங்களில் ஏற்பட்ட மாற்றத்தினால் என்ன ஆகும்? புதிதாக அதிகம் குழந்தைகள் பிறக்காத சமுதாயம். அதே சமயம், நீண்ட ஆயுள் பெற்ற மக்கள். வருடங்கள் போகப் போக, இளமையானவர்கள் குறைந்து, வயதானவர்கள் எண்ணிக்கை அதிகரித்துக் கொண்டே போகும்.

இன்னமும் ஐம்பது ஆண்டுகளில் ஐரோப்பிய நாடுகள் மற்றும் சீனாவில் இதுபோன்ற பிரச்னைகள் பூதாகரமாக எழுந்து நிற்கு மாம். இந்த வருடம் பிறப்பவர்கள் இன்னமும் 20 ஆண்டுகளில், 20 வயதானவர்களாக இருப்பார்கள். ஓர் உதாரணத்துக்காக ஒரு நாட்டில் ஒரு வருடம் முழுக்க யாருமே குழந்தைகளே பெற்றுக் கொள்ளவில்லை என்றால் என்ன நடக்கும் என்று யோசித்துப் பாருங்கள். இது அந்த ஒரு குறிப்பிட்ட வருடத்தினை மட்டும் பாதிக்கும் நிகழ்வா? இல்லை.

அப்படி நிகழ்ந்த ஆண்டுக்கு அடுத்த ஆண்டில் ஒரு வயது ஆகிற வர்கள் எவரும் இருக்க மாட்டார்கள். அதற்கு அடுத்த ஆண்டில் 2 வயது ஆகிறவர்கள் யாருமே இருக்க மாட்டார்கள். இப்படியே பார்த்தால் 20, 21, 22 ஆண்டுகள் எல்லாம் கழித்து அந்த வய துடைய இளைஞர்கள் அந்த நாட்டில் இருக்க மாட்டார்கள் அல்லவா?.

மேலே சொன்ன உதாரணத்தில், குழந்தைகள் பிறக்காதது ஒரே யோர் ஆண்டு என்று பார்த்தோம். ஆனால் பல தேசங்களிலும் இப்படித்தான் ஆண்டாண்டு காலமாக மிகக் குறைந்த எண் ணிக்கையில் பிள்ளைகள் பெற்றுக் கொள்கிறார்கள். இதனால் அந்த நாடுகளில், வருங்காலத்தில், இளமையானவர்களின் தொகை வெகுவாகக் குறையும்.

இது நல்லதா? இல்லை. காரணம், இளமையானவர்கள், அதாவது 18 முதல் 40 வயது வரை உள்ளவர்கள்தாம், நன்கு உழைக்கக் கூடியவர்கள். அப்படிப்பட்ட வயதுகளில் மக்கள் மிகக் குறைவாக இருந்தால்? அது மக்கள் செல்வத்தில், மனிதவளத்தில் குறையுள்ள தேசமாகிவிடுகிறது.

அங்கேதான் ஜெயிக்கிறது இந்தியா. நம் தேசத்தில் 2010 சென்செஸ்படி (சென்செக்ஸ் அல்ல) உள்ள மக்களின் (சுமார் 121 கோடி) வயதுகளைப் பாருங்கள். இந்தியா எவ்வளவு இளமைப் பொலிவான தேசம் என்பது விளங்கும்.

வயது முதல் - வரை	ஆண்கள் பெண்கள் சேர்த்து மக்கள் தொகை
0 - 4	11 கோடி
5 - 9	10 கோடி
10 - 14	10 கோடி
15 - 19	10 கோடி
20 - 24	10 கோடி
25 - 29	9.5 கோடி
30 - 34	8.5 கோடி
35 - 39	7.8 கோடி
40 - 44	7.0 கோடி
45 - 49	5.9 கோடி
50 - 54	5.0 கோடி
55 - 59	3.2 கோடி
60 - 64	2.4 கோடி
65 - 69	2.0 கோடி
70 - 74	2.0 கோடி
75 - 79	1.5 கோடி
80-க்கும் மேல்	3.0 கோடி
மொத்தம்	108-க்கும் கூடுதல்

கவனித்திருக்கலாம், ஒன்றுக்கும் குறைவான வயது முதல் 24 வயதுவரை இருப்பவர்கள் மட்டும் 51 கோடி. இவர்கள் இன்னமும் 25 வருடங்களுக்கு 50 வயதுக்கு உட்பட்டவர்களாகவேதான் இருப்பார்கள். அடுத்த 30 வருடங்களில் 51 கோடியில் இருந்து 10 கோடி பேர் குறைந்துவிடுவார்கள். அவர்களுக்கு 55 வயதாகிவிடும். ஆனால் அந்த 45-லிருந்து 49 என்ற அடைப்புக்குள் கூடுதலாக எட்டு அல்லது ஒன்பது கோடி பேர் வந்து விடுவார்கள். அவர்கள் இன்னமும் பிறக்கவில்லை. அடுத்து வரும் 4, 5 ஆண்டுகளில் பிறப்பார்கள்.

இதுதான் விஷயம். இந்தியாவில் வாழையடி வாழையாகத் தொடர்ந்து பிறக்கும் கணிசமான மக்கள் செல்வம். அவர்களுக்கு அடிப்படை வசதிகள், கல்வி முதலியன கொடுத்துவிட்டால் அவர்கள் ஏதாவது தொழில் செய்தோ, வேலை செய்தோ பிழைக்க, அதனால், தேசப் பொருளாதாரம் மின்ன ஆரம்பித்து விடுகிறது.

இவ்வளவு பேருக்கும் எவ்வளவு தேவைகள்? உணவு, உடை, தங்க வீடு, கல்வி, பிரயாணம் செய்ய வாகனங்கள், அவற்றுக்கு எரிபொருட்கள் பொழுதுபோக்குகள் என ஏகப்பட்ட தேவைகள். அவற்றைச் செய்வதுதான், பொருளாதார நடவடிக்கைகள்.

அடுத்த இருபது முப்பது ஆண்டுகளுக்கு, நமக்கு பெரும் வாய்ப்பு இதனால் வந்துள்ளது. உலகிலேயே உழைக்கக்கூடிய வயதில் உள்ள மக்கள் மிக அதிகமுள்ள நாடாக நாம் இருக்கப் போகிறோம்.

அடுத்த ஐம்பது ஆண்டுகளில் BRIC எனப்படும் - B-பிரேசில், R-ரஷ்யா, I-இந்தியா, C-சீனா - நாடுகள் உலக அளவில் பெரியதாக வளர்ந்துவிடும் என்கிறார்கள் நிபுணர்கள்.

அவர்களின் கணக்கின்படி இந்தியாவின் GDP 2015-ல் இத்தாலியையும், 2020-ல் பிரான்ஸையும், 2023-ல் ஜெர்மனியையும் 2032-ல் ஜப்பானையும் விஞ்சிவிடும்.

அடுத்த 20, 30 ஆண்டுகளுக்கு நம்மளவு வேறு எந்தத் தேசமும் வளரமுடியாது. மிக வேகமாக வளரப் போகும் வருடங்கள் இவை.

சரி, இந்தியப் பொருளாதாரம் கூடுதல் வேகத்தில் வளரக்கூடிய பொருளாதாரம் என்கிறோம். அதற்கு இப்பொழுதே தெரியும் அறிகுறிகள் ஏதுமுண்டா? உண்டே.

★ தொடர்ந்து பல ஆண்டுகளாக உயர்ந்துவரும் GDP-யின் வளர்ச்சி விகிதம். 2008ல் 9%க்கும் மேல், 2009லும், 2010லும் கிட்டத்தட்ட 8.5% க்கும் மேல்.

★ ஆண்டுக்கு ஆண்டு, முந்தைய ஆண்டைவிட உயர்ந்து வரும் ஏற்றுமதிகள்.

★ நிறுவனங்கள் விரிவாக்கத்துக்காகப் பெறும் கடன் தொகைகள் , (Credit Growth) தொடர்ந்து அதிகரிப்பு.

★ கட்டமைப்புகளில் புதிய முதலீடுகள். ஆண்டுக்குக் கிட்டத்தட்ட 45,000 கோடி ரூபாய்.

★ வேலை வாய்ப்புகள் அதிகரிப்பு. பெருகிவரும் ஊதியங்கள்.

★ தொலைத்தொடர்பு முதல் கார்கள், வீடுகள் என்று இன்னமும் பல பொருள்களின் விற்பனை தொடர்ந்து உயர்வது. தொடர்ந்து அதிகரிக்கும் உற்பத்தித் துறை வளர்ச்சி.

★ இந்திய நிறுவனங்களின் நிகர சராசரி வருமானம் 25 முதல் 30%. 'பர்ச்சேஸ் பவர் பாரிட்டி' எனப்படும் வாங்கு சக்தியில் இந்திய மக்கள் உலக அளவில் நான்காவது இடத்தில் (அடேங்கப்பா!).

இவை மட்டுமல்ல. உயர்ந்து வரும் தனி நபர் சராசரி வருமானம், அவ்வப்போது கொஞ்சம் தடுமாறினாலும், மீண்டும் கட்டுப்படுத்தப்படும். கட்டுப்பாட்டில் இருக்கும் பணவீக்கம்; தொடர்ந்து அதிகரிக்கும் அந்நிய நேரடி முதலீடுகள் ஆகியவையும் இந்தியப் பொருளாதாரம் இன்னமும் பல வருடங்களுக்கு வளரப் போகிறது என்பதைக் காட்டுகிறது.

உலகத்தில் உள்ள சிறந்த நிறுவனங்கள் எல்லாம் இந்தியாவுக்கு வரவும், முதலீடு செய்யவும் துடிக்கின்றன. வெறும் எண்ணிக்கையிலும் வயதிலும் மட்டுமல்ல, தரத்திலும்கூட இந்தியர்கள் மிக அதிகமாக மதிப்பு பெற்றிருக்கும் நேரமிது.

இந்தியர்கள் இந்தியாவுக்குள் பொருளாதாரப் புரட்சி நடத்துவது ஒருபுறம். இந்தியாவிலிருந்து வெளியே போய் சம்பாதிப்பவர்கள் தங்கள் பங்குக்கு இந்தியாவுக்குப் பணம் அனுப்பிக் கொண்டே இருக்கிறார்கள் என்பது வெற்றிக் கதையின் இன்னொரு பக்கம்.

வெளிநாடுகளில் சம்பாதிக்கும் இந்தியர்கள் 2010-ம் ஆண்டில் மட்டும், அனுப்பி வைத்த பணம் எவ்வளவு இருக்கும் என்று நினைக்கிறீர்கள்? 55 பில்லியன் டாலர்கள் (2004ல் இது 21.7 பில்லியன் டாலர்கள்தான்) அமெரிக்க டாலர்கள்.

ஆக, இப்படி இந்தியா ஒரு மிக வேகமாக வளரும் நாடாக, வாய்ப்புகள் தரும் நாடாக விவரம் தெரிந்தவர்களால் கருதப் படுகிறது. அதனால் பணக்கார நாடுகளும் பெரிய ஜாம்பவான் நிறுவனங்களும் முதலீட்டாளர்களும் இந்தியாவுக்கு வருகிறார்கள். வந்து தங்கள் பணத்தை ஆவலுடன் முதலீடு செய்கிறார்கள். அதுதான் கடந்த சில ஆண்டுகளாகவே நடந்து வருகிறது.

ஆக, பங்குசந்தை ஒன்றும் குருட்டாம்போக்கில் ஏறவில்லை. அதன் பின்னணியில் எவ்வளவோ இருக்கின்றன. அவை உன்னிப்பாக கவனிக்கப்படுகின்றன. அதனால் பங்குசந்தை இறங்கவோ, ஏறவோ, முக்கிய காரணமாக இருக்கும் பொருளா தாரத்தைச் சற்று ஆழமாகவே பார்த்துவிடுவோம்.

2. பொருளாதாரம்

இன்றைக்குப் பங்குச்சந்தையில் வியாபாரம் செய்து கொண்டு இருப்பவர்களுக்குத் தெரியும். ஒவ்வொரு வருடமும் மத்திய அரசின் பட்ஜெட் அறிவிப்புக்கு முன்பும் பின்பும் பங்குகளின் விலைகளில் ஏகப் பட்ட மாற்றங்கள் ஏற்படும். அதேபோல எப் பொழுது மத்திய நிதி அமைச்சர் வாயைத் திறந் தாலும் பங்குச்சந்தையில் ஒரு தாக்கம் இருக்கும். அவர் மட்டுமில்லை. ரிசர்வ் வங்கி கவர்னர் அறிக்கை கொடுத்தாலும், விலைகள் மேலோ கீழோ போகும். இப்படி, ஷேர் மார்க்கெட்டை பிரகாசமாகவோ, அல்லது இருட்டாகவோ ஆக்கக் கூடிய பல ஸ்விட்ச்சுகள் பொருளாதாரம் சம்பந்தப் பட்டதாகவே இருப்பது உண்மை.

பொதுவாகப் பங்குச்சந்தை என்பது, ஒரு தேசத்தின் பொருளாதாரம் எப்படியிருக்கிறது என்று காட்டும் பாரோமீட்டர் (Barometer) என்பார்கள். இது சரி தானா? பங்குச்சந்தைக்கும் தேசத்தின் பொருளா தாரத்துக்கும் அப்படி ஏதும் நேரடித்தொடர்பு இருக் கிறதா என்ன?

பங்குச்சந்தை நன்றாக இருப்பதற்கான அடையா ளம் என்று எதைச் சொல்லுவார்கள்? பங்குச் சந்தைக் குறியீட்டு எண் உயர்ந்தால் பங்குச்சந்தை நன்றாக இருக்கிறது என்றும், குறியீட்டு எண்

குறைந்தால், பங்குச்சந்தையில் விலைகள் வீழ்ச்சி அடை கின்றன என்றும் பொருள்.

பங்குச்சந்தை குறியீட்டு எண் எப்போது உயரும்? எப்போது வீழும்?

2003-ம் ஆண்டில் சுமார் 4,000 இருந்த சென்செக்ஸ் நவம்பர் 2011-ன் மத்தியில் 17500 புள்ளிகளைத் தாண்டி நின்றது. அதாவது மூன்று மடங்குக்கும் மேல். கடந்த எட்டு ஆண்டுகளில் கிட்டத்தட்ட நாலரை மடங்கு பங்குச்சந்தை குறியீட்டு எண் எவ்வளவு சில உயர்ந்துள்ளது என்பதை ஒரு நோட்டம் விடலாம்.

2005 செப்டெம்பர் 8	:	8,000 புள்ளிகள்
2005 நவம்பர் 28	:	9,000 புள்ளிகள்
2006 பிப்ரவரி 7	:	10,000 புள்ளிகள்
2006 மார்ச் 27	:	11,000 புள்ளிகள்
2006 ஏப்ரல் 20	:	12,000 புள்ளிகள்
2006 அக்டோபர் 30	:	13,000 புள்ளிகள்
2006 நவம்பர்	:	13,500 புள்ளிகள்
2007 ஜனவரி	:	14,200 புள்ளிகள்
2007 செப்டெம்பர் 17	:	16,000 புள்ளிகள்
2007 அக்டோபர் 9	:	18,000 புள்ளிகள்
2007 அக்டோபர் 15	:	19,000 புள்ளிகள்
2007 அக்டோபர் 29	:	20,000 புள்ளிகள்
2008 ஜனவரி 8	:	21,000 புள்ளிகள்
2008 ஜனவரி 10	:	21,206 புள்ளிகள் (உச்சம்)

இதற்கு என்ன பொருள்? மும்பைப் பங்குச்சந்தையில் A குரூப்பில் பட்டியலிடப்பட்டுள்ள பங்குகளின் விலைகள் சுமார் எட்டு ஆண்டுகளில் 450% வளர்ச்சி கண்டுள்ளது.

சரியேதான். அப்படியென்றால் பங்குச்சந்தை நன்றாக இருப்ப தாகத்தானே பொருள்? இந்த முன்னேற்றம் என்பது அந்தக் குறிப் பிட்ட 30 பங்குகளின் விலை முன்னேற்றம்தானே! மீதமுள்ள 4,000

சொச்சம் பங்குகள்? மோட்டார் காரின் முன் சக்கரம் நகர்ந் துள்ளது என்றால், பின் சக்கரம் என்ன செய்திருக்கும்? அதுவும் நகர்ந்திருக்கத்தானே செய்யும். அதுவேதான். அந்த முப்பது பங்குகள் விலை உயர்ந்தால், மீதமுள்ள பங்குகளும், அவற்றின் தரத்துக்கு ஏற்ப, உயரத்தான் செய்யும். உயர்ந்திருந்தன.

உதாரணத்துக்கு BHEL-ன் விலை 2003-ல் ரூ.500-க்கு அருகில். அதுவே 2011ல் ரூ. 320. விலை குறைந்துள்ளது போல தெரியலாம். உண்மை அதுவல்ல. இடையில் 2007ம் ஆண்டு பங்கு ஒன்றுக்கு ஒன்றாக குட்டி (போனஸ்) போட்டிருக்கிறது. அப்படியென்றால் அதன் விலை (மதிப்பு) 640க்கு சமம். விஷயம் முடியவில்லை. முன்பு ரூ. 500 விற்றபோது அது ரூ. 10 முக மதிப்புள்ளபங்கு. 2011ல் ஒவ்வொரு பத்து ரூபாய் பங்கும் 2 ரூபாய் பங்காக. ஐந்தாக பிரிக்கப்பட்டுவிட்டது (Stock Split). அப்படியென்றால், அதன் மதிப்பு 640 x 5 = 3200. ஆமாம், ரூ. 500 விற்ற பங்கு சுமார் 3200 தான். எட்டு ஆண்டுகளில் ஆறரை மடங்கு மதிப்பு உயர்வு மட்டுமல்ல, இடையில் ஒவ்வொரு ஆண்டும் அள்ளிக் கொடுத்த டிவிடெண்டும். 2010-11க்கு 311%, 2009-10க்கு 233%, அதற்கு முந்தைய ஆண்டுகளில் 170%, 152.5% 245%, 145%.

கிராசிம் பங்கின் விலை 2003ல் 1100க்கு அருகில் 2011ல் ரூ. 2600. இப்படி 'ஏ குரூப்' மட்டுமல்ல. 2003-ல் 180 ரூபாய் விற்ற சேச கோவா பங்கு 2011ல் 220, ஒன்றுக்கு ஒன்று போனஸ் பங்குகள் வழங்கப்பட்ட பிறகு.

BHEL போல சேசகோவா 2004ல் ஒரு முறையும், 2008ல் மீண்டும் ஒரு முறையும் 1:1 போனஸ் கொடுத்தார்கள். பின்பு 2009ல் ஸ்டாக் ஸ்பிலிட் செய்தார்கள். அதன் பிறகு (அதாவது ஒரு பங்கு 40 பங்குகள் பெருகிய பிறகு) விலை ரூ. 220. இருபது பங்குகளின் மதிப்பு ரூ. 8800. இப்படித்தான் பெரும்பாலான பங்குகள் 2003-க்கும் 2011-க்கும் இடையே பலமடங்குகள் உயர்ந்துள்ளன. அதனால் குறியீட்டு எண்ணும் உயர்ந்துள்ளது.

அப்படியென்றால் நாம் இப்போது ஒரு முடிவுக்கு வருவோம். முடிவு ஒன்று: பங்குச்சந்தையின் குறியீட்டு எண் உயர்கிறது என்றால், பங்குகளின் விலைகள் உயர்கின்றன என்று பொருள்.

குறியீட்டு எண் உயர்ந்துள்ளது என்றால் அத்தனை பங்குகளும் விலை உயர்ந்துள்ளன என்று பொருள் கிடையாது. சில பங்குகள் விலை குறைந்தும் இருக்கலாம். ஏன், சென்செக்ஸில்

உள்ள முப்பது பங்குகளில் சிலவற்றின் விலைகள்கூடக் குறைந் திருக்கலாம். ஆனால் பொதுவாக சென்செக்ஸ் அதிகரித்திருந் தால் பல பங்குகளின் விலைகளும் அதிகரித்திருக்கும்.

சரி. 2003 முதல் தொடர்ந்து 2011 வரை பங்குகளின் விலைகள் மிகப் பிரமாதமாக உயர்ந்துள்ளன. அவை ஏன் இவ்வளவு அதிகமாக உயர்ந்துள்ளன? இவ்வளவு உயர்வதற்கு என்ன காரணம்? பங்குகளை அதிக விலைகொடுத்து வாங்குவதற்கு ஆள்கள் வந்தார்கள். வருகிறார்கள் என்றுதானே பொருள். வாங்குவார் இல்லாமல் விலை ஏறுமா? இது உண்மையா?

வாங்க ஆள் இல்லாமல் எப்படி பங்குகள் அதிக விலைக்கு பரிவர்த்தனை நடக்குமாம்! இந்தியாவில் வசிக்கும் இந்தியர்கள் போக, வெளிநாட்டில் வாழும் இந்தியர்களும் போக, இந்திய நிறுவனங்கள் போக, அன்னிய நாட்டு முதலீட்டு நிறுவனங் களும், மேலே குறிப்பிடப்பட்ட காலகட்டத்தில், இந்திய நிறுவனங்களின் பங்குகளை வாங்க ஆர்வம் காட்டினர்.

சரி இப்போது இரண்டாவது முடிவுக்கு வருவோம். முடிவு இரண்டு: இந்திய நிறுவனங்களின் பங்குகளுக்கு நல்ல கிராக்கி இருக்கிறது. உள் நாட்டு, வெளி நாட்டு முதலீட்டாளர்கள் பங்கு களை வாங்க அதிக ஆர்வம் காட்டுகிறார்கள்.

அப்படி என்ன கிராக்கி இந்தியப் பங்குகளை வாங்குவதற்கு?

இதற்கான பதிலும் மிகவும் நேரிடையானது. பல இந்திய நிறுவனங்கள் மிகப் பிரமாதமான லாபத்தைக் கொடுக்கின்றன. அதனால் அவற்றை வாங்கப் போட்டி.

பல இந்தியப் பங்குகள் நல்ல லாபம் சம்பாதிக்கின்றன. அதாவது 'யீல்ட்' நன்றாக உள்ளது. காரணம், அந்த அளவுக்கு இந்திய நிறுவனங்கள் (Corporates) அற்புதமாகச் செயலாற்றுகின்றன. இப்பொழுது முடிவு மூன்றுக்கு வருவோம். முடிவு மூன்று: பல இந்திய நிறுவனங்கள் மிக நன்றாக வியாபாரம் செய்து நல்ல லாபம் ஈட்டுகின்றன. அவை ஈட்டும் லாபங்கள் தொடர்ந்து அதிகரிக்கின்றன.

அந்நிய நாட்டு முதலீட்டு நிறுவனங்களுக்கு அடுத்து இன்னொரு தேவை இருக்கிறது. முதலீடு செய்கிறோம் சரி. லாபத்தினை அல்லது செய்த முதலீட்டினையே திரும்ப எடுத்துபோக முடி யுமா? அதற்கான வசதிகள் அனுமதிகள் எப்படி?

இந்தியாவின் பொருளாதாரக் கொள்கைகள் உதவிகரமானதாக இருக்கின்றன. இந்தியாவில் அந்நியச் செலாவணியில் முதலீடு செய்தால் அந்தப் பணத்தை எப்பொழுது வேண்டுமானாலும், டாலர்களாகவோ அல்லது வேறு நாட்டுக் கரன்சிகளாகவோ மாற்றிக்கொள்ளலாம். அதாவது, முதலீடு செய்வதில் லிக்விடிட்டி உண்டு. இந்த நிலை நீடிக்குமா? அதிலும் சாதகமான சூழல் தான். இந்தியாவில் பொருளாதார முடிவுகளை நிர்ணயம் செய்யும் மத்திய அரசு நிலையானதாக இருப்பதுபோலத் தெரிகிறது. அதனால் மொத்தத்தில் FII-க்களுக்கு, இங்கு போட்ட பணம் சேஃப்!

இந்த மூன்றையும் - Safety, Liquidity, Yield - வைத்து மற்ற நாடுகளுடன் இந்தியாவை ஒப்பிட்டுப் பார்த்தால், அந்நிய நாட்டு முதலீட்டாளர்களுக்கு, இந்தியா மிகவும் வசீகரமான முதலீட்டுத் தலமாக தொடர்ந்து இருக்கிறது.

மூன்று முடிவுகளையும் ஒரு சேரப்பார்த்தால் என்ன தெரிகிறது? இந்திய நிறுவனங்கள் லாபம் ஈட்டுகின்றன. அவை தொடர்வதற்கான சூழல் இருக்கிறது. அதனால் பல முதலீட்டாளர்களும் தொடர்ந்து முதலீடு செய்து, அதனால் பங்குகளின் விலைகள் உயர்ந்துள்ளது. இவற்றுக்கெல்லாம் சாட்சியாக, பங்குச்சந்தைக் குறியீட்டு எண் அபரிமிதமாக ஓங்கி உயர்ந்து நிற்கிறது.

சரிதானே! இனி அடுத்த ஆராய்ச்சிக்குப் போகலாம். நிறுவனங்கள் நல்ல லாபமீட்டுகின்றன என்று பார்த்தோம். நிறுவனங்களின் லாப நஷ்டங்கள் எவற்றைப் பொறுத்தது? அதெப்படி சில சமயங்களில் நிறுவனங்கள் சிறப்பாக லாபமீட்டுகின்றன? வேறு சில சமயங்களில் அவற்றின் லாபம் குறைகிறது அல்லது நஷ்டம் ஏற்படுகிறது? இதற்கான காரணங்கள் என்ன?

வீட்டு வரவு செலவுக்கும் நிறுவனங்களின் வரவு செலவுக்கும் சில ஒற்றுமைகள் உண்டு. ஒரு குடும்பம் சுபிட்சமாக இருப்பதற்கு என்ன செய்ய வேண்டும்? வரவினை அதிகரிக்க வேண்டும். அதேசமயம் செலவினைக் கட்டுப்படுத்த வேண்டும்.

இப்படி செய்ய என்ன ஆகும்? செலவு போக உபரி நிற்கும். அது சேமிப்பாகும். சேமிப்பு என்ன ஆகும்? சேமிப்பு நல்ல முதலீடாகலாம். வீடு, இடம் போன்ற சொத்துக்கள் வாங்கலாம். அதன் மூலம் கூடுதல் வருமானமோ அல்லது லாபமோ பார்க்க முடியும். சரிதானே! நிச்சயமாக.

இன்னொரு குடும்பம் இருக்கிறது. அந்தக் குடும்பத்தில் வருமானம் போதவில்லை. ஆனால் செலவு இருந்துகொண்டேதான் இருக்கிறது. என்ன செய்யலாம்? வயிற்றைக் கட்டலாம். அல்லது கடன் வாங்கலாம். கடன் வாங்கினால் என்ன ஆகும்? கடனுக்கு வட்டி கட்ட வேண்டும். அது கூடுதல் செலவு. அந்தச் செலவினை ஈடுகட்ட இன்னமும் கூடுதல் கடன் வாங்கலாம். இதற்காக வீட்டின் சொத்துக்களையும் அடமானம் வைக்க நேரலாம். அடமானம் வைத்தபிறகு, சமயத்தில் நிலமை சீராகா விட்டால், மூழ்கியே போய்விடலாம்!

முன்பு பார்த்த குடும்பமோ, உபரிப் பணத்தினை முதலீடு செய்து அதிலிருந்தும் வருமானம் பார்த்து அதனால் சேமிப்பு அதிகரித்துக் கொண்டே போக, இன்னமும் சேமிப்பு, இன்னமும் கூடுதல் முதலீடு என்று அந்தக் குடும்பத்துக்கு சுபிட்சமோ சுபிட்சம்தான்.

இதேதான் நிறுவனங்களுக்கும். அவற்றின் வருமானத்தினை விடக் குறைவாகச் செலவு செய்ய அது சுபிட்ச சுழற்சியில் கொண்டுவிடும். ஏதாவது காரணங்களுக்காக வரவைவிடச் செலவு அதிகமாகி நஷ்டம் ஏற்பட்டால், அது சிரம சுழற்சியில் கொண்டுபோய் விட்டுவிடும்.

நிறுவனங்கள் எவற்றைத் தயாரித்து விற்பனை செய்கின்றனவோ அவற்றுக்கு நல்ல விலை கிடைக்க வேண்டும். அவற்றின் பொருள்களோ சேவையோ முழுவதும் விற்பனையாக வேண்டும். நாளடைவில் அவற்றின் வியாபார வாய்ப்புகள் அதிகரித்துகொண்டே போக வேண்டும். அதாவது நிறுவனத்தின் உற்பத்தி அல்லது அது கொடுக்கும் சேவையினைப் பெறத்தக்க வகையில் சமுதாயம் செழிப்பானதாக இருக்க வேண்டும்.

இவையெல்லாம் நிறுவனத்தின் செழுமையான வரவுக்கான வழிகள்.

நிறுவனத்தில் தயாரிப்புச் செலவுகள் குறைய வேண்டும். நிறுவனத்துக்கு, குறைந்த செலவில் முதலீடு செய்வதற்கான பணம் கிடைக்க வேண்டும். அதுவும் தாராளமாகக் கிடைக்க வேண்டும். நிறுவனம் வாங்கும் இடுபொருள்களின் மீதான வரிகள் குறைவாக இருக்க வேண்டும். நிறுவனம் லாபமீட்டினால், அதற்கான வருமான வரி குறைவாக இருக்க வேண்டும். அப்போதுதான் அதற்குக் கிடைக்கும் நிகர லாபம் அதிகமாகும்.

இவையெல்லாம் நிறுவனம் குறைவாகச் செலவு செய்வதற்கான வழிகள்.

ஆக, வரவு அதிகரித்து, செலவு குறைந்தால் லாபம் அதிகரித்துக் கொண்டே போகும். அதுதான் பல இந்திய நிறுவனங்களில் நடக் கிறது.

சரி. மேலே பார்த்த வரவை அதிகரிக்கும் முறைகளும் செலவைக் குறைக்கும் முறைகளும் யார் கையில் இருக்கிறது?

ஒன்று நிறுவனத்தின் உள்ளாகவே இருக்கிறது. 'சூழ்நிலைகள், பருவநிலை எல்லாம் எப்படியிருந்தாலும் சரி. என் முன்னேற்றத் தினை எவராலும் தடுத்துவிட முடியாது' என்பது போன்ற மன நிலையும் அணுகுமுறையும் உடையவர்கள் நடத்தும் நிறுவனங் கள் உண்டு.

வேறு சில நிறுவனங்களோ, 'சரியான சாதகமான சூழ்நிலைகள் ஏற்படுத்திக் கொடுக்கப்பட்டால், எல்லாம் தன்னால் சரியாக நடக்கும்' என்னும் நிலையில் உள்ளன. அதாவது நிறுவனத்துக்கு வெளியில் - தேசத்தில் - நிறுவனங்களின் வளர்ச்சிக்குச் சாதக மான சூழ்நிலை நிலவவேண்டியது அவசியம்.

சாதகமான சூழ்நிலைகளில் எவையெல்லாம் அடக்கம்? இயற் கையின் ஒத்துழைப்பு, சமூக அமைதி, குழப்பம் இல்லாத அரசியல் நிலைமை, அரசு ஏற்படுத்தித்தரும் ஆதரவான கொள்கைகள் போன்ற சில முக்கியமானவை.

அரசியலில் முக்கியமானது அரசின் ஸ்திரத்தன்மை. காரணம், நிலையான அரசால்தான் நிலையான கொள்கைகளைக் கடைப் பிடிக்க முடியும். அப்பொழுதுதான் எதிலும் ஒரு நிச்சயத் தன்மை இருக்கும். அதிலும் முக்கியமாக, பொருளாதாரக் கொள்கைகள்.

இப்போது நான்காவது முடிவுக்கு வருவோம். நான்காவது முடிவு: பொருளாதாரச் சூழ்நிலைகள் சாதகமாக அமைந்தால், நிறுவனங்களால் சிறப்பாகச் செயல்பட்டு நல்ல லாபமீட்ட முடியும்.

இவை அனைத்தையும் ஒன்று சேரப் பார்க்கும்போது,

பங்குச்சந்தையின் குறியீட்டு எண்களான சென்செக்ஸூம் நிஃப்டி யும் தொடர்ந்து உயர்கின்றன என்றால், பெரும்பாலான

பங்குகளின் விலைகள் உயர்கின்றன என்று பொருள் (முடிவு 1). அதற்குக் காரணம்,

இந்திய நிறுவனங்களின் பங்குகளுக்குப் பொதுவாக நல்ல கிராக்கி இருக்கிறது. உள் நாட்டு, வெளி நாட்டு முதலீட்டாளர்கள் இந்திய நிறுவனப் பங்குகளை வாங்க அதிக ஆர்வம் காட்டுகிறார்கள் (முடிவு 2). அதற்குக் காரணம்,

இந்திய நிறுவனங்கள் தற்போது மிக நன்றாக வியாபாரம் செய்து நல்ல லாபம் ஈட்டுகின்றன. அவை ஈட்டும் லாபங்கள் தொடர்ந்து அதிகரிக்கின்றன (முடிவு 3). அப்படிப் பெரும்பாலான நிறுவனங்களின் லாபம் அதிகரிப்பதற்கு முக்கியக் காரணம்,

தேசத்தில் பொருளாதாரச் சூழ்நிலைகள் சாதகமாக அமைந்திருக்கின்றன (முடிவு 4).

இனி அடுத்த கேள்வியைக் கேட்டுக்கொள்ளலாம். பங்குச்சந்தையால் தேசப் பொருளாதாரத்துக்கு என்ன பயன்?

அரசுக்கு பல கடமைகளும் பொறுப்புகளும் உண்டு. எல்லாப் பொருள்களும் எல்லா சேவைகளும் வசதிகளும் அனைத்துத் தரப்பு மக்களுக்கும் கிடைக்க வேண்டும். அதுவும் தாராளமாகக் கிடைக்க வேண்டும். கிடைப்பவையும் மக்களால் வாங்கக்கூடிய விலையில் கிடைக்க வேண்டும்.

இவற்றையெல்லாம் அரசே செய்ய முடியுமா? இந்தியா சுதந்தரம் பெற்றவுடன் ஆட்சியில் இருந்தவர்கள் பல பொதுத்துறை நிறுவனங்களை உருவாக்கினார்கள். அரசே பொருள்களை உற்பத்தி செய்யும், விற்பனை செய்யும் என்ற கொள்கையில் இருந்தார்கள். அந்தச் சமயத்தில் பெரும் முதலீடு செய்யக்கூடிய முதலாளிகள் இந்தியாவில் குறைவாக இருந்தார்கள்.

தேசம் வளர வளர, அரசால் மட்டுமே பலவற்றைத் தனியாகச் செய்ய முடியவில்லை. (கைக்கடிகாரம் என்றால் HMT, கார் என்றால் மாருதி, கேஸ் என்றால் இண்டேன் மட்டுமே). தவிர, அதனால் பெருவளர்ச்சியையும் உடனடியாகக் காணமுடியாது என்கிற யதார்த்தம். சீனா 1978-ல் தனியார் மயமாக்கலுக்கு மாறியது. இந்தியா 1991-ல் தான் கதவை கொஞ்சம் திறந்தது. லைசென்ஸ் ராஜ்யம் முடிவுக்கு வந்தது.

தாராளமயமாக்கல் கொள்கையால்

1. நாட்டில் மக்களுக்கு எந்தப் பொருளும் கிடைக்கவில்லை என்கிற நிலைமை இல்லை. இது அரசுக்குச் சாதகம். லட்சக்கணக்கில் இருக்கும் சிறு, பெரு நிறுவனங்கள் பொருள், சேவை உற்பத்தியைச் செய்கின்றன.

2. இந்த நிறுவனங்கள் நேரடி மற்றும் மறைமுக வரிகளாக வருடா வருட கோடிக்கணக்கான ரூபாயை வரியாக அரசுக்குக் கொடுக்கின்றன. இதனால் அரசின் வரி வருமானம் பெருகுகிறது. இந்த வருமானத்தை அரசு பல்வேறு மக்கள் நலத்திட்டங்களுக்குப் பயன்படுத்தமுடிகிறது.

3. இப்படிப்பட்ட நிறுவனங்களால் மக்களுக்கு நல்ல வேலை வாய்ப்புகளை வழங்க முடிகிறது. இதனால் அரசின் பல பிரச்னைகள் குறைகின்றன.

4. வேலைவாய்ப்பு பெருகுவதால், மக்களின் வாழ்க்கைத் தரம் கூடுகிறது. இதனால் மக்கள் அதிகம் பொருள்களையும் சேவைகளையும் வாங்குகிறார்கள். இதனால் அரசுக்கு வரி வருமானமும் கிடைப்பதுடன், அதிகப்படியான மக்களுக்கு வேலைகளும் அதன்மூலம் வருமானமும் கிடைக்கின்றன.

5. உற்பத்தி பெருகுவதால் தன்னிறைவு அடைவதுடன் ஏற்றுமதியும் பெருகி, அன்னியச் செலாவணி கிடைக்கிறது. இதனால் நாட்டின் அந்நியச் செலாவணி கையிருப்பு அதிகமாகிறது. அத்தியாவசியப் பொருள்களின் இறக்குமதிகள் எளிதாகின்றன.

நிறுவனங்களின் வளர்ச்சிக்குப் பங்குச்சந்தை எந்தவிதத்தில் உதவுகிறது என்று இன்னொரு கேள்வியையும் கேட்கலாம்.

நிறுவனங்கள் தொடங்கப் பணம் தேவை. நிறுவனங்கள் வளரப் பணம் தேவை. இன்றைக்கு அரசு நிறுவனங்களுக்கு இணையாக இல்லாவிட்டாலும், பெட்ரோல் தயாரிப்பில் மட்டுமல்ல, மின்சார உற்பத்தி உட்பட பல்வேறு அடிப்படை தொழில்களிலும் கூட பல தனியார் நிறுவனங்கள் இறங்கிவிட்டன. விமான சேவை, தொலைத்தொடர்பு, தொலைக்காட்சி என்று தனியார் நுழையாத இடங்களே கிடையாது. இதனால் போட்டி உருவாகி, தரம் உயர்ந்தும், விலை குறைந்தும் மக்களுக்கு தேவையானவை கிடைக்கின்றன.

நிறுவனங்கள் தங்கள் வளர்ச்சிக்குத் தேவையான பணத்தை பங்குச்சந்தையிலிருந்து பெற முடியும். IPO - இனிஷியல் பப்ளிக் ஆஃபர், பின் அதைத்தொடர்ந்து செய்யும் பப்ளிக் ஆஃபர்கள் மூலம் நிறுவனங்கள் பங்குச்சந்தையிலிருந்து பணத்தை முதலாகத் திரட்டுகின்றன. முதல் போலவே கடனாகவும் சந்தை யிலிருந்து பணத்தைத் திரட்டமுடிகிறது. நாட்டில் மக்களிடம் சேரும் சேமிப்புப் பணம், இவ்வாறாக, பெரிய நிறுவனங்களை உருவாக்கப் பயன்படுகிறது.

இதுபோன்ற பெரும் பணம் கிடைக்காவிட்டால் பல நிறுவனங் களால் பெரிதாக வளர முடியாது. பெரும் தனியார் நிறுவனங்கள் இல்லாவிட்டால், நாட்டின் பொருளாதாரம் வேகமாக வளர முடியாது. பங்குச்சந்தை இல்லாவிட்டால் தனி மனிதர்களால் குறைந்த காலத்தில் பெரும் நிறுவனங்களை உருவாக்கவே முடியாது.

மொத்தத்தில் நாட்டின் பொருளாதார வளர்ச்சிக்குப் பங்குச்சந்தை கணிசமாகவே பங்களிக்கிறது என்று சொல்லலாம்.

●

நிறுவனங்களின் செயல்பாடுகள் தவிர, இன்னமும் பல பொருளாதார சம்பந்தப்பட்ட விஷயங்களும்கூடப் பங்குச் சந்தையை பாதிக்கின்றனவே? அது ஏன்? அது எப்படி?

இவையும் முக்கியமாகத் தெரிந்துகொள்ளப்பட வேண்டி யவையே. அவற்றையும் பார்த்துவிடலாம்.

பங்குச்சந்தையில் சில காலமாகப் புழங்குபவர்களின் காதுகளில் கீழ்க்கண்ட சில வார்த்தைகள் அடிக்கடி விழும். செய்திகள் கண்களில் படும்.

'நாட்டின் பொருளாதார வளர்ச்சி நன்றாக இருக்கிறது என்று நிதியமைச்சர் பெருமிதம்.'

'ஜி.டி.பி. வளர்ச்சி 8.5 சதவிகிதமாக இருக்கும் என்று கணிப்புகள் சொல்லுகின்றன.'

'கடந்த வாரத்தில் பணவீக்கம் குறைந்துள்ளது.'

'அமெரிக்க டாலருக்கு எதிராக இந்திய ரூபாயின் மதிப்பு குறைந்துள்ளது.'

‘இந்த வருடம் பருவமழை (Monsoon) நன்றாக இருக்கும் என்கிறது வானியல் அய்வு மையத்தின் (Meteorology Department) ஆய்வு அறிக்கை.’

‘வங்கிகள் வட்டி விகிதங்களை உயர்த்துகின்றன.’

‘நாட்டின் பொருளாதார வளர்ச்சிக்குச் சாதகமான பட்ஜெட் என்று பலதரப்பினரும் பாராட்டு.’

‘பட்ஜெட் பற்றாக்குறை, கடந்த ஆண்டைவிட இந்த ஆண்டு குறைவு.’

‘கச்சா எண்ணை விலை மீண்டும் உயர்வு.’

‘கார்ப்பொரேட் டாக்ஸ் விகிதம் குறைப்பு.’

‘பொதுத்துறை நிறுவனங்களின் பங்குகளைத் தனியாருக்குக் கொடுக்கக்கூடாது என்று எதிர்க்கட்சிகள் வலியுறுத்தல்.’

‘மானியங்களைக் குறைக்க வேண்டும் என்று உலக வங்கி கூறுகிறது.’

‘அரசு புதிய கடன் பத்திரங்களை வெளியிடுகிறது.’

இவை போக, இன்னமும் கூடச் சில செய்திகள் ‘ஃபைனான் ஷியல் பத்திரிகைகளில்’ வரும். அவற்றையும் கவனித்திருக் கலாம்.

‘அமெரிக்காவின் ஃபெட் ரேட் (Fed Rate) இன்னமும் 25 பேசிஸ் பாயிண்ட்டுகள் உயர்த்தப்பட்டது.’

‘ஐரோப்பிய யூனியன் வட்டி விகிதத்தில் மாறுதல் இல்லை என்று அறிவித்திருக்கிறது.’

‘பேலன்ஸ் ஆப் டிரேட் இடைவெளி (Balance of Trade Gap) அதிகரிப்பு.’

போதும். இன்னமும்கூட இப்படிப்பட்ட செய்திகள் வரும்தான். ஆனால் இப்போதைக்கு இவை போதும். இவற்றை முதலில் பார்த்துவிடலாம். இவற்றுக்கும் பங்குச்சந்தைக்கும் என்ன தொடர்பு?

நிதிக் கொள்கை

வீட்டு வரவு செலவு போலவே, நாடு மொத்தத்துக்குமான பட்ஜெட் போடுகிறார்கள். மத்திய அரசு தனியாகவும் மாநில அரசுகள் தனித்தனியாகவும் போடுகின்றன. அது ஏன் என்ற கேள்வி வரலாம். நமது அரசியல் அமைப்புச் சட்டம், மத்திய அரசுக்கு என்று சில பொறுப்புகளையும் மாநில அரசுக்கு என்று வேறு சில பொறுப்புகளையும் வரையறுத்துள்ளது.

இந்தப் பொறுப்புகளை நிறைவேற்ற பணம் செலவாகுமே. இந்தச் செலவை ஈடுகட்ட, மத்திய அரசு எவற்றில் இருந்து வருவாய் ஈட்டிக் கொள்ளலாம் என்றும் வழிமுறைகளையும் அதே அரசியல் அமைப்புச் சட்டம் சொல்லியிருக்கிறது. வருமான வரி, சுங்கம், கலால் வரிகள், மத்திய விற்பனை வரி ஆகியவையே இவை.

அதே போல, மாநிலங்கள் எவ்வாறு வருவாய் பெறலாம் என்றும் அரசியல் அமைப்புச் சட்டம் சொல்லியுள்ளது. மத்திய அரசு, தான் பெறும் வரிகளிலிருந்து ஒரு பங்கை மாநிலங்களுக்குக் கொடுக்கவேண்டும். அவைதவிர, மாநில அரசுகள் விற்பனை வரி, சொத்து வரி போன்றவைமூலம் மேற்கொண்டு வருவாய் பெறலாம்.

மத்திய, மாநில அரசுகளுக்கு என்று தனித்தனிப் பொறுப்புகள் உண்டு. மத்திய அரசு செய்யும் சிலவற்றை மாநிலங்கள் செய்யக் கூடாது (Central List). அதைப்போலவே மாநிலங்கள் செய்யும் சிலவற்றை மத்திய அரசு செய்யக்கூடாது (State List). ஆனால் சில விஷயங்களை இருவரும் செய்யலாம் (Concurrent List) - உதாரணம் கல்வி. மாநில அரசு, மத்திய அரசு இரண்டுமே கல்வி நிறுவனங் களை அமைக்கலாம்.

மத்திய, மாநில அரசுகள் தங்களுக்கு உரிய பொறுப்புகளை நிறைவேற்ற பல கொள்கை முடிவுகளை எடுக்கின்றன. சட்டங் களை நிறவேற்றுகின்றன. அவரவர் பட்ஜெட் மூலம் வரி விதிக்கின்றன, மானியங்கள் தருகின்றன.

மத்திய, மாநில அரசுகளின் பட்ஜெட்கள், அவை தொடர்பான கொள்கைகள், சட்டங்கள் ஆகியவற்றைத்தான் பொருளாதாரக் கொள்கைகள் (Economic Policies) என்று சொல்கிறோம்.

இந்த பொருளாதாரக்கொள்கைகளால் - முக்கியமாக மத்திய அரசின் நிதிக் கொள்கையால் - பங்குச்சந்தை மீது நிறைய தாக்கம் ஏற்படுகிறது.

மத்திய அரசின் பட்ஜெட்

மத்திய அரசு அதன் பட்ஜெட்டில்,

- ★ நிறுவனங்களின் மீதான கார்ப்பரேட் வருமான வரிகள் (Corporate Income Tax),
- ★ தனி நபர்கள் மீதான வருமான வரி (Personal Income Tax),
- ★ முதலீடுகள் தரும் லாபத்தின் மீதான கேப்பிட்டல் கெயின்ஸ் டாக்ஸ் (Capital Gains Tax),
- ★ வெல்த் டாக்ஸ் (Wealth Tax),
- ★ இறக்குமதிக்கான சுங்க வரி (Customs Duty),
- ★ ஏற்றுமதிக்கான வரி (Export Duty),
- ★ உற்பத்தி மீதான கலால் வரி (Excise Duty) மற்றும் முதலியனவற்றை விதிக்கிறது.

தேவைப்பட்டால், மத்திய அரசு வருடா வருடம் அதன் பட்ஜெட்டில் இந்த வரிகள் மீது மாற்றங்கள் செய்கிறது. மத்திய அரசு விதிக்கும் அத்தனை வரிகளுமே நிறுவனங்களின் மீது நேரடித் தாக்கம் உள்ளவை. இவை தவிர, மறைமுகத் தாக்கங்களும் உண்டு. இப்படிப் பலவிதத் தாக்கங்களும் இருப்பதால், பட்ஜெட் அறிவிப்புகளுக்கு முன்னும் (ஊகங்கள் மற்றும் பயங்களின் அடிப்படையில்) பின்னும், பங்குகளின் விலைகளில் பெரும் மாறுதல்கள் இருக்கும். அதனால்தான் மத்திய அரசின் பட்ஜெட்டுக்கு பங்குச் சந்தைகளில் அதிக முக்கியத்துவம்.

மத்திய அரசின் பட்ஜெட், ஆண்டு தோறும் பிப்ரவரி 28-ம் தேதி மத்திய நிதி அமைச்சரால் நாடாளுமன்றத்தில் தாக்கல் செய்யப் படுகிறது. பங்குச்சந்தை இதனை கடந்த பல ஆண்டுகளாக உன்னிப்பாகக் கவனித்து வந்திருக்கிறது. பட்ஜெட்டுக்கு முன் உள்ள எதிர்பார்ப்பினைப் பொறுத்தும், பட்ஜெட்டுக்குப் பின் பல நிபுணர்களும் செய்யும் பட்ஜெட் அலசல்களைப் பொறுத்தும் பங்குச்சந்தையில் விலை மாற்றங்கள் நடைபெறும்.

இந்தியாவில் பட்ஜெட் ஆண்டு என்பது ஏப்ரல் 1-ம் தேதி முதல் அடுத்த ஆண்டின் மார்ச் 31-ம் தேதி வரையிலான 12 மாதங்கள். இதனை 'ஃபைனான்ஷியல் இயர்' (Financial Year) அல்லது நிதியாண்டு என்று குறிப்பிடுவார்கள். ஃபிஸ்கல் இயர் (Fiscal Year) அல்லது ஃபிஸ்கல் என்றும் குறிப்பிடுவார்கள்.

2010-11 பட்ஜெட் படி, கார்ப்பரேட் வரிகள் (Corporate Tax) எனப்படும் நிறுவனங்களின் லாபத்தின் மீதான வரி 30% ஆக உள்ளது. இந்த வரியை உயர்த்தினால் நிறுவனங்கள் பெறும் நிகர லாபம் (வரிக்குப் பிந்தைய லாபம்) குறையும். இதனால் பங்குதாரர்களுக்குக் கிடைக்கும் டிவிடெண்ட் குறையும். எனவே, பங்குகளின் விலைகளும் குறையும். இந்த வரி விகிதத்தைக் குறைத்தால் நிறுவனங்களுக்கு நல்லது. அவற்றின் வரிக்குப் பிந்தைய லாபம் அதிகரிக்கும். அதனால் பங்குகளின் விலைகள் உயரும்.

கார்பரேட் வரிகளை போலில்லாமல், ஏற்றுமதி தீர்வைகள் (Export Duty), பொருளுக்கு பொருள் மாறுபடும். தேசத்திற்கு தேசம்கூட, அந்தந்த நாடுகளுடன் நம் அரசு செய்துகொண்டிருக்கும் ஒப்பந்தங்களைப் பொறுத்து மாறும்.

அதே போல, ஏற்றுமதி தீர்வைகளை (Export Duty) குறைப்பதும் அதிகரிப்பதும் சில நிறுவனங்கள்மீது தாக்கங்களை ஏற்படுத்தும். இறக்குமதியைப் பொறுத்தவரை இரண்டுவிதமான தாக்கங்கள் உண்டு.

நம் நிறுவனங்களுக்குத் தேவையான பொருள்களை (உற்பத்தி இயந்திரங்கள் மற்றும் இடு பொருள்கள் - Machineries and Raw Materials) இறக்குமதி செய்து கொள்ள வரி குறைக்கப்பட்டால், இறக்குமதி செய்து கொள்ளும் நிறுவனங்களின் செலவு குறையும்; எனவே, அவற்றின் பங்குகளின் விலைகள் உயரும். அதேசமயம், அதே பொருள்களை உள்நாட்டிலேயே வேறு ஏதேனும் நிறுவனங்கள் தயாரித்து வருமானால், அவர்களுக்கு அந்த முடிவு சிரமத்தினைக் கொடுக்கும். ஏனெனில் அவர்களுக்குப் போட்டி அதிகரிக்கிறதே? அவர்களின் வியாபாரம் குறையலாம்.

எக்சைஸ் வரிகளும் பட்ஜெட்டில் மாறுதல் செய்யப்படும் என்று பார்த்தோம். இந்த வரியும், தொழிலுக்குத் தொழில் மாறுபடும்.

சில பொருள்களுக்குக் குறைப்பார்கள். சிலவற்றுக்கு அதிகரிப் பார்கள் (வருடம் தவறாமல் சிகரெட்டுக்கு!). வேறு சில வற்றுக்கு வரி குறைக்கப்படும். அப்படிப்பட்ட தொழில்களில் ஈடுபட்டு உள்ள நிறுவனங்களின் பங்கு விலைகள் உயரும். அதி கரிக்கப்பட்ட தொழிலில் உள்ள பங்குகளின் விலைகள் குறையும்.

அதே போல, ஏதோ ஒரு தொழிலுக்கான எக்சைஸ் வரி குறைக்க, வேறு தொழிலில் உள்ள நிறுவனப் பங்குகளின் விலைகள் ஏறுவதும் உண்டு. காரணம், (வரி குறைப்பால்) விலை குறையப் போகும் பொருள்களைப் பயன்படுத்தப் போகும் நிறுவனங் களாக இவை இருக்கும்.

இப்படியாக, பட்ஜெட்டில் போடப்படும் வரிகளை வைத்து, பல்வேறு நிறுவனப் பங்குகளின் விலைகளில் மாற்றங்கள் வரும். பட்ஜெட் அறிவிப்புக்குப் பின் பங்குகளில் ஏற்படும் விலை மாற்றங்கள் நேரிடையான மாறுதல்கள். இவை போக, பட்ஜெட் அறிவிப்புக்குப் பின் பாதிக்கப்படும் அல்லது பயன்பெறும் பங்குகளின் விலைகளில் நேர் எதிர்மாறானதும் சமயத்தில் நடக்கும். காரணம், வரி அதிகரிப்போ, குறைப்போ எதிர்பார்த்த அல்லது பயந்த அளவு இல்லை என்பதுதான்.

ஆமாம், பட்ஜெட்டுக்கு முன்பாகவே, 'இந்த முறை கட்டாயம் இப்படித்தான்' என்று ஊகித்து, பல பங்கு ஆபரேட்டர்களும் அந்தப் பங்குகளை வாங்கிக் குவித்து, அதன் விலைகளில் மாற்றங்கள் செய்திருப்பார்கள். ஆனால் பட்ஜெட்டில் அவர்கள் எதிர்பார்த்த அளவுப்படி நடக்காததால் விலைகளில் தடாலடி கரெக்ஷன் ஏற்படும்!

இதெல்லாம் போக, மொத்த பட்ஜெட்டும் எப்படியிருந்தது என்று பலரும் (Analysts) அலசுவார்கள். அதில் பொருளாதார நிபுணர்கள் பார்ப்பது அரசின் வருவாய் எப்படி, செலவினங்கள் எப்படி என்பதாகும். வரவுக்கும் செலவுக்கும் என்ன இடைவெளி என்று பார்ப்பார்கள்.

இதில் இரண்டு விதம் உண்டு. ஒன்று அன்றாடச் செலவுகளுக்கும் கடன் அல்லாத வரவுகளுக்கும் இடையே உள்ள இடைவெளி. அன்றாடச் செலவுகள் என்றால் மத்திய அரசு கொடுக்கும் சம்பளம், வருடாந்திர ராணுவச் செலவு, வருடாந்திர மானியங்கள்,

மாநிலங்களுக்குக் கொடுக்க வேண்டிய பங்குத்தொகை ஆகியவை. கடன் அல்லாத வரவுகள் என்றால் பல்வேறு விதமான வரி வருமானங்கள். இப்படியான வரவு, குறிப்பிட்ட ஆண்டு திட்டத்தில் செலவைவிட அதிகமாக இருந்தால் அதற்குப் பெயர் Surplus. இதே வருவாய் செலவைவிடக் குறைவாக இருந்தால் அதற்குப் பெயர் Fiscal Deficit.

பொதுவாக ஒரு நாட்டின் அரசுக்கு ஃபிஸ்கல் டிஃபிசிட் அதிகமாக இருந்தால் அந்த நாடு கஷ்டத்தில் உள்ளது என்று அர்த்தம். வரவுக்கு மீறிய செலவு என்றால், கடன் வாங்கித்தான் நாட்டையே நடத்த வேண்டும். நாட்டு மக்களிடம் அல்லது நாட்டில் உள்ள வங்கிகளிடம் அல்லது வெளிநாட்டு அரசுகள், உலக வங்கி (World Bank), சர்வதேச நிதியம் (International Monetary Fund), ஆசிய வளர்ச்சி வங்கி (Asian Development Bank) போன்றவர்களிடம் கையேந்த வேண்டும். அப்படிப்பட்ட நிலையில்தான், நாம் முன்பு பாடத்தில் படித்த ‘வளர்ந்த நாடுகள்’ அமெரிக்கா, க்ரீஸ், இத்தாலி, பிரான்ஸ், போர்ச்சுகல் போன்ற நாடுகள் தற்சமயம் 2011ல் இருக்கின்றன.

தனி மனிதர்களின் குடும்பங்களை எடுத்துக்கொண்டால், நாம் முடிந்தவரை ஃபிஸ்கல் டிஃபிசிட் இல்லாமல் வாழ்வதையே - அதாவது சர்ப்ளஸ் இருப்பதையே விரும்புகிறோம். ஆனால், அரசுகளைப் பொறுத்தவரை ஃபிஸ்கல் டிஃபிசிட் எப்பொழுதும் இருந்தே வந்துள்ளது. ஃபிஸ்கல் டிஃபிசிட் இருந்தால் பரவாயில்லை. ஆனால் குறைவாக, குறிப்பிட்ட அளவுக்கு மேல் போகாமல் இருக்கவேண்டும். அத்துடன் தேவையான பற்றாக்குறையை நாட்டு மக்களிடமும் நாட்டின் நிதி நிறுவனங்களிடமும் கடன் வாங்குவதன்மூலம் சரிக்கட்டுவதுதான் நிலையான தன்மையைக் கொடுக்கும்.

ஃபிஸ்கல் டிஃபிசிட் எக்கச்சக்கமாக இருந்து, உள்நாட்டு மக்களிடம் பணச்சேமிப்பு இல்லாதிருந்தால், வெளிநாட்டில் கடன் வாங்குவதைத் தவிர அரசாங்கங்களுக்கு வேறு வழியில்லை.

வெளிநாடுகளிடம் கடன் வாங்கவேண்டியிருந்தால், அது அந்நியச் செலாவணி கையிருப்பை மோசமாக்கும். வெளிநாடுகள் கடன் கொடுப்பதோடு, கடன் வாங்கும் நாட்டின் கொள்கைகளையும் அவர்கள் நாட்டு நிறுவனங்களுக்குச் சாதகமாகக் கட்டுப்படுத்த முனைவார்கள்.

அன்றாடச் செலவுகள் தவிர்த்து நாட்டின் வளர்ச்சிப் பணிகளுக்குச் செலவிட முதலீட்டுச் செலவாகவும் அரசுக்குப் பணம் தேவைப்படும். உதாரணத்துக்கு சாலைகள் அமைக்க, துறைமுகம் கட்ட என்று நாட்டின் உள்கட்டுமானங்களை விரிவாக்க அரசுக்குப் பணம் தேவை. அன்றாடச் செலவுகளுக்கே கடன் வாங்க வேண்டிய நிலைமையில் உள்ள அரசு, இதுபோன்ற முதலீட்டுச் செலவுகளுக்கு என்ன செய்யும்? மேற்கொண்டு கடன்தான்!

இப்படி மத்திய அரசு செய்யும் அத்தனை செலவுகளுக்கும் (அன்றாடச் செலவுகள் + முதலீட்டுச் செலவுகள்) அரசு பெறும் வருமானத்துக்கும் உள்ள இடைவெளிதான், ஃபிஸ்கல் டிஃபிசிட் (Fiscal Deficit) என்று பெயர்.

மத்திய அரசு மட்டும் இப்படி டிஃபிசிட் வைப்பதில்லை. மாநில அரசுகளுமே டிஃபிசிட் வைக்கின்றன. சில மாநில அரசுகள், நல்லவிதமாகப் பொருளாதாரம் செய்து, ஃபிஸ்கல் டிஃபிசிட் வைப்பதில்லை. அவர்களுக்கு சர்ப்ளஸ்தான் உள்ளது. ஆனால் எல்லா மாநில அரசுகளிடமும் ஃபிஸ்கல் டிஃபிசிட் உள்ளது.

ஃபிஸ்கல் டெபிசிட் தவிர மற்றொரு டெபிசிட்டும் உள்ளது. அதன் பெயர் ரெவின்யு டெபிசிட். எவ்வளவு செலவு ஆகும். செய்யலாம் என்று முடிவு செய்துவிட்டு அதற்கு எவ்வளவு வருமானம் (வரிகள் மூலம்) உண்டாகலாம் என்றும் திட்டமிட்டுவிட்ட பிறகு, இடையில் விழும் துண்டுக்குப் பெயர்தான் ஃபிஸ்கல் டெபிசிட். ஆனால் சில சமயங்களில், திட்டமிட்டுக் கொண்ட அளவு வருமானம் வராமல் போகலாம். இது சாத்தியம் தான். அரசு நினைக்கிறது. குறிப்பிட்ட அளவு நிறுவனங்களும் மக்களும் வருமானம் பார்த்து, வரிகட்டுவார்கள் என்று ஏதோ காரணங்களுக்காக வருமானம் குறைந்துவிட்டால்! அதேபோல் அரசு இவ்வளவுதான் செலவு என்று திட்டமிடுகிறது. ஆனால் நடைமுறையில் செலவு கூடிவிடுகிறது. என்ன ஆகும்? திட்டமிட்ட அளவு வருமானமும் செலவும் இல்லாமல் போக - சிக்கல். அதில் விழும் துண்டிற்குப் பெயர்தான் ரெவின்யூ டெபிசிட்.

ஒரு காலத்தில் நம் நாட்டில் ரெவின்யூ டிஃபிசிட், ஃபிஸ்கல் டிஃபிசிட் இரண்டுமே ஒரு காலத்தில் தலைக்கு மேல் போய்க் கொண்டிருந்தது. இப்படியே போனால் நாடே திவாலாகிவிடும்

என்பதால், பல்வேறு பொருளாதார நிபுணர்களும் சொன்னபடி மத்திய அரசு Fiscal Responsibility and Budget Management (FRBM) சட்டம் என்ற ஒன்றை 2000-வது ஆண்டில் நிறைவேற்றினார்கள்.

அதன்படி 2008 பட்ஜெட் வரும்போது, ரெவின்யூ டி∴பிசிட்டை அறவே ஒழித்திருக்க வேண்டும் என்றும், ∴பிஸ்கல் டி∴பி சிட்டை ஒரு கட்டுக்குள் வைத்திருக்கவேண்டும் என்றும் தீர்மானித்தனர். (2011-12 வரை அது சாத்தியமாகவில்லை என்பது வேறுகதை) கட்டுக்குள் என்றால் எப்படி?

நாம் பெர்சனல் லோன் வாங்கப் போனால் நம்முடைய ஆண்டு வருமானம் என்ன என்பதை வங்கி கேட்கிறதல்லவா? ஒருவர் வாங்கும் கடன், அவரிடமிருந்து திரும்பி வருமா என்று பார்க்கத் தான் நம் வருமானத்தைக் கேட்கிறார்கள். ஒருவருடைய ஆண்டு வருமானம் ஒரு லட்சம் என்றால், அவருக்கு யாராவது இருபது லட்ச ரூபாய் கடன் கொடுப்பார்களா? குறைவாகத்தானே கொடுப்பார்கள்?

அதேபோல மத்திய, மாநில அரசுகளின் ∴பிஸ்கல் டி∴பிசிட் பற்றிப் பேசும்போது, நாட்டின் ஜி.டி.பியைப் பற்றிப் பார்க்க வேண்டியுள்ளது. ஜி.டி.பி. என்றால் ஒருவிதத்தில் நாட்டின் மொத்த ஆண்டு வருமானம் போல.. அதனாலேயே ரெவின்யூ டி∴பிசிட், ∴பிஸ்கல் டி∴பிசிட் இரண்டையும் ஜி.டி.பி.யின் சதவிகிதங்களாகச் சொல்கிறார்கள். மத்திய அரசின் ∴பிஸ்கல் டி∴பிசிட், ஜி.டி.பி.யின் 3%க்குக் கீழ் இருக்குமாறும், அனைத்து மாநில அரசுகளின் ∴பிஸ்கல் டி∴பிசிட்டும் ஒன்றுசேர்ந்து நாட்டின் ஜி.டி.பி.யின் 3%க்குக் கீழே இருக்குமாறும் பார்த்துக் கொள்ளவேண்டும் என்பதுதான் FRBM சட்டத்தின் குறிக்கோள். அதாவது, நாட்டின் மொத்த ∴பிஸ்கல் டி∴பிசிட் ஜி.டி.பி.யில் 6%க்கும் குறைவாக இருக்க வேண்டும்.

இந்த 6% ∴பிஸ்கல் டிபிசிட்டே அதிகம் என்று சில நிபுணர்களும், இல்லை இதைவிட அதிகமாக இருக்கலாம் என்று வேறு சில நிபுணர்களும் சொல்கிறார்கள். 2010-11 நிதியாண்டில் மத்திய அரசின் ரெவின்யு டெபிசிட் ரூ. 2,44,853 கோடிகள் என்கிற அளவிலும், பிஸ்கல் டெபிசிட் 4.7% அளவிலும் இருந்தன. அந்த ஆண்டு, நாட்டின் ஜிடிபி ரூ. 78,75,627 கோடி ரூபாய்களாக இருந்தது. 2011-12ல் பிஸ்கல் டெபிசிட் 5.1% ஆக மட்டுமே இருக்கும் என்று திட்டமிட்டிருந்தாலும், அது தொடர்ந்து

உயருகின்ற பணவீக்கம் காரணமாக 7% வரை உயர்ந்துவிடலாம் என்று கணித்தார்கள்.

ஃபிஸ்கல் டிஃபிசிட் அதிகமானால் பங்குச் சந்தைகளுக்கு என்ன பிரச்னை? இதற்கும் பங்குச்சந்தைக்கும் ஏன் முடிச்சு போடுகிறோம் என்ற கேள்வி வருமே!

தொடர்பு இருக்கிறது.

ஃபிஸ்கல் டிஃபிசிட் இருந்தால் ஓர் அரசு என்ன செய்யும்? கடன் வாங்கும். யாரிடமிருந்து கடன் வாங்கும்? உள்நாட்டில் மக்களிடமிருந்து அல்லது நிதி நிறுவனங்களிடமிருந்து என்று பார்த்தோம். எப்படி? கடன் பத்திரங்கள், டிரெஷரி பில்ஸ் ஆகியவற்றை வெளியிட்டு.

அரசு கடன் கேட்கிறது. தனியார் நிறுவனங்கள், பொதுமக்கள் கடன் கேட்கிறார்கள். பணம் வைத்திருப்பவர்கள் அனைவருமே அரசுக்குத்தான் முதலில் கடன் கொடுப்பார்கள்? ஏன்? அரசிடம் கொடுத்த கடன் மிகவும் பாதுகாப்பானது! நிச்சயம் திரும்பி வரும். பிரச்னையே கிடையாது. அரசு ஒன்று இரண்டு சதவிகிதம் குறைவாக வட்டி கொடுத்தாலும் பரவாயில்லை.

இதனால் என்ன ஆகிறது? நாட்டு மக்களின் சேமிப்பில் பெரும் பகுதி அரசுக்குக் கடன் கொடுப்பதிலேயே போய்விட்டால், தனியார் நிறுவனங்கள் அல்லது பொதுத்துறை நிறுவனங்கள் வளர்ச்சிக்கு யார் கடன் கொடுப்பார்கள்? நிறுவனங்களுக்குத் தேவையான கடன் கிடைக்காவிட்டால் அவை எப்படி வளர்ச்சி அடையும்? நிறுவனங்கள் வளர வாய்ப்பு இல்லை என்றால் பங்குச்சந்தை படுத்துவிடும் அல்லவா?

இது ஒரு பிரச்னை. இரண்டாவது பிரச்னை ஒன்றும் உண்டு. அரசு பாதுகாப்பான பத்திரங்களை வெளியிட்டு, மக்களிடம் இருக்கும் பணத்தை உறிஞ்சிவிடுவதால், நிறுவனங்கள் தங்களுக்குத் தேவையான கடனைப் பெற அதிகமான வட்டி தருவதாக ஆசை காட்ட வேண்டியிருக்கும். இதனால் நிறுவனங்கள் தரவேண்டிய வட்டி அதிகமாகும். இதனால் அந்த நிறுவனங்களின் லாபம் குறையும். அதனால் அவற்றின் பங்கு விலைகள் குறையும்.

கடன்களைப் பொறுத்தமட்டில் மூன்று பேர் கேட்கிறார்கள். ஒன்று அரசு. இரண்டாவது பல்வேறு நிறுவனங்கள் (Corporates). மூன்றாவது, பொதுமக்கள். அரசு நிறையக் கடன்களைப்

பெற்றால் பொதுமக்களுக்குக் கடனாகத் தரக்கூடிய பணம் குறையும். இதனால் பொதுமக்கள் பொருள்கள் வாங்குவதைக் குறைப்பார்கள். இதனால் கலர் டிவி முதல் கார்கள் வரை விற்பனை குறையும். வரி வருமானம் குறையும். வேலைவாய்ப்புகளும் குறைந்து அதனால், நாட்டின் பொருளாதாரம் பாதிக்கப்படும்.

மற்றொரு பிரச்னை உண்டு. அரசின் ஃபிஸ்கல் டிஃபிசிட் அதிகமானால் கடன்கள் அதிகமாகும். அந்தக் கடன்களுக்கு வட்டி கட்டுவதற்கே மேற்கொண்டு கடன்கள் வாங்கவேண்டும். இப்படியே போனால் கடன் வாங்கி நலத்திட்டங்கள் செய்வோம், அடிப்படைக் கட்டமைப்புகளை விரிவாக்குவோம் என்று இல்லாமல் கடன் வாங்கி சம்பளம் கொடுப்போம், அதைத்தவிர வேறு எதையும் செய்யமுடியாது என்ற நிலை ஏற்படும்.

இப்படிப்பட்ட நிலையில்தான் அமெரிக்கா சிக்கித் தவிக்கிறது. இப்படியாக பிஸ்கல் டெபிசிட்டுகளை சரி செய்வதாக, தொடர்ந்து பல ஆண்டுகள் கடன் வாங்கியதால், 2011ல் ஆகஸ்ட் மாதத்தில் அமெரிக்க அரசின் மொத்த கடன் அளவு என்ற அமெரிக்காவின் ஆண்டு GDPயில் பொருளாதார மதிப்பு கூட்டலில் 95% என்கிற ஆபத்தான நிலையைத் தொடர்ந்து. கடல் நீர் ஊருக்குள் வருவதுபோல.

இந்தியா போன்ற வளரும் நாட்டின் மிகப்பெரிய பிரச்னையே அடிப்படைக் கட்டமைப்புகள் சரியாக இல்லாததுதான். மத்திய, மாநில அரசுகளால் மட்டுமே இவற்றைச் சரி செய்யமுடியும். தனியாரால் முடியாது. இப்படிப்பட்ட நிலையில் மத்திய, மாநில அரசுகளால் பெருகிவிட்ட கடன் சுமை காரணமாக அவற்றைச் செய்ய முடியாமல் போனால் தேசத்துக்கு நஷ்டம்தான். அதனால் பொருளாதாரம் பின்னடைவு பெறும். இதன் காரணமாகவும் பங்குச்சந்தை வீழ்ச்சியைச் சந்திக்கும்.

இப்படி பட்ஜெட்டில் பல விஷயங்கள் இருப்பதால், ஒவ்வொரு பட்ஜெட் வரும்போதும் பெரும் முதலீட்டாளர்கள், நிறுவனங்கள் கீழ்க்கண்டவற்றை உன்னிப்பாகக் கவனிக்கிறார்கள்:

1. மத்திய, மாநில அரசுகளின் ஃபிஸ்கல் டிஃபிசிட்
2. வருமான வரி விகிதங்களில் ஏற்படும் மாற்றங்கள்

3. எக்சைஸ், கஸ்டம்ஸ் வரிகளில் ஏற்படும் மாற்றங்கள்

4. ஏதாவது தொழில்துறைக்கு மானியம் செல்கிறதா? ஏதாவது தொழில்துறைக்குக் கொடுக்கப்பட்டு வந்த மானியம் குறைக்க அல்லது நிறுத்தப்படுகிறதா?

மத்திய அரசின் பட்ஜெட் போலவே கூர்ந்து கவனிக்கப்பட வேண்டிய பொருளாதாரம் தொடர்பான மற்றொன்று திட்டக் குழு எனப்படும் பிளானிங் கமிஷனின் செயல்பாடு. இந்தியா சுதந்தரம் பெற்ற சில வருடங்களில் சோவியத் ரஷ்யா போல திட்டமிட்டுச் செயல்படும் ஒரு பொருளாதார நாடாக இருக்கவேண்டும் என்று விரும்பிய ஜவாஹர்லால் நேரு, சோவியத் மாதிரியில் திட்டக் குழுவை உருவாக்கினார். இந்தக் குழு, ஐந்தாண்டுத் திட்டங்கள் என்ற பெயரில் திட்டங்களை உருவாக்கி அதனைச் செயல்படுத்த ஆரம்பித்தது.

ஏன் திட்டக் குழு என்ற ஒன்று தேவைப்பட்டது? அரசின் பல்வேறு துறைகள் அந்தந்த வருடத்துக்கு என்று சிந்தித்துச் கைக்கும் வாய்க்குமாக செயல்பட்டதால், நீண்டகாலத் திட்டங்கள் எதையும் சரியாகச் செய்யமுடியவில்லை. நீர்ப்பாசனத் திட்டங்கள், அணை கட்டுவது, மின் உற்பத்தி, சாலைகள், ரயில்வே, பெட்ரோல், நிலக்கரி ஆகிய கனிம வளங்களைக் கண்டறிந்து உபயோகத்துக்குக் கொண்டுவருவது, கல்வி நிறுவனங்களை அமைப்பது போன்ற பல முக்கியமான விஷயங்களுக்கு நீண்டகாலத் தொலைநோக்குப் பார்வை தேவையாக இருந்தது.

1950, 1960-களில் பொதுத்துறை நிறுவனங்களை உருவாக்குவது அரசின் முக்கியமான கொள்கையாக இருந்தது. ஏற்கெனவே இருக்கும் தனியார் நிறுவனங்களைத் தேசியமயமாக்கல், புது பொதுத்துறை நிறுவனங்களை உருவாக்குதல், அவற்றின்மூலம் உற்பத்தியைப் பெருக்குதல், கட்டுமானங்களை உருவாக்குதல் என்று பலவற்றையும் திட்டக் குழு முன்னின்று தீர்மானித்து அரசின் பல்வேறு துறைகள்மூலம் நடத்தியது.

அத்துடன் மாநில அரசுகளுக்குப் பணம் கொடுத்து அந்தப் பணம் வீணாமல் போய்விடாமல் இருக்க, குறிப்பிட்ட சில திட்டங்களுக்கு மட்டுமே அந்தப் பணம் செலவழிக்கப்படவேண்டும் என்று சொல்வதோடு மட்டுமல்லாமல், மாநிலங்கள்

சொன்னபடி நடக்கின்றனவா என்பதைக் கண்காணிப்பதும் திட்டக் குழுவின் வேலையாக உள்ளது.

கடந்த சில வருடங்களில் திட்டக் குழு, அரசுத்துறை நிறுவனங்களை உருவாக்குவதற்குப் பதில் தனியார் நிறுவனங்களை ஊக்குவிப்பது, தனியார்-அரசு கூட்டு நிறுவனங்களை உருவாக்குவது (Public Private Partnerships - PPP), நாட்டின் உள்கட்டமைப்புகளை விஸ்தரிப்பது ஆகிய துறைகளில் கவனம் செலுத்தத் தொடங்கியுள்ளது.

ஒவ்வொரு ஐந்தாண்டுத் திட்டத்துக்கும் எவ்வளவு நிதி ஒதுக்கப்படுகிறது, அது எங்கெல்லாம் செலவழிக்கப்பட உள்ளது என்பதைக் கவனித்தால், எந்தெந்தத் துறைகளில் நிறுவனங்கள் நல்ல வளர்ச்சி அடையும் என்பதைக் கண்காணிக்க முடியும். அதன்மூலம் எந்தெந்தத் துறைகளில் பங்குச்சந்தையில் முதலீடு செய்யலாம் என்பதை கணிக்க கணிக்க முடியும்.

மொத்தத்தில், நாட்டின் பொருளாதார வளர்ச்சி என்பது மிகவும் அவசியம். அதைப் பற்றியும் அதன் அளவீடான ஜி.டி.பி.யை பற்றியும் விரிவாகத் தெரிந்துகொள்வது பங்குச் சந்தையில் சரியான முடிவுகள் எடுக்க உதவும்.

இதுவரை பார்த்தவை பங்குச் சந்தையின் மீது நேரடி தாக்கம் உள்ளவை. இவை தவிரவும் இன்னும் சில பிரயோகங்கள், வார்த்தைகள் உண்டு. அவற்றையும் புரிந்துகொள்வது நல்லது.

நாட்டின் மொத்த உற்பத்தி

எகானமி (Economy) என்பது ஒரு நாட்டின் மொத்தப் பொருளாதாரத்தினைக் குறிக்கும் வார்த்தை. இந்தியன் எகானமி, அமெரிக்கன் எகானமி, ரஷ்யன் எகானமி என்ற பிரயோகங்களை அடிக்கடிக் கேள்விப்பட்டிருக்கிறோம். யூ.எஸ். எகானமி என்றால் உலகின் மிகப் பெரிய பொருளாதார நாடான அமெரிக்காவின் பொருளாதாரம். சிக்கலில் இருப்பது அமெரிக்க அரசும் அதன் வரவு செலவும்தானே தவிர, அமெரிக்கா என்ற நாடே அல்ல. அமெரிக்கா வளம்மிக்க நாடு. அமெரிக்கர்கள் செல்வந்தர்கள், அதன் வாங்கு சக்தியும் பிற தாக்கங்களும் மற்ற நாடுகளின் பொருளாதாரங்கள் மேல் அதிகம். இந்தியப் பங்குச்சந்தை உயர்வதற்கு, யு.எஸ். எகானமியின் ஆரோக்கியமும் முக்கியம்.

காரணம், நமது பல நிறுவனங்கள் ஏற்றுமதிக்கும் இறக்கு மதிக்கும் அமெரிக்காவினைச் சார்ந்திருப்பதுதான்.

பிரைமரி செக்டார் (Primary Sector) என்பது எகானமியின் ஓர் அங்கம். பிரைமரி என்றால் முதன்மை. மொத்த எகானமியையும் மூன்று பெரும் பிரிவுகளாகப் பிரிக்கிறார்கள். அதில் 'முதன்மை யானது' என்பதனைத்தான் 'பிரைமரி' என்றழைக்கிறார்கள். இந்தியாவில் மட்டுமல்ல, எல்லா நாடுகளிலுமே, முதன்மை செக்டார் என்பது விவசாயம்தான். பிரைமரி செக்டார் என்றால் விவசாயம் சார்ந்த பொருளாதாரம்.

விவசாயம் சார்ந்த பொருளாதாரம் என்பது விவசாய விளை பொருள்களின் அளவு மாற்றம், சராசரி கொள்முதல் விலை, விவசாயக் கூலியின் சராசரி அளவு ஆகியவற்றைப் பொறுத்தது.

உணவும் விவசாயமும் முக்கியம்தான். ஆனால் அது மட்டுமே போதாதே. ஒரு நாட்டின் பொருளாதாரத்தில் கொஞ்சம் கொஞ்ச மாக விவசாயத்தின் பங்கு குறைந்துகொண்டே வருகிறது என்பதுதான் உண்மை. விவசாயப் புரட்சிக்குப் பிறகு நிகழ்ந்தது தொழில் புரட்சிதானே. அதே வரிசையில், உற்பத்தி சம்பந்தமான வற்றை செகண்டரி செக்டார் (Secondary Sector) என்று அழைக் கிறார்கள்.

உற்பத்தி என்றால் குண்டூசி செய்வது முதல் ஏரோப்ளேன் செய்வது வரை அனைத்துக்கும் பொருந்தும். விவசாயம் அல்லாத எல்லா வித பொருள் உற்பத்தியும் இந்த செகண்டரி செக்டாரில் வரும்.

டெர்ஷியரி செக்டார் (Tertiary Sector) என்பது மூன்றாவது அங்கம். இது முழுக்க முழுக்க சேவைகளைச் சார்ந்தது. முடிவெட்டிக் கொள்ளும்போது, கடன் வாங்கும்போது, டாக்டரிடம் வைத் தியம் செய்துகொள்ளும்போது, கல்வி கற்றுக்கொள்ளும்போது, ஆட்டோவிலோ, பஸ், ரயில், ஏரோப்ளேனிலோ ஏறிப் பயணம் செய்யும்போது, மொபைல் தொலைபேசியை எடுத்து ஒரு போன்கால் செய்யும்போது நிகழ்வதுதான் சேவை. இங்கு பொருள் ஏதும் உற்பத்தி செய்யப்படுவதில்லை. ஆனால் ஒரு பயனாளருக்கு ஒரு குறிப்பிட்ட சேவை (Service) செய்து தரப்படு கிறது. பயனாளர் பதிலுக்குப் பணம் தருகிறார். நமது இளைஞர்களுக்கு வேலை வாய்ப்பும் நாட்டிற்கு மிகப் பெரும் வருமானமும் தந்து கொண்டிருக்கும் IT மற்றும் ITES எல்லாம் இந்த குடையின்கீழ்தான் வரும்.

ஆக, ஒரு நாட்டில் உள்ள பல்வேறு வேலைகளை இந்த மூன்றில் ஒன்றாகப் பிரித்துவிடலாம்.

சரி, ஒரு நாட்டில் மொத்தமாக இந்த மூன்று துறைகளையும் சேர்த்து மொத்தம் எந்த அளவுக்கு Productivity - உற்பத்தி நடைபெறுகிறது? அதைக் கணக்கிட முடியுமா? அதற்கு ரூபாயில் ஒரு மதிப்பைச் சொல்லமுடியுமா?

அதாவது நாட்டில் விளைந்து விற்பனையாகும் அத்தனை விவசாயப் பொருள்களும் விற்கப்பட்ட மொத்தத் தொகை, விவசாயம் அல்லாத பிற உற்பத்திப் பொருள்களின் மொத்த விற்பனைத் தொகை, அளிக்கப்படும் சேவைகளின் மொத்த விலை, வெளிநாடுகளுக்கு ஏற்றுமதி செய்யப்பட்ட பொருள்களின், சேவைகளின் மொத்த மதிப்பு - இவை அனைத்தையும் கூட்டினால் வரும் தொகைதான் ஜி.டி.பி.

என்ன விளையாடுகிறீர்களா? இந்தத் தொகையை எப்படிக் கணக்கிடுவது என்று கேட்கிறீர்களா?

முடியும் என்கிறார்கள் பொருளாதார நிபுணர்கள்.

ஜி.டி.பி.யைக் கணக்கிட ஒரு ஃபார்முலாவைத் தருகிறார்கள்.

GDP = C + I + G + NX

இங்கு C என்பது Consumer Spending - அதாவது பொதுமக்கள் மொத்தமாகச் சேர்ந்து பொருள்கள், சேவைகள் வாங்கச் செய்த செலவு. அது வாழைப்பழம் வாங்குவதாக இருந்தாலும் சரி, புடைவை வாங்குவதாக இருந்தாலும் சரி, தலைக்கு டை அடிக்க ஆகும் செலவாக இருந்தாலும் சரி, ஹோட்டலுக்குச் சென்று சாப்பிடுவதற்கு ஆகும் செலவாக இருந்தாலும் சரி.

I என்பது Investment. அதாவது அரசு அல்லாத தனியார்கள் செய்யும் மொத்த முதலீடு. பொதுமக்கள் வீடு, நிலம் வாங்குவது; நிறுவனங்கள் தொழிற்சாலைகளுக்குத் தேவையான இயந்திரங்கள் வாங்குவது, தொழிற்சாலைகள் கட்டுவது - இப்படியான அனைத்துவிதமான முதலீடுகள்.

G என்பது Government Expenditure. அதாவது அரசு செய்யும் மொத்த செலவுகள் - அரசு கொடுக்கும் சம்பளம், வாங்கும் பொருள்கள் (பேப்பர், பேப்பர் கிளிப், பொன்னாடைகள் முதற்கொண்டு!), அரசின் முதலீடுகள் ஆகியவை.

NX என்பது Net Exports. அதாவது மொத்தமாக நம் நாடு செய்யும் ஏற்றுமதியிலிருந்து நாம் செய்யும் இறக்குமதிகளைக் கழித்து வரும் தொகை. ஏனெனில் பிற நாடுகளில் உற்பத்தியாகும் பொருள்களை நம் நாடு இறக்குமதி செய்தால் அதனால் நம் நாட்டின் GDP அதிகமாகாது; எந்த நாடு இறக்குமதி செய்ததோ அந்த நாட்டின் உற்பத்திதானே அதிகமாகும்.

சரி, ஃபார்முலா என்னவோ நன்றாகத்தான் இருக்கிறது. இதைக் கணிக்க முடியுமா? முடிகிறது. இதைத்தான் அரசும் ஒவ்வொரு காலாண்டிலும் வெளியிட்டு வருகிறார்கள். கன்ஸ்யூமர் ஸ்பெண்டிங் அதிகமானால், ஜி.டி.பி. அதிக மாகும். நாட்டில் முதலீடு அதிகமானால், ஜி.டி.பி. அதிக மாகும். அரசு செய்யும் செலவு அதிகமானாலும் ஜி.டி.பி. அதிகமாகும். ஏற்றுமதி அதிகமாகி, இறக்குமதி குறைந்தால், ஜி.டி.பி. அதிகமாகும்.

நல்லது. இப்பொழுது ஜி.டி.பி. என்றால் என்ன என்பது புரிந்து விட்டது. அடுத்தது ஜி.டி.பி. வளர்ச்சி என்பது. ஜி.டி.பி. அதிகமாக அதிகமாக நாட்டின் பொருளாதாரம் வளர்கிறது என்பது எளிதாகப் புரியும். சென்ற ஆண்டைவிட இந்த ஆண்டு ஜி.டி.பி. எவ்வளவு அதிகமாகியுள்ளது?

ஆனால் இதில் வேறு ஒரு பிரச்னை உள்ளது. வளர்ச்சி என்பது இரண்டு காரணங்களுக்காக இருக்கலாம். ஒன்று பொருள் அல்லது சேவையின் விலை அதிகமாகி இருக்கலாம். இரண்டா வது, அதிகமான பொருள்கள் அல்லது சேவைகள் விற்பனை யாகி இருக்கலாம். இதில் இரண்டாவது இருந்தால்தான் அது உண்மையான வளர்ச்சி.

சென்ற ஆண்டைப் போலவே இந்த ஆண்டும் பத்து கோடி டன் வாழைப்பழங்கள்தான் உற்பத்தி என்று வைத்துக்கொள்வோம். ஆனால் சென்ற ஆண்டில் வாழைப்பழம் ஒன்று ஏழு ரூபாய். இந்த ஆண்டு ஒண்ணரை பைசா - பணவீக்கத்தால் இதைப்பற்றி பின்னால், தனியாக பார்க்கலாம். இதனால் GDP அதிகமாகி விட்டது என்று சொல்லிவிட முடியுமா?

இந்த சிக்கல் காரணமாகத்தான், GDP வளர்ச்சியைப் பற்றிப் பேசும்போது, இரண்டுவிதமான GDPக்களைப் பற்றிப் பேச வேண்டியுள்ளது: Nominal GDP, மற்றும் Real GDP. நாமினல் GDP

என்பது, ஒவ்வொரு வருடமும் GDP என்ன என்று முன் சொன்ன ஃபார்முலாவை வைத்துக் கணிப்பது. ரியல் GDP என்பதைக் கணிக்க, முதலில் பேஸ் இயர் (Base Year) என்ற ஒன்றைத் தீர்மானித்துக் கொள்ளவேண்டும். அந்த வருடத்தின் பொருள்கள் என்ன விலையில் இருந்தனவோ அதே விலையை அடுத்தடுத்த வருடங்களிலும் இருப்பதாகத் தீர்மானித்துக்கொண்டு GDP-யைக் கணக்கிட வேண்டும். அப்படிக் கிடைக்கும் GDP-தான் ரியல் GDP.

என்ன இது பணம் பண்ணலாம் என்று வந்தால் கணக்குப் பாடம் எடுப்பதுபோல போகிறதே என்று தோன்றுகிறதா? அஞ்சற்க (சாரி... இது தமிழ் வகுப்பை நினைவுப்படுத்துகிறதோ!). பயப்பட வேண்டாம். எல்லாம் சிம்பிளான தகவல்கள்தான். கொஞ்சம் அப்படியே மேலோட்டமாக மேலும் விடாமல் படித்துக்கொண்டு வாருங்கள்.

இந்தியாவின் GDP கணக்கிடுதலுக்கு 1999-2000-ம் ஆண்டை பேஸ் இயர் என்று வைத்துள்ளார்கள். அந்த வருடத்தின் விலையைக் கணக்கில் எடுத்துக்கொண்டு பார்த்தால், 2003-04 நிதியாண்டில் இந்தியாவின் GDP 22,26,041 கோடி ரூபாய் (1999-2000 விலையில்). 2004-05 நிதியாண்டில் இந்தியாவின் GDP 23,93,671 கோடி ரூபாய் (1999-2000 விலையில்). இதிலிருந்து 2004-05-ம் ஆண்டு இந்தியாவின் ரியல் GDP 7.5% அதிகமாகியுள்ளது என்று என்கிற முடிவுக்கு வருகிறார்கள்.

இதையே நாமினல் GDP ஆக வைத்துப் பார்த்தால் 2003-04 நிதியாண்டில் 25,43,396 கோடி ரூபாயாகவும் 2004-05 நிதியாண்டில் 28,43,897 கோடி ரூபாயாகவும் இருந்தது. நாமினல் GDP வளர்ச்சி விகிதம் 11.8% அதிகரித்துள்ளது என்று சொல்ல வேண்டும்.

ஆனால் ரியல் GDP வளர்ச்சியைத்தான் நிபுணர்கள் கணக்கில் எடுத்துக்கொள்கிறார்கள். (நியாயமும் அதுதானே!)

ரியல் GDP வளர்ச்சி, சுதந்தரம் அடைந்ததில் இருந்து எத்தனையோ ஆண்டுகளாக 4 முதல் 5 சதவிகிதமாகத்தான் இருந்து வந்தது. அதனாலேயே இந்த வளர்ச்சி விகிதத்தை 'ஹிந்து வளர்ச்சி விகிதம்' (Hindu rate of growth) என்று கேலியாகக் குறிப்பிட்டு வந்தர்கள். ஆனால் 2004-ல் 8.5 சதவிகிதமாக உயர்ந்தது. 2005-ல் 7.5 சதவிகிதம் உயர்ந்தது. வளர்ச்சி விகிதம்

குறைந்ததற்குக் காரணம், விவசாய உற்பத்தி குறைவாக வளர்ந்ததே. 2006-ல் மீண்டும் 8.5% வளர்ச்சி கண்டது இந்தியா.

அதன் பின்பும் வேகம் குறையவில்லை. 2009-10-ல் 8%. 2010-11-ல் 8.5%.

சீனா போன்ற நாடுகள் 'டபுள் டிஜிட் குரோத்' எனப்படும் இரட்டை இலக்க வளர்ச்சியில் எகிறிக் கொண்டிருக்கின்றன. வளர்ச்சி என்றால் கடந்த ஆண்டைவிட, கணக்கிடப்படும் ஆண்டில், GDP எவ்வளவு உயர்ந்துள்ளது என்று கணக்கிடுவது. இந்தியாவின் ஜி.டி.பி. வளர்ச்சியும் சீனாவின் ஜி.டி.பி. வளர்ச்சியும் 2050 வரை ஒவ்வோர் ஐந்தாண்டிலும் எப்படியிருக்கும் என்று கோல்ட்மன் சாக்ஸ் என்ற ஒரு நிறுவனத்தின் 2005லேயே வெளியிட்டது.

வருடம்	இந்தியா	சீனா
2000-05	5.3	8.0
2005-10	6.1	7.2
2010-15	5.9	5.9
2015-20	5.7	5.0
2020-25	5.7	4.6
2025-30	5.9	4.1
2030-35	6.1	3.9
2035-40	6.0	3.9
2040-45	5.6	3.5
2045-50	5.2	2.9

2005-10 என்கிற காலகட்டத்தில், அதன் கணிப்பையும் விஞ்சும் விதமாகவே இந்திய பொருளாதார வளர்ச்சி கண்டுள்ளது. சீனாவும் தான்.

பல பைசாக்கள் சேர்ந்தது தானே ஒரு ரூபாய். அப்படி பல துறைகளின் முன்னேற்றமும் சேர்ந்ததுதான் மொத்த ஜி.டி.பி.

அந்தப் பல பகுதிகளும் சில காலாண்டுகளாக எப்படி வளர்ந்து வந்துள்ளன என்று ஒரு பார்வை பார்க்கலாம்.

	2010-11ல் செக்டார் வாரியாக GDP
தொழில்துறை	9.8%
விவசாயம்	4.4%
கட்டுமானம்	8.8%
மைனிங் (சுரங்கம்)	8%
சர்விசஸ்	9.8%

பங்குச்சந்தையைப் பொறுத்தவரை GDP வளர்ச்சி அடைந்தால், அதுவும் பிரமாதமான வளர்ச்சி அடைந்தால் மக்கள் நிறையப் பொருள்களை வாங்குகிறார்கள் என்று அர்த்தம். நிறைய முதலீடு செய்யப்படுகிறது என்று அர்த்தம். எனவே, பங்குகளின் விலையும் ஜம்மென்று மேலே போகும் என்று அர்த்தம்.

வரும் சில வருடங்களில் GDP வளர்ச்சி தொடர்ந்து 8-9% என்ற கணக்கில் இருக்கும் என்கிறார்கள். போகப் போக, ஒரு நேரத்தில் 10%க்கூடத் தொட்டுவிடும் என்கிறார்கள். அப்படியே போய்க்கொண்டிருந்தால் பங்குச்சந்தை பிரமாதமாகச் செல்லும். எதிர்பார்த்த வளர்ச்சி இல்லையென்றால் அதேசமயம் எந்தக் காரணத்தாலோ பங்குச் சந்தைகள் அடிவாங்கும்.

மானிட்டரி பாலிசி

நமது தற்போதைய பிரதமர் டாக்டர் மன்மோகன் சிங், ஒரு பொருளாதார வல்லுனர். பிரிட்டனில் ஆக்ஸ்ஃபோர்ட், கேம்பிரிட்ஜ் ஆகிய இரண்டு பல்கலைக்கழகங்களிலும் படித்தவர். நமது முன்னாள் நிதியமைச்சர் ப.சிதம்பரமும் அமெரிக்காவின் ஹார்வர்ட் பல்கலைக்கழகத்தில் படித்தவர். திட்டக் குழுவின் துணைத்தலைவராக இருக்கும் மாண்டேக் சிங் அலுவாலியா ஆக்ஸ்ஃபோர்ட் பல்கலைக்கழகத்தில் பட்டம் பெற்றவர்.

மன்மோகன் சிங், அலுவாலியா இருவருமே முன்னர் சர்வதேச நிதியத்தில் (IMF) வேலை செய்தவர்கள். மன்மோகன் சிங் பாரத

ரிசர்வ் வங்கியின் கவர்னராக இருந்தவர், பின் மத்திய அரசின் நிதியமைச்சராக இருந்தவர். இவர் நிதியமைச்சராக இருந்த காலத்தில்தான், தாராளமயமாக்கல் கொள்கையே கொண்டு வரப்பட்டது. அதற்குப் பின்னர்தான் இந்தியாவின் GDP வளர்ச்சி 7-8% என்பதை நோக்கி வரத்தொடங்கியது.

ஆட்சிப் பொறுப்பில் இருப்பவர்கள் கைகளில்தான் - மேலே சொன்ன மூவர் - அரசின் நிதிக்கொள்கை உள்ளது. இதற்கடுத்து முக்கியமானது பணக்கொள்கை அல்லது மானிடரி பாலிசி (Monetary Policy) என்பது.

மானிடரி பாலிசி என்றால் என்ன? அது எந்த வகையில் பங்குச்சந்தையை, தொழில்துறைகளைப் பாதிக்கிறது என்பதைப் புரிந்துகொள்வது அவசியம்.

எல்லா நாட்டிலும் மானிட்டரி பாலிசியைத் தீர்மானிப்பது சென்ட்ரல் பேங்க் எனப்படுவது. நம் நாட்டைப் பொறுத்தவரை அது பாரத ரிசர்வ் வங்கி. (அமெரிக்காவுக்கு பெடரல்) பொதுவாக, ஆட்சியாளர்கள் கையில் சிக்காமல் ஓரளவுக்குத் தனித்தன்மையோடு இயங்குவது ரிசர்வ் வங்கி.

ரிசர்வ் வங்கி, இந்தியாவில் உள்ள அனைத்து வங்கிகளையும் NBFC எனப்படும் வங்கியல்லாத நிதி நிறுவனங்களையும் கட்டுப்படுத்துகிறது. இவர்கள் கையில் இண்டெரெஸ்ட் ரேட் எனப்படும் பிரம்மாஸ்திரம் உள்ளது. அத்துடன் வங்கிகளைக் கட்டுப்படுத்தும் கேஷ் ரிசர்வ் ரேஷியோ (CRR) எனப்படும் அக்கினியாஸ்திரமும் உள்ளது.

அந்நியச் செலாவணி வாங்குதலை, விற்றலைக் கட்டுப்படுத்து வதும் நெறிப்படுத்துவதும் ரிசர்வ் வங்கியின் கையில்தான் உள்ளது. (பல கைகளும் அவற்றில் ஆயுதங்களும் உள்ள 'சக்தி' என்பது இதுதானோ!)

கடன்கள்

ஒரு நாட்டின் பொருளாதாரத்தில் வங்கிகள், பிற நிதி நிறுவனங் கள் எந்த விதத்தில் பங்குபெறுகின்றன?

நமக்கு முந்தைய தலைமுறையில் 'கடன்' என்பதே கூடாது என்ற எண்ணம் இருந்தது. அப்போதைக்கு அது சரி. ஆனால் நவீன

பொருளாதாரத்தில் கடன் என்பது மிக முக்கியமான அங்கம் ஆகி விட்டது. கடன் இல்லையென்றால் நாட்டில் பொருளாதார வளர்ச்சியே கிடையாது என்கிற நிலை வந்துவிட்டது.

மத்திய, மாநில அரசுகளே கடன்களை நம்பித்தான் வாழ்க்கை நடத்துகின்றன என்று. இந்தக் கடன்கள் மிக முக்கியமானவை. அரசை நடத்த மட்டுமல்ல; கடன் கொடுப்பவர்களின் நலத்துக் கும்தான்!

இந்தியாவில், முறையான சோஷியல் செக்யூரிட்டி என்பது இன்னும் வரவில்லை. வயதான காலத்தில் ஒன்று, பென்ஷன் கிடைக்க வேண்டும். அல்லது பெற்ற பிள்ளைகள் காப்பாற்ற வேண்டும். இரண்டும் இல்லாவிட்டால், சம்பாதிக்கும்போது கிடைக்கும் பணத்தை வங்கியிலோ அல்லது பாதுகாப்பான வட்டி கிடைக்கும் ஏதோ திட்டத்திலோ போட்டு அதில் கிடைக்கும் வட்டியை வைத்துத்தான் ஓய்வுகாலத்தில் வாழ வேண்டும்.

ஆக வட்டி கிடைக்கக்கூடிய, பாதுகாப்பான முறை மக்களுக்கு வேண்டும். அரசைவிடப் பாதுகாப்பான கடன் பெறுபவர் யாரும் இல்லை அல்லவா? எனவே, அரசு நாளைக்கே கடன் வாங்க வில்லையென்றால் அதனால் பாதிக்கப்படுவது நம் நாட்டில் உள்ள வயதானவர்கள்தாம்!

பொதுமக்கள் நேரடியாகவும் அரசுக்குக் கடன் தரலாம். வங்கி கள் மூலமாகவும் கடன் தரலாம். அரசு வெளியிடும் கடன் பத்திரங்களை பொதுமக்கள் நேரடியாக வாங்கலாம்; அல்லது மியூச்சுவல் ஃபண்ட்கள் மூலமாகவும் (Debt Funds) வாங்கலாம். பொதுமக்கள் வங்கிகளில் வைத்திருக்கும் வைப்புத் தொகையை எடுத்து, வங்கிகள் அரசுக்குக் கடன் தரலாம். இப்படிப் பல வழிகள் உள்ளன.

பொதுமக்களிடம் (நேரடியாகவும் மறைமுகமாகவும்) கடன் வாங்குவதன்மூலம், அரசு மாபெரும் நலப்பணிகளை, சாலைகள் அமைப்பது, மின் உற்பத்தி நிலையங்கள் கட்டுவது போன்றவற்றைச் செய்யமுடியும். அதேபோலவே பொது மக்களிடம் கடன் வாங்குவதன்மூலம், தனியார் நிறுவனங் களும் பொதுத்துறை நிறுவனங்களும் பெரும் வளர்ச்சியைக் காண முடியும்.

நிறுவனங்களின் வளர்ச்சிக்குத் தேவையான பணம் முதலீடு (Equity) என்ற வகையிலோ அல்லது கடன் (Debt) என்ற வகையிலோ வந்தாக வேண்டும். பல நிறுவனங்களும் முதல், கடன் என்ற இரண்டு வகையிலும் பணத்தைப் பெறுவார்கள். முதலும் கடனும் எந்த விகிதத்தில் உள்ளன என்பதை Debt-equity ratio என்ற கடன்-முதல் விகிதத்தின் மூலமாகத் தெரிந்து கொள்ளலாம்.

நிறுவனங்கள் பல்வேறு விதமாகக் கடன்களைப் பெற முயற்சி செய்யும். ஒன்று கடன் பத்திரங்கள் (Bonds) வெளியிடுவதன் மூலம். மற்றொன்று டிபென்ச்சர்கள் வெளியிடுவதன்மூலம். இரண்டுக்கும் வித்தியாசங்கள் உள்ளன. பாண்ட்கள் வெளியிடும் போது, அவை அந்த நிறுவனத்தின் சொத்துக்களை அடகு வைத்து வெளியிடப்படுகின்றன. பொதுவாகப் பிரபலம் ஆகாத நிறுவனங்கள் கடன் பெற விரும்பும்போது இவ்வாறு செய்வார்கள். கடனைத் திருப்பித் தராவிட்டால் கடன் கொடுத்தவர்கள் அடகுவைத்த சொத்தை எடுத்துக்கொள்ளலாம்.

டிபென்ச்சர் வெளியிடும்போது, அந்த நிறுவனம் எந்தச் சொத்தையும் அடகு வைப்பதில்லை. ஒவ்வொரு நிறுவனத்துக்கும் ஒரு கிரெடிட் ரேட்டிங் இருக்கும். கிரெடிட் ரேட்டிங் கொடுப்பதற்கு என்றே சில மதிப்பீட்டு நிறுவனங்கள் (Rating Agencies) உள்ளன. அவை நிறுவனத்தின் சொத்து மதிப்பு, அதன் செயல்பாடுகள், அதன் லாபம், அது முந்தைய காலங்களில் கடன்கள் பெற்றபோது, எவ்வாறு திருப்பிச் செலுத்தினர் ஆகியவற்றைப் பொறுத்து ரேட்டிங் கொடுப்பார்கள். அந்த ரேட்டிங்கை முன் வைத்து நிறுவனங்கள் டிபென்ச்சர்களை வெளியிடும்.

அதிக ரேட்டிங் உள்ள நிறுவனத்தின் டிபென்ச்சர்களை பொது மக்கள், நிதி நிறுவனங்கள் தைரியமாக வாங்குவார்கள். டிபென்சர்கள் இப்போது அவ்வளவு பிரபலமில்லை.

இவ்வாறு பெறும் கடனை வைத்துத்தான் பல நிறுவனங்களும் வளர்ச்சிக்கான திட்டங்களைச் செயல்படுத்துகிறார்கள்.

கடன் என்றாலே உடனே அடுத்து பேசப்படுவது வட்டி விகிதம். பாண்ட் அல்லது டிபென்ச்சர் அல்லது அரசு வெளியிடும் நீண்டகாலக் கடன் பத்திரங்களான கில்ட்கள் (Gilts), மிகக் குறுகிய காலக் கடன் பத்திரங்களான டிரெஷரி பில்கள் (Treasury Bills)

ஆகியவை வெளியிடப்படும்போது, கூடவே அதற்கு என்ன வட்டி கிடைக்கும் என்றும் தெரிவிப்பார்கள்.

இந்தக் கடன் பத்திரங்களை வங்கிகள், நிதி நிறுவனங்கள், மியூச்சுவல் ஃபண்ட்கள், தனி மனிதர்கள் வாங்குகிறார்கள்.

வேறு சில வகைகளிலும் வங்கிகள் தொழில் நிறுவனங்களுக்குக் கடன்களைக் கொடுக்கின்றன. ஓவர்டிராஃப்ட் கணக்கு மூலமாக, குறிப்பிட்ட தொழில் திட்டங்களுக்கு என்று, லைன் ஆஃப் கிரெடிட் என்ற வகையில், சொத்தை அடமானம் வைத்து அல்லது வைக்காமல் என்று பலவகைகளில் இந்தக் கடன்கள் கொடுக்கப்படுகின்றன.

ஒவ்வொரு வங்கியும் மூன்று வகைகளில் பணத்தைத் திரட்டுகிறது - வங்கியின் பங்குதாரர்கள் கொண்டுவரும் முதலீடு; வங்கியின் வாடிக்கையாளர்கள் கொடுக்கும் வைப்புத்தொகை, நடப்புக் கணக்கு, சேமிப்புக் கணக்கு ஆகியவற்றில் சேரும் பணம் (CASA) ; வங்கி பிற வங்கிகளிடமிருந்தும் நிறுவனங்களிடமிருந்தும் பெறும் கடன்கள். இந்தப் பணத்தைக் கொண்டு ஒரு வங்கி தனிப்பட்ட நபர்களுக்கோ, நிறுவனங்களுக்கோ அல்லது அரசுக்கோ கடன் கொடுக்கிறது.

தான் டெபாசிட்டாகப் பெறும் தொகைக்கு ஒரு வங்கி, வட்டி கொடுக்க வேண்டும். பொதுவாக ஒரு வங்கி, தான் பெறும் தொகைக்குக் கொடுக்கும் வட்டியைவிட, தான் கொடுக்கும் கடனுக்கு வசூலிக்கும் வட்டியை அதிகமாக வைத்திருக்கும். இந்த வட்டி விகிதங்களின் வித்தியாசம்தான், ஸ்ப்ரெட் (Spread) எனப்படும். உதாரணத்துக்கு, வைப்புத்தொகைக்கு 9% வட்டி கொடுக்கும் வங்கி, தன்னிடம் வீட்டுக்கடன் பெறும் ஒருவரிடம் 13% வசூலிக்கும். வித்தியாசம் - ஸ்ப்ரெட் - 4%. இந்த வித்தியாசத்தைக் கொண்டுதான் ஒரு வங்கி தன் செலவுகளைக் கவனித்துக் கொள்கிறது. மீதத்தை லாபமாக காட்டுகிறது. இதை NIM நெட் இண்ட்ரெஸ்ட் மார்ஜின் என்றும் குறிப்பிடுவார்கள்.

ரிசர்வ் வங்கி நாட்டில் உள்ள பணப்புழக்கத்தினை M3 என்று அழைக்கிறது. M3 என்றால் நாட்டில் உள்ள மொத்த கரன்சி + வங்கிகள் கொடுத்துள்ள மொத்த கடன்கள் (Total credit including food and non-food credit) மற்றும் தங்கத்தின் இருப்பு.

பணம் என்பது, தனியார்களிடம் இருக்கிறது என்பது சரி. ஆனால், அது அவர்கள் வீட்டில் இல்லையே! எல்லாம் அல்லது பெரும்பகுதி வங்கிகளில்தானே டெபாசிட்டுகளாக இருக்கிறது. நம் நாட்டில், வங்கிகளிடம் இருக்கும் பணத்தின் அளவு நம் கற் பனைக்கு எட்டாதது. எல்லாம் லட்சம் கோடிகளில், சர்வ சாதாரணமாக. இந்த வங்கிகள் எல்லாம் ரிசர்வ் வங்கியின் கட்டுப் பாட்டில். ரிசர்வ் வங்கி விரலசைத்தால்தான் வங்கிகளில் இருந்து பணம் நகரும்.

ரிசர்வ் வங்கி வைத்திருக்கும் கட்டுப்பாடுகள் சிலவற்றைப் பற்றிப் பார்ப்போம்.

Statutory Liquidity Ratio (SLR): ஸ்டாச்சுடரி லிக்விடிட்டி ரேஷியோ என்பது ஐம்பது, அறுபது வருடங்களாக நம் நாட்டில் இருக்கும் ஒரு கட்டுப்பாடு. நாட்டில் எதற்காவும் பணத்தட்டுப்பாடு வந்துவிடக்கூடாது என்கிற நோக்கத்துடன் உருவாக்கப்பட்டது. வீட்டில் பணம் இல்லை என்றால், வெளியே கை நீட்டிவிடலாம். ஆனால் கை நீட்டி, அப்போது கிடைக்காவிட்டால்? வீட்டுக்கே அப்படி. ஒரு நாட்டுக்கு அப்படி ஒரு நிலை வரலாமா? அதற்காகத்தான் இந்த ஏற்பாடு.

வங்கிகளிடம் மொத்தம் டெபாசிட்டுகளாக ரூ.100 பணம் இருக்கிறதென்று வைத்துக் கொள்வோம். அந்த வங்கி, அந்தப் பணத்தினைப் பலருக்கும் கடன்களாகக் கொடுக்கும். அப்படி அந்த வங்கி எவ்வளவு ரூபாய் வரை கடனாகக் கொடுக்கலாம் என்பதுதான் இந்தக் கட்டுப்பாடு, ரேஷியோ. ரிசர்வ் வங்கி 2010 டிசம்பரில் அறிவித்தபடி, 24 ரூபாயை நிறுத்திக்கொண்டு, மீதத்தினைத்தான் கடனாகக் கொடுக்க வேண்டும். முன்பெல் லாம் இதுவே 35 ஆக இருந்தது. தாராளமயமாக்கல் காலத்தில் தான், 35 என்பது 25 ஆனது. இந்த 100-க்கு 25 ரூபாயை வங்கியே வைத்துகொள்ள முடியாது. அதனை ரிசர்வ் வங்கியிடம் கொடுத்துவிட வேண்டும்.

வங்கிகள் என்ன செய்தார்கள் என்றால், அந்தக் காசு ஏன் வீணாக வட்டியில்லாமல் போக வேண்டும் என்று யோசித்து, அந்த 25 அல்லது 35 ரூபாய்க்கு அரசின் டிரஷரி பில்கள் அல்லது அரசு வெளியிடும் கடன் பத்திரங்கள் வாங்கி (அதற்கு வட்டி உண்டே!) அதனை SRR-க்காக ரிசர்வ் வங்கியிடம் கொடுத்து வந்தார்கள்.

ரிசர்வ் வங்கி பார்த்தது. இது சரியில்லையே! ஓர் அவசரத்துக்கு வைத்துக்கொள்ளலாம் என்றால், எல்லாம் அரசு பத்திரங்களாக இருந்தால் என்ன செய்வது? இல்லை, இல்லை நீங்கள் ஒரு பகுதியையாவது கட்டாயம் ரொக்கமாகக் கொடுத்துவிடுங்கள் என்று சொல்லிவிட்டது. அதுதான் கேஷ் ரிசர்வ் ரேஷியோ (Cash Reserve Ratio) எனப்படும் CRR.

பங்கு சந்தைகளில், ஊடகங்களில் இந்த CRR என்ற வார்த்தையின் மதிப்பே தனிதான். மகுடிக்கு மயங்கும் பாம்பு போல, CRRக்கு நகர்கிற பக்கமெல்லாம் பங்குசந்தை குறியீட்டு எண்ணும் நகரும் என்பதுபோல ஆகிவிட்டது.

CRRக்கு ஒரு கூடப்பிறந்த தம்பியும் உண்டு. அவர் பெயர் Repo Rate: ரெபோ ரேட் என்பதும் ஒருவித வட்டி விகிதம்தான். அவசரத்துக்குக் கையிருப்பில் பணம், ரொக்கம் இல்லை யென்றால், வங்கிகள் ரிசர்வ் வங்கியிடம் கைமாற்று வாங்கிக் கொள்ளலாம் - சில நாள்களுக்கு. அதற்குக் கொடுக்கும் வட்டி விகிதத்தின் பெயர் ரெபோ ரேட்.

Call Money Rate: ரிசர்வ் வங்கியிடம் வாங்காமல் அல்லது வாங்கி யது போதாமல், வெளிச் சந்தையில் (ஏனைய வங்கிகள் அல்லது பணம் இருப்பவர்களிடம் இருந்து) வாங்கும் பணத் துக்குக் கொடுக்க வேண்டிய வட்டி விகிதம்தான் கால் மணி ரேட். இது நிலைமைக்கு ஏற்றாற்போல ரெபோ ரேட்டைவிட அதிமாகவோ குறைவாகவோ இருக்கும். எல்லோருக்கும் பணம் தேவைப்படும் நேரங்களில் (உதாரணத்துக்கு மிகப் பெரிய பப்ளிக் இஷ்யூ - கோல் இந்தியா, NHPC போல!) கால் மணி ரேட் கூடுதலாக இருக்கும்.

Reverse Repo Rate: ஓடமும் ஒரு நாள் கப்பலில் ஏறும் என்பார்கள் இல்லையா? அப்படி ரிசர்வ் வங்கி கமர்ஷியல் வங்கிகளிடம் இருந்து பணத்தினைப் பெறுவதாக இருந்தால், அதற்கு வட்டி கொடுக்க வேண்டும். அதற்கு ரிவெர்ஸ் ரெபோ ரேட் என்று பெயர். இது ரெபோ ரேட்டினைவிடக் கூடுதலாக இருக்கும். தங்களிடம் உபரியாகத் தேவையில்லாமல் இருக்கும் பணத் தினை வங்கிகள் பாதுகாப்பாக ரிசர்வ் வங்கியிடம் விட்டு வைக்கலாமே? அதற்கும் அதிக வட்டி கிடைக்குமே! (எப்படி எல்லாம் யோசிக்கிறார்கள்!)

நாட்டில் நிலவும் பணவீக்கத்தை குறைக்க ரிசர்வ் வங்கி, நாட்டில் உலாவும் பணப்புழக்கத்தை குறைக்க நினைக்கும். அதன் பொருட்டு CRRஐ உயர்த்தும். 2010-11-ல் மட்டும் (நவம்பர் '11 வரை) சுமார் 13 வரை CRRஐ உயர்ந்திருப்பது என்றால் பார்த்துக் கொள்ளுங்கள். ஒவ்வொரு முறை உயர்த்திய போதும் பங்கு சந்தை சரிந்தது.

அது சரி, CRR அதிகமானால் பங்குச்சந்தைக்கு ஏன் பிடிக்க வில்லை?

அதிலும் குறிப்பாக ஏன் வங்கிப் பங்குகள் CRR உயர்த்தும் சமயம் அதிகம் வீழ்வதும், CRR குறைக்கும் நேரம் உயர்வதும் நடக்கிறது? நல்ல கேள்விகள்தான்.

ஒரு வங்கி தன்னிடம் உள்ள பணத்தில் CRR போக மீது உள்ளதைத்தான் கடனாகப் பிறருக்குக் கொடுக்க முடியும். CRR அதிகமாக அதிகமாக, கடன் கொடுப்பதற்கு என்று கையில் இருக்கும் பணம் குறையத் தொடங்கும் அல்லவா? ரிசர்வ் வங்கி CRR-ஐ அதிகப்படுத்துவதன் நோக்கமும் அதுதான். நாட்டில் இன்ஃபிளேஷன் - பணவீக்கம் அதிகமாகும்போது பணப்புழக்கத்தைக் குறைக்கவேண்டும் என்று கருதி ரிசர்வ் வங்கி இப்படிச் செய்யும்.

பணவீக்கம், பணப்புழக்கம். இவை இரண்டையும் இன்னும் சற்றுத் தள்ளி கவனிப்போம். முதலில் CRR பங்குச்சந்தையை எப்படிப் பாதிக்கிறது என்று பார்ப்போம்.

CRR அதிகமானால் வங்கி கொடுக்கும் கடன் குறையும் என்று பார்த்தோம் அல்லவா? அதனால் வங்கிகளில் லாபம் குறையும் என்று கருதிய பங்கு வணிகர்கள் வங்கிகளின் பங்குகளை விற்க ஆரம்பிப்பார்கள். இதனால் பட்டியலிடப்பட்ட வங்கிகளின் பங்கு விலை சடாரென சரியும்.

அத்துடன் கடன்கள் கொடுப்பது குறைந்தால் பெர்சனல் லோன்கள் கொடுப்பதும் குறையும்; அதனால் கன்ஸ்யூமர் பொருள்கள் (கார் முதல் டிவி வரை) விற்பனையாவது குறையும் என்பதால் இந்த நிறுவனங்களின் பங்கு விலைகளும் சரிய ஆரம்பிக்கும்.

இறக்கம் இந்த இரண்டு துறைகளுடன் நிற்காது. நிப்டி மற்றும் சென்செக்ஸ் இரண்டிலும் இந்த இரண்டு துறை பங்குகளும் நல்ல

எண்ணிக்கை (மற்றும் வெயிட்டேஜ்)யில் இருப்பதால், மொத்த குறியீட்டு எண்ணிலும், அதனால் மற்ற பங்கு விலைகளிலும் (சிம்ப்பதி காரணமாக) விலைகள் குறையும்.

நிலைமை இப்படியே போய்க்கொண்டிருக்காது. சில மாதங்கள் கழித்து, பண வீக்கம் குறையும். தவிர IIP போன்றவையும் நாட்டின் தொழில் வளர்ச்சி குறைவதை காட்டும். இதனால் ரிசர்வ் வங்கி CRRஐ குறைக்க ஆரம்பிக்கும். உடன் அந்த இரண்டு துறை சார்ந்த பங்கு விலைகள் உயரும்.

அடுத்தது வட்டி விகிதம். Prime Lending Rate (PLR) என்று ஒன்று. ரிசர்வ் வங்கி Benchmark Prime Lending Rate (BPLR) என்று ஒரு வட்டி விகிதத்தைக் குறிப்பிடும். இதை அடிப்படையாகக் கொண்டு ஒவ்வொரு வங்கியும் தான் பணம் பெறுவதற்கு என்ன செலவா கிறது என்பதைக் கணக்கிட்டு தன் வங்கிக்கு என்று PLR-ஐக் குறிப்பிட வேண்டும்.

இந்த PLR-ஐ அடிப்படையாக வைத்துதான் வங்கி, தான் கொடுக் கும் கடனுக்கு எவ்வளவு வட்டி வசூலிக்க வேண்டும் என்பதைத் தீர்மானிக்கும். பொதுவாக ஒவ்வொர் வங்கியின் PLR-ம் ரிசர்வ் வங்கி குறிப்பிட்டிருக்கும் BPLR-ஐ விட கொஞ்சமாவது அதிக மாக இருக்கும். நிச்சயம் அதைவிடக் குறைவாக இருக்காது.

நாட்டில் மிக அதிகமாகப் பணம் புழங்குகிறது என்று ரிசர்வ் வங்கி தீர்மானித்தால், CRR-ஐ அதிகப்படுத்தும் அல்லது BPLR-ஐ அதிகப்படுத்தும். CRR-ஐ அதிகப்படுத்தினால் உடனடியாகப் பணப்புழக்கம் குறையும் என்று பார்த்தோம். ஆனால் வட்டி விகிதத்தை அதிகப்படுத்தினால் என்ன ஆகும்?

உடனடியாகப் பணப்புழக்கம் குறையாது. ஆனால் வீணாகக் கடன் வாங்குவது குறையும். வீண் செலவுகள் குறைக்கப்படும். அதனால் பணப்புழக்கம் குறையாவிட்டாலும் சேமிப்பு அதிக மாகி, பொருள்கள் வாங்குவது குறைவதால் பணவீக்கம் குறையும்.

உதாரணத்துக்கு, வீட்டுக் கடனை எடுத்துக்கொள்வோம். வீட்டுக் கடனுக்கான வட்டி விகிதம் 7% என்று வைத்துக்கொள்ளுங்கள். ஒரு லட்ச ரூபாய்க்கு, 15 வருடக் கடனுக்கு, மாதாமாதம் கட்ட வேண்டிய EMI ரூ.899. ஒருவரது மாதச்சம்பளம் ரூ.25,000 என்று

வைத்துக்கொள்ளுங்கள். அவர் செலவுகள் எல்லாம் போக மாதம் ரூ.10,000 வரை சேமிக்கக்கூடியவர் என்று வைத்துக் கொள்ளுங்கள். EMI ரூ.10,000 இருக்கக்கூடிய அளவுக்கு அவர் கடன் வாங்கினால் தாங்கமுடியும் என்று நினைக்கிறார். எனவே, அவரால் 11 லட்ச ரூபாய் வரை கடன் பெற முடியும்.

இப்பொழுது PLR அதிகமானதால் வீட்டுக்கான கடன் வட்டி விகிதம் 9% என்று ஆகிவிட்டது என்று வைத்துக்கொள்வோம். அப்படியானால் ஒரு லட்சத்துக்கு, 15 வருடக் கடனுக்கு EMI ரூ.1,015. அப்படியானால் அவரால் அதிகபட்சம் 10 லட்ச ரூபாய் தான் கடன் பெறமுடியும். எனவே, அவராகவே அவ்வளவுதான் கடன் வாங்குவார். இதனால் விலைகுறைந்த இடத்தைத் தேர்ந்தெடுப்பார். வீட்டுக்கு வாங்க இருந்த ஃபர்னிச்சர்களைக் குறைக்கப்பார்ப்பார். இப்படியாகப் பணத்தை வாரி இறைக்க மாட்டார்.

இதே வீட்டுக்கடன் வட்டி 5% என்று குறைகிறது என்று வைத்துக் கொள்ளுங்கள்! இப்பொழுது நம் நண்பரால் ரூ.12.5 லட்சம் கடன் பெற முடியும். இப்பொழுது அவர் சற்றுத் தாராளமாகவே செலவு செய்வார்!

இவ்வளவுதான் விஷயம்.

வங்கிகள் அவர்கள் இஷ்டத்திற்கு நிறைய கடன்களை வாரி வழங்கிவிட்டதாக, ரிசர்வ் வங்கி பயப்பட்டால், உடனேயே வட்டி விகிதத்தைச் சற்று அதிகரிக்கும்.

ரிசர்வ் வங்கி CRR, வட்டி விகிதம் ஆகியவை பற்றி அறிவிப்பு செய்யும்போது, பங்குச்சந்தை அதனை முன்னமே எதிர்பார்த் திருந்தால், அறிவிப்பு வருகிற நேரம், பங்குகள் சடாரென வீழாது. ஏறவும் ஏறாது. ஆனால் எதிர்பாராத ஏற்றம், இறக்கம் ரிசர்வ் வங்கியிடமிருந்து அறிவிக்கப்பட்டால் அதனால் கலவரமடைந்து பங்குச்சந்தை சரியும்.

பணவீக்கம்

'அந்தக் காலத்துல எல்லாம் தங்கம், பவுனுக்கு பத்து ரூபாய்' என்று வயதானவர்கள் பேசக் கேட்டிருப்பீர்கள். நமக்குத் தெரிந்தே பெட்ரோல் லிட்டர் முப்பது ரூபாய்க்கு இருந்தது; இன்று எழுபதுக்கும் மேல்.

விலைவாசியெல்லாம் ஏறிப்போச்சு என்று பலரும் பேசுவதைப் பார்த்திருக்கிறீர்கள்.

இதற்குப் பெயர்தான் பணவீக்கம் அல்லது இன்ஃபிளேஷன்.

மிகவும் எளிதாகச் சொல்லப்போனால், நாளாக நாளாகப் பணத்தின் மதிப்பு எவ்வாறு குறைகிறது அல்லது பொருள்களின் விலை எவ்வாறு ஏறுகிறது என்பதுதான் பணவீக்கம் என்று சொல்லப்படுகிறது. இது சதவிகிதத்தில் குறிப்பிடப்படும். மேலும் விலை ஏற்றம் அல்லது இறக்கம் என்பதற்கு ஏதாவது ஒரு குறிப்பிட்ட காலகட்டத்தில் இருக்கும் பொருள்களின் விலை யோடு இப்பொழுது இருக்கும் பொருள்களின் விலையை ஒப்பிட வேண்டியிருக்கும் அல்லவா?

அந்தக் குறிப்பிட்ட ஒப்பீட்டு வருடத்தை, பேஸ் பீரியட் (Base Period) என்று அழைக்கிறார்கள். இது GDP கணக்கிடும்போது எடுத்துக்கொள்ளும் அதே வருடம்தான். பேஸ் பீரியட் சமயத் தில், சில பொருள்களின் விலைகள் என்னவாக இருந்தனவோ அவற்றை அடிப்படையாக எடுத்துக்கொண்டு, அதன் பின் விலைகள் எவ்வளவு உயர்கின்றன என்று கணக்கிடுவார்கள்.

1990-களில் இரட்டை இலக்கங்களில் இருந்த பணவீக்கம் 2000-ங் களில் குறைந்தது. பின்னர் 2006 வாக்கில் வெறும் 5%க்கு சற்று அதிகமாக இருந்தது. 2011-ல் பெரும் பிரச்னை ஆகி 12% ஆனது.

முன்பெல்லாம் பணவீக்கம் என்றால் ஒரே ஒரு எண்தான். 2010-ல் அதனை மாற்றிவிட்டார்கள். உணவுப் பணவீக்கம், ஜெனரல் (Headline) பணவீக்கம் என்று இரண்டாக பிரித்துவிட்டார்கள்.

2011ல் பன்னிரெண்டு சதவிகிதம் வரை போனது உணவு பண வீக்கம். இதனை வாரம் ஒருமுறை கணக்கிட்டு வெளியிடுவது என்றும், பொது பண வீக்கத்தை பிரைமரி ஆர்டிக்கில்ஸ் (20.11% வெயிட்), உற்பத்திப் பொருட்கள் (64.97% வெயிட்), எரிபொருட்கள் போன்றவை வரும். இதனை மாதம் ஒருமுறை கணக்கிட்டு வெளியிடுவது என்றும் முடிவு செய்திருக்கிறார்கள். இந்த இரண்டு கணக்கிடுகளுக்குமே, இந்தியாவில் ஹோல்சேல் பிரைஸ் இண்டெக்ஸ் (Wholesale Price Index - WPI) என்னும் முறையைப் பயன்படுத்துகிறார்கள். பொது பண வீக்கத்திற்கு பொதுமக்கள் பயன்படுத்தும் அத்தியாவசியப் பொருள்களில் 676 பொருள்களைக் கணக்கில் எடுத்துக்கொள்கிறார்கள். இந்தப்

பொருள்களுக்கு பாஸ்கெட் ஆஃப் குட்ஸ் (Basket of Goods) என்று பெயர். இந்தப் பொருள்கள் மொத்த விலைக்கு விற்கும் இடங்களில் என்ன விலை மாறுதல்கள் வாராவாரம் ஏற்படு கின்றன என்று கண்காணிக்கிறார்கள்.

ஒவ்வொரு பொருளுக்கும் ஒரு வெய்ட்டேஜ் உண்டு. இந்த வெய்ட்டேஜ், பொருள்களின் விலைமாற்றம் ஆகியவற்றைக் கணக்கில் கொண்டு வாராவாரம் WPI எவ்வாறு மாறுகிறது என்று பார்ப்பார்கள். அந்த மாறுதல் சதவிகிதமே பணவீக்கம் என்று அழைக்கப்படுகிறது.

ஆனால் பல நாடுகளில் மொத்த விலை முறை (Wholesale Price) என்பதைக் கணக்கில் எடுக்காமல் சில்லறை விற்பனை விலை - அதாவது கடைசியில் வாடிக்கையாளர் கையில் பொருள்கள் கிடைக்கும்போது, என்ன விலை என்பதை Consumer Price Index - CPI என்னும் முறை மூலம் கண்காணிக்கிறார்கள். இந்தியாகூட இந்த முறைக்கு மாற முயற்சி செய்கிறது.

இன்ஃபிளேஷன் போலவே டிஃபிளேஷன் (Deflation) என்று ஒன்று உண்டு. பொருள்களின் விலை ஏறாமல் இறங்கிக் கொண்டே போவது. என்னடா, புதுமையாக இருக்கிறதே என்கிறீர்களா? நம் நாட்டிலேயே சில பொருள்கள் ஆண்டுகள் தள்ளிப்போக, தள்ளிப்போக விலைகள் குறைவதைப் பார்க்கி றீர்கள். உதாரணம் கம்ப்யூட்டர் விலை. சென்ற ஆண்டு வாங்கி யதைவிட இந்த ஆண்டு, இன்னமும் சிறந்த தன்மையுள்ள கம்ப் யூட்டர், குறைந்த விலைக்குக் கிடைப்பதைப் பார்த்திருப்பீர்கள்.

ஆனால் பொதுவாக, பல்வேறு பொருள்களும் விலை ஏறிக் கொண்டேதான் போகின்றன. மிகவும் வளர்ச்சியடைந்த சில நாடுகளில் சில சமயங்களில் டிஃப்ளேஷன் ஏற்படலாம். அந்தச் சமயங்களில் வங்கிகள் வைப்பு நிதிக்கோ சேமிப்புக் கணக் குக்கோ எந்தவித வட்டியும் கொடுக்காது! பணத்தைத் தங்களிடம் வைத்துக்கொள்ள அவர்கள் காசு கேட்பார்கள்! சில ஆண்டு களுக்கு முன்பு வரை ஜப்பானில் இப்படித்தான் இருந்தது.

வளர்ந்துவிட்ட பொருளாதாரத்தில் இது சாத்தியம். வளரும் எகானமியில் சாத்தியமில்லை.

பணவீக்கம் பங்குச்சந்தையை எப்படிப் பாதிக்கிறது? பணவீக்கம் ஒரு கட்டுக்குள் இருக்க வேண்டும். இல்லாவிட்டால் பொருளா

தாரத்தை வெகுவாகப் பாதிக்கும். மக்கள் பெறும் சம்பளம் திடீ ரென்று அதிகரிக்காது. பணவீக்கம் அதிகமாக இருந்தால் மக்க ளின் வாங்குசக்தி குறைந்துவிடும். வாங்குசக்தி குறைந்தால் பல நிறுவனங்களின் விற்பனை குறையும். தேவை என்பதற்குபதில் ஆடம்பரம் என்று கருதி பல பொருள்களை மக்கள் வாங்க மாட்டார்கள்.

மக்கள் பொருள்களை வாங்காவிட்டால் நிறுவனங்களின் விற்பனை குறையும். அதனால் நிறுவனங்களின் லாபங்கள் குறையும். எனவே, பங்குகளின் விலையும் குறையும். பங்குச் சந்தை திண்டாடும்.

இந்த காரணங்களால்தான் பணவீக்கம் அதிகமாகும் நேரங்களில் நாட்டின் நிதியமைச்சர் உடனடியாக ஓர் அறிக்கை கொடுக்க வேண்டி வருகிறது.

நம் நாட்டில் பணவீக்கம் அதிகமாக முக்கியமான காரணம் பெட் ரோல் விலை. உலகச் சந்தையில் கச்சா எண்ணெயின் விலை அதிகமானால் அதை இறக்குமதி செய்யும் இந்தியா பெருமளவு பாதிக்கப்படுகிறது. பெரும்பாலான சமயங்களில் பணவீக்கம் அதிகமானதற்குக் காரணம் பெட்ரோல், டீசல் விலை ஏற்றம் தான்! அப்படி என்றால், கச்சா எண்ணெய் விலை குறைந்தால், பணவீக்கம் குறைய வேண்டும் என்கிறீர்களா? லாஜிக் சரிதான். ஆனால், முன்பு நடப்பதுபோல், பின்னால் நடப்பது இல்லை தான். ஏற்றிய விலையை இறக்க மனமில்லாதவர்கள்தான் இதற்கு காரணம்.

பெட்ரோல் விலை மட்டும்தான் என்று இல்லை. தான்ய விளைச்சல் குறைந்தால், தாற்காலிகமாக சில உணவுப்பொருள் கள் உற்பத்தியில் தட்டுப்பாடு ஏற்பட்டால், பணவீக்கம் அதிக மாகும். இதனைச் சரிக்கட்ட இந்தப் பொருள்களை வெளிநாடு களிலிருந்து இறக்குமதி செய்வது, அரசின் கையிருப்பில் இருக்கும் பொருள்களை பொதுச்சந்தையில் இறக்குவது போன்றவற்றை அரசு செயல்படுத்தும்.

அந்நியச் செலாவணி

ரிசர்வ் வங்கி செய்யும் மற்றொரு காரியம் இந்தியாவின் கரன்சியை - அதாவது ரூபாயை - பிற நாட்டு கரன்சிகளுக்கு எதி ராக நாணய மாற்று செய்வதைக் கட்டுப்படுத்துவது. ஒவ்வொரு

நாடும் தனக்கென ஒரு கரன்சியை வைத்துள்ளது. அமெரிக்கா வுக்கு அமெரிக்க டாலர். கனடாவுக்கு கனடா டாலர். சிங்கப் பூருக்கு சிங்கப்பூர் டாலர். ஆஸ்திரேலியாவுக்கு ஆஸ்திரேலிய டாலர். பிரிட்டனுக்கு பவுண்ட். பல ஐரோப்பிய நாடுகளுக்குக் கூட்டாக யூரோ நாணயம். ஜப்பானுக்கு யென். சீனாவுக்கு ரென்மின்பி (அல்லது யுவான் என்றும் சொல்வார்கள்).

இந்தியாவைப் பொறுத்தவரை முக்கியமானவை அமெரிக்க டாலர், பிரிடிஷ் பவுண்ட், ஐரோப்பிய யூரோ, ஜப்பானிய யென் ஆகியவையே.

அமெரிக்காவின் டாலர் உலகின் பொது கரன்சிகளுள் மிக முக்கிய மானது. இந்தியா எந்த நாட்டிலிருந்து பெட்ரோல் வாங்கினாலும் அந்த நாடு அமெரிக்க டாலரிலேயேதான் பணத்தைப் பெற்றுக் கொள்கிறது. சில ஆண்டுகளுக்கு முன்பு வரை பிரிட்டிஷ் பவுண்ட், ஐரோப்பிய யூரோ ஆகிய இரண்டும் அமெரிக்க டாலருக்கு எதிராக வலுவடைந்தன. பின்னர் 2011-ல் மீண்டும் டாலர் கை ஓங்கியது.

எந்த நாட்டிலிருந்து பொருள்களை இறக்குமதி செய்தாலும் அந்தந்த நாட்டு நிறுவனங்களுக்கு அவர்களது நாட்டுப் பணத்திலோ அல்லது உலகப் பொது கரன்சிக்களான அமெரிக்க டாலர், பவுண்ட் அல்லது யூரோவிலோ பணம் கொடுக்க வேண்டும். அதேபோல, நாம் வெளிநாட்டுக்குப் பொருள்கள் ஏற்றுமதி செய்யும்போது எந்த கரன்சியைப் பெற்றாலும் அதனை இந்திய ரூபாயாக மாற்ற வேண்டும். அப்பொழுதுதான் அந்தப் பணத்தை வைத்துக்கொண்டு இந்தியாவில் செலவு செய்யலாம்.

இந்த நாணய மாற்றங்களை இந்தியாவில் செய்ய சில அங்கீ கரிக்கப்பட்ட நாணய மாற்று நிறுவனங்கள் உள்ளன (Money or Currency Exchangers). இந்த நிறுவனங்கள் ரிசர்வ் வங்கியிடம் அனுமதி பெற்றே இந்தியாவில் இயங்க முடியும்.

சரி, என்ன கணக்கில் இந்திய ரூபாயை அமெரிக்க டாலராக மாற்றுவீர்கள்? ஒரு ரூபாய் கொடுத்தால் அதற்கு இணையாக ஒரு டாலர் கிடைக்குமா? அப்படியானால் பவுண்டுக்கு? யூரோ வுக்கு?

உலகின் ஒவ்வொரு கரன்சியையும் இன்னொரு கரன்சிக்கு மாற்ற ஒரு விகிதம் உண்டு. அதற்குப் பெயர் எக்ஸேஞ்ச் ரேட் (Exchange

Rate) - அதாவது நாணய மாற்று விகிதம். இதை எப்படித் தீர்மானிப்பது?

முன்பெல்லாம் ரிசர்வ் வங்கி ஒவ்வொரு அந்நியக் கரன்சிக்கும் இவ்வளவு இந்திய கரன்சி என்ற கணக்கைத் தீர்மானிக்கும். பின் அதனைச் சந்தை முறைக்கு மாற்றி விட்டார்கள். சந்தை முறை என்றால் இந்திய ரூபாயைக் கொடுத்து அமெரிக்க டாலரை வாங்க விரும்புபவர்கள், அமெரிக்க டாலரை விற்று இந்திய ரூபாயைப் பெற முயற்சி செய்பவர்கள் - இவர்கள் அனைவரும் எப்படி ஏலத்தில் ஈடுபடுகின்றனர் என்பதைப் பொறுத்தது. கிட்டத்தட்ட பங்குச்சந்தையைப் போலவேதான்.

தற்சமயம் நவம்பர் 11, 2011-ல் ஓர் அமெரிக்க டாலருக்கு ஈடாக இந்திய ரூபாய் 50.12 என்று உள்ளது. இதே நாளன்று பிற கரன்சிகளுடன் ஒப்பிடுவோம். 11.11.11 (அடடா! என்ன ஒரு தேதி) அன்று

ஓர் அமெரிக்க டாலர் = 51.12 இந்திய ரூபாய்.

ஒரு பிரிட்டிஷ் பவுண்ட் = 80.00 இந்திய ரூபாய்.

ஓர் ஐரோப்பிய யூரோ = 68.41 இந்திய ரூபாய்.

ஒரு ஜப்பானிய யென் = 64.75 இந்திய ரூபாய்.

இது ஒரே நிலையாக இருக்குமா? கிடையாது. ஒவ்வொரு நாளும் பங்குச்சந்தையில் பங்குகளின் விலை மேலும் கீழும் போவதுபோல, கரன்சி சந்தையில் இந்திய ரூபாயின் மதிப்பு பிற கரன்சிகளுடன் ஒப்பிடும்போது மேலும் கீழுமாக மாறிக் கொண்டே இருக்கும். பங்குச்சந்தையைப் போன்றே கரன்சி சந்தையையும் பல விஷயங்கள் பாதிக்கின்றன. ஆனால் அவற்றுக்குள் நாம் இங்கே தீவிரமாக நுழையப் போவதில்லை.

அமெரிக்க டாலருக்கு இணையாக இந்திய ரூபாய் பல்வேறு காலகட்டங்களில் எப்படி இருந்துள்ளது (மாத சராசரி) என்று கீழ்க்கண்ட அட்டவணையில் பார்க்கலாம்.

டிசம்பர் 2007   -   39.37 ரூபாய்

டிசம்பர் 2008   -   48.48 ரூபாய்

டிசம்பர் 2009   -   46.59 ரூபாய்

டிசம்பர் 2010 - 45.11 ரூபாய்

நவம்பர் 2011 - 52.00 ரூபாய்

மே 2002-ல் 49 ரூபாய் இருந்த அமெரிக்க டாலர், பின்பு ஜனவரி 2004 வாக்கில் 45 ரூபாய் அருகில் வந்தது. கிட்டத்தட்ட 10% மாற்றம். அமெரிக்க டாலருக்கு எதிராக இந்திய ரூபாய் வலுவடைந்தது. இதனை ருப்பீ அப்ரிசியேஷன் என்பார்கள். பல ஆண்டுகளுக்கு அதே அளவில் இருந்த US டாலர் ரேட் பின்னர் 2011-ல் மீண்டும் வேகமாக மாற்றத் தொடங்கிறது. 2001-ல் டாலர் 53 ரூபாய். ஒரே ஆண்டில் 16% மாற்றம். இந்த முறை டாலர் அப்ரிசியேஷன், ரூப்பி டிப்ரிசேஷன் வலுவிழக்கும் ரூபாய்.

ரிசர்வ் வங்கி இந்திய ரூபாயின் மதிப்பு குறுகிய காலத்தில் தாறுமாறாக மாறிவிடாமல் இருக்க சந்தையில் நுழைந்து சில முயற்சிகளை எடுக்கும். சிறு சிறு மாறுதல்களை அனுமதிக்கும். ஆனால் பெரும் மாறுதல்கள் நிகழ்ந்தால் அதனால் இந்திய ஏற்றுமதி, இறக்குமதியாளர்களுக்குக் கஷ்டங்கள் ஏற்படும் என்பதால் கரன்சியை நிலைநிறுத்த சில காரியங்களைச் செய்யும்.

BPCL, HPCL, Oil போன்ற பெரிய ஆயில் மார்க்கெட் நிறுவனங்கள் கச்சா எண்ணெய் இறக்குமதிக்கான பணத்தை அந்நிய நாட்டு நிறுவனங்கள் கொடுக்க வேண்டிய நேரங்களில், மிகப்பெரிய அளவுகளில் டாலர்களை சேகரிக்கும். அப்படிப்பட்ட சில காரணங்களால், ஒரு நாள் திடீரென அமெரிக்க டாலருக்கு நிறைய டிமாண்ட் என்று வைத்துக்கொள்ளுங்கள். அப்பொழுது இந்திய ரூபாயைப் பொறுத்தமட்டில் அமெரிக்க டாலரின் விலை உயர்ந்து விடும். இது ஏனைய இறக்குமதி செய்வோருக்குப் பிரச்னை. எனவே ரிசர்வ் வங்கி தன் கைவசம் இருக்கும் டாலர்களை சந்தையில் இறங்கும், விற்கும். அதற்கு பாரத ஸ்டேட் வங்கி போன்ற பெரும் வங்கிகள் மூலமாகச் செயல்படும். அதேபோல, அதிகமா FIIக்கள் இந்தியப் பங்கு சந்தைகளில் பணத்தை (டாலர்களில்) முதலீடு செய்யும் நேரங்களிலும் FDI மூலமாக நிறைய டாலர் இந்தியாவுக்குள் வரும் நேரங்களிலும், பெருத்த டாலர் வரத்தால் ரூபாயின் மதிப்பு ஏறி டாலர் இறங்கத் தொடங்கினால் ஏற்றுமதியாளர்கள் பாதிக்கப்படுவார்கள் என்பதால் RBI சந்தையில் நுழைந்து நிறைய டாலர்களை வாங்கும்.

இவ்வாறு சந்தையின் கையில் நாணய மாற்று விகிதம் இருந்தாலும் உலகெங்கிலும் உள்ள ரிசர்வ் வங்கி போன்ற மத்திய வங்கிகள் கரன்சி ஸ்டபிலைசேஷனில் ஈடுபடுகின்றன.

இந்தியாவின் ரூபாய் கரன்சியை வேறு எந்த கரன்சியாகவும் நினைத்த நேரத்தில் மாற்றிவிட முடியாது. அதற்கென சில கட்டுப்பாடுகள் உள்ளன. 1990க்கு முன் இருந்த கட்டுப்பாடுகள் பலவும் இப்பொழுது விலக்கிக்கொள்ளப்பட்டுள்ளன. ஆனாலும் சில கட்டுப்பாடுகள் இப்பொழுதும் உண்டு. அதாவது இந்தியா இன்னும் முழு கன்வர்சிபிள் கொண்டு வரவில்லை.

எந்த கரன்சியையாவது வேறு எந்த கரன்சிக்கும் அப்படியே, உடனடியாக, எந்தக் கட்டுப்பாடுகளும் இன்றி மாற்றுவதற்கு full convertibility என்று பெயர். இதில் இரண்டு வகைகள் உண்டு - நடப்புக் கணக்கு மாற்றம் (Current Account Convertibility), முதலீட்டுக் கணக்கு மாற்றம் (Capital Account Convertibility).

இப்பொழுது இந்தியாவில் நடப்புக் கணக்கு மாற்றம் முழுதாக நடைமுறையில் உள்ளது. இன்று எந்த இறக்குமதியாளரும் அனுமதிக்கப்பட்ட பொருள்களை, அவற்றுக்கான வரிகளைக் கட்டி இறக்குமதி செய்யலாம். அவற்றுக்கு டாலர், யூரோ, பவுண்ட் என்னும் எந்த கரன்சியிலும் பணம் கொடுக்கலாம்.

ஆனால் பிற நாடுகளில் பிற கரன்சிகளில் முதலீடு செய்ய, சொத்துகள் வாங்க, அல்லது பணத்தை அனுப்ப சில கட்டுப்பாடுகள் உள்ளன. அந்தக் கட்டுப்பாடுகளுக்குள், அல்லது ரிசர்வ் வங்கியின் சிறப்பு அனுமதி பெறுவதன் மூலம் இவற்றையும் செய்யலாம்.

ஒரு நாடு செய்யும் ஏற்றுமதிக்கும் இறக்குமதிக்கும் உள்ள வித்தியாசம் பேலன்ஸ் ஆஃப் டிரேட் (Balance of Trade) எனப்படும். இந்தியாவின் ஏற்றுமதி அதன் இறக்குமதியை விடக் குறைவாக இருக்கிறது. முக்கியமாக இந்தியாவின் இறக்குமதியில் பெரும் பங்கு பெட்ரோல் கச்சா எண்ணெய் இறக்குமதியாக உள்ளது.

இதனால் இந்தியாவின் பேலன்ஸ் ஆஃப் டிரேட் நெகட்டிவ் வாகவே உள்ளது.

ஒவ்வொரு நாட்டுக்கும் இடையே உள்ள பேலன்ஸ் ஆஃப் டிரேட் பணத்தின் அளவுதான் பேலன்ஸ் ஆஃப் பேமெண்ட்

(Balance of Payment) எனப்படும். ஒவ்வோர் ஆண்டும் இந்தியா தன் கையிலிருக்கும் அந்நியச் செலாவணியிலிருந்து ஒரு குறிப்பிட்ட அளவை வெளிநாடுகளுக்குக் கொடுக்கவேண்டி யுள்ளது.

ஆனால் இதனால் இந்தியா அதிகமாக வருந்த வேண்டிய தில்லை. இந்தியாவுக்கு பிற வழிகளில் அந்நியச் செலாவணி உள்ளே வருகிறது. வெளிநாட்டில் வசிக்கும் இந்தியர்கள் இந்தியாவுக்கு அனுப்பும் பணம் வெளிநாட்டு கரன்சியில் வருகிறது. அதைப்போலவே அந்நிய முதலீடுகள் இந்தியா வுக்கு வரும்போது, அந்நிய கரன்சிகளில்தாம் வருகின்றன. இந்திய நிறுவனங்கள் வெளிநாடுகளிலிருந்து பெறும் கடன்க ளும் இப்படியே.

இதனால் இந்தியாவின் அந்நியச் செலாவணி கையிருப்பு (Foreign Exchange Reserves or Forex Reserves) தொடர்ந்து உயர்ந்துகொண்டே வந்துள்ளது. ஒரு காலத்தில் ஒரு மாதத்துக்கும் குறைவான அந்நியச் செலாவணி கையிருப்பு இருந்த நம் நாட்டில், இன்று பல மாதங்களுக்குத் தேவையான கையிருப்பு உள்ளது. அதனால் தான் இந்தியாவும் Full Capital Account Convertibility-ஐ நோக்கி முன்னேறுகிறது.

ஆனாலும் இந்தியா தன் ஏற்றுமதியை வெகுவாக அதிகரிக்க வேண்டும். பேலன்ஸ் ஆஃப் டிரேட் மைனஸுக்கு பதில் பிளஸ் ஸாக இருக்க என்ன வேண்டுமோ அவற்றைச் செய்யவேண்டும்.

நவம்பர் 2011ல் இந்தியாவின் ரைசிங் ரிசர்வ் சுமார் 314 பில்லியன் அமெரிக்க டாலர்கள் (1,57,000 கோடி ரூபாய்கள்) ஆக இருந்தது. கடந்த சில ஆண்டுகளில் இந்த ரிசர்வ்ஸ் கீழ்க்கண்டவாறு அதிகரித்துள்ளது.

செப்டெம்பர் 2011	*319 பில்லியன் டாலர்*
டிசம்பர் 2010	*297 பில்லியன் டாலர்*
டிசம்பர் 2009	*283 பில்லியன் டாலர்*
நவம்பர் 2008	*247 பில்லியன் டாலர்*
நவம்பர் 2007	*273 பில்லியன் டாலர்*

ஜூன் 2011 நிலவரப்படி பில்லியன் US டாலர்களில் பல்வேறு தேசங்களின் ஃபாரெக்ஸ் ரிசர்வ் வருமாறு:

நாடு	2011ல்
சீனா	3197
ஜப்பான்	1137
யுரோசிஸ்டம்	886
ரஷ்யா	516
சவுதி அரேபியா	456
தைவான்	400
பிரேசில்	350
இந்தியா	311
கொரியா	305

இந்தியாவின் அந்நியச் செலாவணிக் கையிருப்பு அதிகமாகிக் கொண்டே போவது, ஒருவித ஆரோக்கியமான சூழ் நிலையையே காண்பிக்கிறது. இதனால் இந்தியா தனக்குத் தேவைப்படும் எந்தப் பொருளையும் இறக்குமதி செய்துகொள்ள முடிகிறது. வெளிநாட்டு நிறுவனங்களை இந்திய நிறுவனங்கள் விலைக்கு வாங்குவதில் எந்தப் பணச் சிக்கல்களும் வராமலும் உதவுகிறது. இதனால் கடந்த இரண்டு வருடங்களில் இந்திய நிறுவனங்கள் பலவும் வெளிநாட்டில் பெரும் முதலீடுகளைச் செய்துள்ளன.

இவ்வளவுதான் நாம் அவசியம் தெரிந்துகொள்ள வேண்டிய பொருளாதாரம். பங்குச் சந்தை என்பது ஒரு தேசப் பொருளா தாரத்தின் பாரோமீட்டர் என்று சொல்லுவது சரிதானே! சட்டியில் இருந்தால் அகப்பையில் வரும் என்று சொல்லுவது போல, தேசப் பொருளாதாரம் நன்றாக இருந்தால் தானாகப் பங்குகளின் விலைகள் உயர்ந்து, அது குறியீட்டு எண்ணிலும் பிரதிபலிக்கும்.

தேசப் பொருளாதாரம் என்பது பங்குச்சந்தைக்கு இவ்வளவு அடிப்படையானது. ஆக இப்படியாகப் பல பொருளாதார விஷயங்கள் பங்குச்சந்தையை சாதகமாகவும் பாதகமாகவும் பாதிக்கின்றன. அவ்வளவுதான்.

3. நல்ல பங்குகளை எப்படிக் கண்டுபிடிப்பது?

நாட்டின் பொருளாதாரம் நல்ல நிலையில் இருக்கும்போது பொதுவாக எல்லா நிறுவனங்களுமே லாபம் ஈட்டும். சில நிறுவனங்களில் நிர்வாகம் மோசமாக இருக்கும். எல்லா நிறுவனங்களுமே நன்றாக நடப்பதாக மேலோட்டமாகத் தெரிந்தாலும் எந்த நிறுவனத்தின் பங்குகளை வாங்குவது? எதை வாங்கினாலும் லாபம் உண்டு என்றாலும் எந்தப் பங்கு அதிக லாபம் கொடுக்கும்?

நிறுவனங்களில் ஒருவரை வேலைக்கு எடுக்கும் முன்னர் அவருடைய தகுதிகள் பற்றியும் அவரது செய்திறன் பற்றியும் சோதிக்கிறார்கள். அதன் பின்னர்தான் முடிவுக்கு வருகிறார்கள் இல்லையா? அவர்கள் பார்ப்பது படிப்பு, அனுபவம், உயரம், உடல் எடை, கண் பார்வை அளவு போன்ற சிலவற்றை.

ஒரு தனி மனிதனுக்கு இருப்பது போலவே, நிறுவனங்களுக்கும் அவற்றின் தகுதி, திறன்கள் பற்றித் தகவல்கள் ஏதும் இருக்குமா? இருக்கின்றன. நிறுவனங்களின் அப்படிப்பட்ட தகவல்களைத்தாம் 'ஃபண்டமெண்டல்ஸ்' என்கிறார்கள். அதாவது நிறுவனத்தின் அடிப்படைகள். அவற்றைப் பற்றிய தகவல்கள். 'அனாலிசிஸ்' என்றால் அலசுவது என்பது நமக்குத் தெரியும். நிறுவனங்களின் அடிப்

படைத் தகவல்களை அலசுவதுதான் 'ஃபண்டமெண்டல் அனாலிசிஸ்' - அதாவது, அடிப்படை அலசல். அவ்வளவுதான்.

ஒரு நிறுவனத்தின் பங்கினை வாங்கப் போகிறோம் என்றால், நிறுவனத்துக்கு வேலைக்கு ஆள் எடுப்பதைப் போன்ற அதே அக்கறையுடன், அடிப்படைகளைச் சோதிக்க வேண்டுமே! யாரோ சொன்னார்கள் என்பதற்காகத் தெரியாதவர்களை வேலைக்கு எடுக்கக் கூடாது என்பதைப் போலத்தான், யாரோ சொன்னார்கள் என்பதற்காக ஆராயாமல் பங்குகளையும் வாங்கக் கூடாது! தகவல்களின் பேரில் எடுக்கப்படும் முடிவுகள்தாம் எப்போதும் மேலானவை. அவைதான் வீண் நஷ்டங்களைத் தவிர்க்க உதவும்.

தகவல்கள் பார்த்துத்தான் வாங்க வேண்டும். சரி, ஒப்புக் கொள்ளலாம். என்னென்ன தகவல்களைப் பார்க்க வேண்டும்? அதற்கு ஏதும் பட்டியல் உண்டா?

இருக்கிறது. இங்கே கீழே குறிப்பிடப்படுபவை 'முக்கிய சில' மட்டுமே. இவை தவிரவும் மேல் ஆராய்ச்சிக்கு வேறு பல தகவல்களையும் பார்க்க வேண்டும்.

- ★ நிறுவனம் இயங்கும் துறை எது? அது விற்பனை செய்யும் பொருள் அல்லது சேவை என்ன?
- ★ அந்தப் பொருள் அல்லது சேவையின் எதிர்காலச் சந்தை வாய்ப்புகள் எப்படியுள்ளன?
- ★ நிறுவனத்தின் பலங்கள், பலவீனங்கள் யாவை?
- ★ நிறுவனத்துக்கு இருக்கும் வாய்ப்புகள், ஆபத்துக்கள் யாவை? போட்டியாளர்கள் உண்டா?
- ★ நிறுவனத்தின் 'பேலன்ஸ் ஷீட்' எப்படியுள்ளது?
- ★ நிறுவனத்தின் வருமானம் எப்படியுள்ளது? வருங்காலத் தில் எப்படியிருக்கும்?
- ★ நிறுவனத்தின் பங்கு தற்சமயம் என்ன விலை விற்கிறது?
- ★ பங்கு சம்பாத்தியத்துக்கும், பங்கு விலைக்கும் உள்ள மடங்கு எத்தனை?

இனி ஒவ்வொன்றாகப் பார்ப்போம்.

நிறுவனம் இயங்கும் துறை எது? அது விற்பனை செய்யும் பொருள் அல்லது சேவை என்ன?

முதலில் பார்க்க வேண்டியது ஒரு நிறுவனம், எந்தத் துறையில் இறங்குகிறது என்பதை.

எந்த ஒரு நிறுவனத்தின் பங்கையும் யாரும் எதற்காக வாங்குவார்கள்? அதில் இருந்து கிடைக்கும் டிவிடெண்ட், போனஸ் பங்குகள் போன்ற வருமானமோ அல்லது விலை ஏற்றத்தின் மூலம் கிடைக்கும் லாபத்தை பார்க்கத்தானே? அவை எப்படிக் கிடைக்கும்?

நிறுவனம் செமத்தியான லாபம் பார்த்தால்தானே நமக்கு அந்த லாபத்தைப் பிரித்துக் கொடுப்பார்கள்! அப்படி ஒரு நிறுவனம் லாபம் பார்க்க வேண்டுமென்றால் என்னென்ன முக்கியம்? 'ஒரு நிறுவனம் சிறப்பாக நடத்தப்பட்டால், அது தன்னால் லாபம் சம்பாதிக்குமே, இது தெரியாதா?' என்று கேட்கத் தோன்றலாம். அதைவிடவும் பல விஷயங்கள் இருக்கின்றன.

பிசினெஸ் சைக்கிள் (Business Cycle) என்பார்கள். இரவும் வரும், பகலும் வரும் என்பது பங்குச்சந்தைக்கு மட்டுமல்ல, ஒரு தொழில்துறைக்கே உண்மையானதுதான். சில காலகட்டங்களில் சில தொழில்கள்தாம் கொடிகட்டிப் பறக்கும். வேறு சில படுத்துவிடும். இப்படிப்பட்ட நிலைமை தகவல் தொழில் நுட்பம் உள்பட அனைத்துத் துறைகளுக்குமே வந்திருக்கிறது.

இந்தப் புத்தகம் முதலில் எழுதப்பட்ட 2007-ம் வருடம், எந்த எந்தத் துறைகள் மிகச் சிறப்பாக இயங்குகின்றன என்று ஒரு கேள்வியை கேட்டு அதற்கான விரிவான பதில்களையும் குறிப்பிட்டிருந்தோம். அந்த பதில் இதோ...

மிகச் சிறப்பாக (அப்போது) இயங்குவது, முதலில் சொல்லக் கூடியது சிமெண்ட். அடுத்தது கட்டுமானம். பின்பு, தொலைத் தொடர்புத் துறை. 'அதெப்படிச் சில துறைகளை மட்டும் குறிப்பாகச் சொல்லமுடியும்? தகவல் தொழில்நுட்பத்தையும் ஆட்டோமொபைலையும் ஜவுளி, ரீட்டெயில் துறைகளை விட்டுவிட முடியுமா என்ன?' என்று சிலர் கேட்கலாம்.

உண்மைதான். குறிப்பிடப்பட்ட அந்தத் துறைகளும்தாம் சிறப்பாக லாபம் ஈட்டுகின்றன. ஆனால் முன் சொன்ன துறைகள்

அளவுக்கா என்பதுதான் கேள்வி. உதாரணத்துக்கு சிமெண்ட் துறையை மட்டும் எடுத்துக் கொள்வோம்.

கிட்டத்தட்ட 2003 முதலே சிமெண்ட் நிறுவனங்கள் நல்ல லாபம் ஈட்டத் தொடங்கி, 2006-ம் ஆண்டில் சக்கைபோடு போட ஆரம்பித்துவிட்டன. லாபம் என்றால் அப்படி இப்படியில்லை.

உதாரணத்துக்கு டால்மியா சிமெண்ட் நிறுவனத்தினை எடுத்துக் கொள்வோம்.

விவரம்	30.9. 2006 அன்று முடிந்த காலாண்டில்	30.9.2005 அன்று முடிந்த காலாண்டில்
மொத்த வருமானம் ரூ. கோடிகளில்	301	167
மொத்த செலவு ரூ. கோடிகளில்	207	167
வரிக்குப் பிந்தைய வருமானம் ரூ.கோடிகளில்	52	9
போட்டிருக்கும் முதல் (Equity) ரூ. கோடிகளில்	8.55	7.65

2005-ம் ஆண்டில் Q3 எனப்படும் மூன்றாவது காலாண்டில் டால்மியா சிமெண்ட் ஈட்டிய லாபம் ரூபாய் ஒன்பது கோடி. அதுவே 2006-ம் ஆண்டு Q3-ல் 52 கோடி. அம்மாடி! ஐந்து மடங்குக்கும் மேல். அதாவது 500% கூடுதல் லாபம்.

சரி. டால்மியா சிமெண்ட் ஒரு நிறுவனம். அந்த நிறுவனம் நன்றாகச் சம்பாதிக்கிறது, சரி. மற்ற சிமெண்ட் நிறுவனங்கள்? டால்மியா மட்டுமல்ல. அத்தனை சிமெண்ட் நிறுவனங்களுமே கொடிகட்டிப் பறக்கும் காலம் இது.

ஸ்ரீ சிமெண்ட் (Shri Cement) என்று ஒரு நிறுவனம். அதன் செயல் பாடு, லாபம் முதலியவை எப்படி இருக்கிறது தெரியுமா? அதன் 'ஆப்பரேட்டிங் பிராஃபிட்' மேலே பார்த்த அதே போன்ற

இரண்டு வருடங்களின் மூன்றாவது காலாண்டுகளிலும் உயர்ந் திருக்கும் அளவு, 1156 சதவிகிதம்!

ஏ.சி.சி., குஜராத் அம்புஜா, அல்ட்ராடெக் சிமெண்ட் போன்ற பெரிய சிமெண்ட் நிறுவனங்கள் முதல் இந்தியா சிமெண்ட், மெட்ராஸ் சிமெண்ட் போன்ற 'ஸ்மால் கேப்' சிமெண்ட் நிறுவனங்கள் வரை எல்லாமே மிகச் சிறப்பாக லாபமீட்டும் காலம் இது. ஆக சிமெண்ட் துறையே மிக நன்றாக இருக்கும் நேரம். இப்படிப்பட்ட காலம் சில ஆண்டுகள் வரை நீடிக்கும். இப்படி வரும் ஓர் ஏறுமுக காலத்தினை பிசினெஸ் சைக்கிள் எனப்படும் வியாபார சுழற்சியில் 'பூம் டைம்' என்கிறார்கள்.

நமது தேசத்தில் எல்லோரிடமும் பணம் பெருகும் நேரம், வீடு மற்றும் வியாபாரக் கட்டடங்கள் மட்டுமல்ல, அரசே கூட, நிறைய சிமெண்ட் வாங்கும் நேரம். அதனால் சிமெண்ட் தேவை பெருகிப் போய், சிமெண்ட் விலை எவ்வளவு வேண்டுமானா லும் ஏறலாம் என்கிற நிலைமை.

இந்தத் தொழிலில் அபரிமிதமாக லாபம் கிடைக்கிறதே என்று பலரும் புதிய சிமெண்ட் நிறுவனங்களை நிர்மாணிக்கத் தொடங்குவார்கள். ஆனால் அதற்குப் பல மாதங்களாகும். இப்படி லாபம் தரும் தொழிலை நாமும் தொடங்கலாமே என்று, பலரும் வேலைகள் ஆரம்பிக்க, சிமெண்ட்டின் சப்ளை அதிக மாகும். அதே நேரம், பெரும்பாலானோர் தங்கள் வேலைகளை முடித்துக் கொள்ள, சிமெண்ட்டின் தேவை தொடர்ந்து அதிகரிக் காதது மட்டுமல்ல, குறையக்கூடச் செய்யும்.

ஒரு நேரத்தில் கொடிகட்டிப் பறந்த அதே நிறுவனங்களின் வியா பாரம் படிப்படியாகக் குறைந்து, அந்நிறுவனங்களின் லாபமும் குறையும். அதுதான் பிசினெஸ் சைக்கிளில் 'டிக்லைன்' (Decline) எனப்படும் சரிவு நிலை.

மேலே குறிப்பிடப்பட்டிருநத 2007ல் எழுதியது. 2011ல் சிமெண்ட் நிறுவனங்களின் நிலை என்ன தெரியுமா? மேலே சொல்லி யிருந்தபடி டிக்லைன். ஆச்சரியகரமாக அதே காரணங்களுக்காக!

டால்மியா சிமெண்ட் நிறுவனத்தின் லாப நட்ட கணக்குகளை பார்த்தால் விபரம் தெரியும். (ஆனால் விபரம் கிடைக்கவில்லை) அதற்குப் பதிலாக வேறு ஒரு (இந்தியா சிமெண்ட்) நிறுவனத் தின் கணக்குகளை பார்க்கலாம்.

விவரம்	டிசம்பர் 2010 - 12 மாதங்கள்	அன்று முடிந்த காலாண்டில் 2006 டிசம்பர் - 10 மாதங்கள்
EPS	ரூ. 59.66	ரூ. 65.78
ஆப்பரேட்டிங் மார்ஜின்	21.42%	29.17%
நெட் பிராஃபிட் மார்ஜின்	14.26%	21.16%
ரிப்போர்ட்ட் ரிட்டர்ன் ஆன நெட் ஒர்க்	17.31%	39.20%

2011-ம் ஆண்டில் சிமெண்ட் நிறுவனங்கள் 'டிக்லைன்' நிலை முடிவுறும் நிலையில் இருப்பதாக தெரிகிறது. காரணம் முன்பு குறிப்பிட்டதுதான். சைக்கிள் பெடல் கீழிருந்து மேலே போக வேண்டுமே. அதுதான் நடக்க இருப்பதாக தெரிகிறது.

பணத்தை முதலீடு செய்வதற்குமுன இப்படியெல்லாம் பார்ப்பது அவசியம். விலை இறங்கியிருக்கிறதே என்று வாங்கவும் கூடாது. ஏறத் தொடங்கி விட்டதே என்று விட்டுவிடவும் கூடாது. விபரம் பார்க்க வேண்டும்.

அதனால் தான் 'ஃபண்டமெண்டல் அனாலிசிஸ்' செய்து பார்த்து விவரம் தெரிந்தவர்கள் பங்குகளை வாங்குகிறார்கள். பங்கு எந்தத் துறையில் இருக்கிறது? அந்தத் துறை தற்சமயம் எப்படி யிருக்கிறது? ஏறுமுகமா? உச்சமா? அல்லது இறங்குமுகமா? பார்க்க வேண்டும்.

ஏறுமுகத்தில் வாங்கலாம். விலைகள் தொடர்ந்து ஏறப் போகின் றன. உச்சத்திலும் வாங்கலாம். உடனடியாக லாபம் பார்த்து விட்டு விற்றுவிட வேண்டும். வாங்கிப் போட்டுவிட்டு, 'இனி இதுதான்' என்று பாராமுகமாக இருக்கக் கூடாது. பாலத்தில் ஏறிய சைக்கிள், மறுபக்கத்தில் இறங்கும். விலைகள் உச்சத்தில் இருந்து இறங்கும் போது, 'ஆகா! இப்போது குறைந்த விலைக்கு கிடைக்கிறதே, இதே பங்கு, போன மாதம் என்ன விலை? அப்பப்பா!' என்று அதில் போய் மாட்டிக் கொள்ளக் கூடாது.

மாட்டிக்கொண்டு விட்டு, 'சே! நான் வாங்கினால், விலை உயர் கிற நல்ல பங்கின் விலை கூட, வீழும்' என்று நொந்துகொள்ள வேண்டாம்.

மீண்டும் இந்த புத்தகத்தின் 2007 முதல் பதிப்பினைப் பார்த்தால, கணிப்புகள் எல்லாமே சரியாக வந்துவிடாது என்பதையும் புரிந்து கொள்ளலாம். அவ்வாறு எழுதியிருந்தது. கீழே...

2006-ம் ஆண்டில் சிமெண்ட் துறை நன்றாக இருப்பதாகப் பார்த்தோம். இதே போல ஒரே சமயத்தில் பல துறைகளும் சிறப்பாக லாபமீட்டும். அவற்றுக்கும் உதாரணங்கள் சொல்ல முடியும்.

அந்தப் பொருள் அல்லது சேவையின் எதிர்காலச் சந்தை வாய்ப்புகள் எப்படியுள்ளன?

இந்த ஆராய்ச்சிக்கும் முன் குறிப்பிட்ட ஆராய்ச்சிக்கும் என்ன பெரிய வித்தியாசம் என்று கேட்கலாம். இருக்கிறது. ஒரு குறிப்பிட்ட பொருள் அல்லது சேவைக்குத் தற்சமயம் பெரிய வாய்ப்புகள் இல்லாமல் இருக்கலாம். ஆனால், வருங்காலத்தில் அதற்குப் பெரிய வாய்ப்புகள் வரலாம். அப்படியென்றால், அந்த நிறுவனப் பங்குகள், வரும் காலங்களில் அதிக லாபம் ஈட்டும். அதனால் அவற்றின் விலைகள் ஏறும். வாங்கலாம்.

உதாரணத்துக்கு, பார்ட்ரானிக்ஸ் (Bartronics) என்று ஒரு நிறுவனம். அந்த நிறுவனத்தின் தற்போதைய (2006-ல்) லாபம் என்பது சுமாராக இருக்கலாம். ஆனால் அதன் வருமானம், போகப் போக நிச்சயம் அதிகரிக்கும் என்று சில வல்லுனர்கள் கணிக்கிறார்கள். காரணம், அந்த நிறுவனம் தயாரிக்கும் பொருள் அப்படிப் பட்டது.

அப்படி என்ன பொருள் அது? விற்பனையாகும் பொருள்களின் மீது வெள்ளைத்தாளில் கருப்புக் கோடுகள் போட்டிருக்கும் அல்லவா? அந்தக் கருப்புக் கோடுகளின்மீது விளக்கு ஒன்றை அடித்து கடைகளில் பில் போடுவார்களே? அதேதான். அதன் பெயர் 'பார் கோட்' (Bar Code). பார் கோட் தொடர்பான பல பொருள்களைத் தயாரிக்கும் நிறுவனம்தான் பார்ட்ரானிக்ஸ். 2006 ஆகஸ்ட் முதல், எல்லாப் பேக்கிங்குகளின் மீதும் அந்த 'பார் கோட்' கட்டாயம் என்று அறிவித்துள்ளது மைய அரசு. போகப் போக அதனை அமல்படுத்த ஆரம்பிக்க, இந்த நிறுவனத்தின் வியாபாரம் பெருகும் என்பது கணிப்பு.

இந்த கணிப்பு சரியாக வரவில்லை. 2011-ம் ஆண்டில் டிசம்பரில் (கிட்டதட்ட 5 ஆண்டுகளுக்கு பிறகும்) அதன் விலை 23.45 தான்.

காரணம், அந்த நிறுவனம் செயல்பட்டவிதம், புதியதாக வந்த போட்டியாளர்கள், தொழில்நுட்பம் என்று அது எதனாலும் இருக்கலாம்.

வேறு விதமான உதாரணம் ஒன்றையும் பார்க்கலாம். CFC Free என்று ரெப்ரிஜிரேட்டர் - குளிர்சாதனப் பெட்டி - வகைகளில் சொல்லப்படுவதைக் கேட்டிருக்கிறோம். CFC என்றால் குளோரோ புளோரோ கார்பன் எனப்படும் ஒரு வாயு. முன் காலங்களில் செய்யப்பட்ட குளிர்சாதனப் பெட்டிகளில் இந்த வாயுதான் குளிர்விக்கும் செயலைச் செய்து வந்தது. ஆனால் இந்த வாயு வெளியேறும்போது, நமது சுற்றுப்புறத்தில் இருக்கும் ஓசோன் மண்டலத்தைப் பாதிக்கிறது.

ஓசோன் மண்டலம் பாதிக்கப்பட்டால், சூரியனின் கதிர்கள் அதிகமாக உலகத்தைத் தாக்கி பனிக்கட்டிகளை உருக்கிவிடும் என்றும் இதனால் பூமி அழிவை நோக்கி வேகமாகச் செல்லும் என்றும் அறிவியல் அறிஞர்கள் கண்டுபிடித்தார்கள்.

இதனால் ஐரோப்பா, அமெரிக்கா போன்ற இடங்களில் தயாரிக்கப்படும் குளிர்சாதனப் பெட்டிகளில் CFC இருக்கக் கூடாது என்று அரசாங்கங்கள் உத்தரவிட்டது. அதனால் ஆராய்ச்சிகள் மேற்கொள்ளப்பட்டு அப்படிப்பட்ட வாயு இல்லாத ரெப்ரிஜிரேட்டர்கள் வடிவமைக்கப்பட்டன.

அதனை இந்தியாவில் வேர்ல்பூல் நிறுவனம் தயாரித்தபோது, அந்த நிறுவனத்தின் விற்பனை அதிகரிக்கும்; லாபமும் அதிகரிக் கும் என்று எதிர்பார்க்கப்பட்டது. பங்கு விலைகள் எதிர் பார்த்தைப் போலவே நன்கு உயர்ந்துவிட்டன. 2006-ல் விலை ரூ. 46.00. 2011ல் அதிகபட்ச விலை ரூ. 298.

இந்த தொழில்நுட்பத்திற்கு உடனடியாக மாறமுடியாத நிறுவனங்கள் தவிக்கும். லாபம் இழக்கும். எந்த போட்டியில் எந்த நிறுவனம் ஜெயிக்கும் என்று கணிப்பிலும் பங்கு சந்தைக்கு தேவைப்படும் சூட்சமங்களுள் ஒன்று.

அதேபோல குறிப்பிட்ட நிறுவனங்கள் தயாரிக்கும் பொருள் களுக்கும் சேவைகளுக்கும் போட்டி வருமா? போட்டியே இல்லாமல் போகுமா? பொருள்களுக்கு மாற்று வருமா? முன்பெல்லாம் டெக் எனப்படும் வீடியோ கேசட் பிளேயர்கள்

பிரபலம். பின்னால் என்ன ஆயிற்று? கேபிள் வந்து டெக்கினை ஒன்றும் இல்லாமல் ஆக்கிவிட்டது. கேசட்டுகள் போய் சிடி வந்துவிட்டது. சிடியை பின்னுக்குத் தள்ளிவிட்டு ஐ-பாட் நிற்கிறது. எது நிற்கும், எதன் விற்பனை குறையும்? இவற்றை யெல்லாமும் பார்க்க வேண்டும்.

நிறுவனத்தின் பலங்கள், பலவீனங்கள் எவை?

மேலாண்மையில், 'ஸ்வாட் அனாலிசிஸ்' (SWOT Analysis) என்பார்கள். பலம் (Strength), பலவீனம் (Weaknesses), வாய்ப்புகள் (Opportunities), ஆபத்துகள் (Threats) என்ன என்ன என்று பார்க்கும் முறை. (ஆங்கில வார்த்தைகளின் முதல் எழுத்துகள், SWOT - ஸ்வாட்.)

நாம் முதலீடு செய்ய இருக்கும் நிறுவனங்களின் 'ஸ்வாட்'டைப் பார்ப்பது நலம். கெயின் எனெர்ஜி உதாரணத்துக்கு எடுத்துக் கொண்டால், அதன் விற்பனைப் பொருள், அதன் திறன்மிகு நிர்வாகம், உலகச் சந்தையில் அந்தப் பொருளுக்கு இருக்கும் தேவை, உலகச் சந்தையுடன் ஒப்பிடுகையில் அதற்கு ஆகும் நிகரச் செலவு, அது விற்பனையாக வேண்டிய சந்தைகளுக்கு அனுப்பக் கூடிய பாதை, அதன் செலவு இப்படிப் பலவற்றையும் விரிவாகச் சொல்லிக் கொண்டே போகலாம்.

நிறுவனத்தில் இருக்கும் ஊழியர்கள், மனித வளம், அதன் ஸ்திரத்தன்மை, அங்கு நிலவும் தொழில் நல்லுறவு (Industrial Relations) முதலியவற்றையும் பார்க்கிறார்கள் முதலீட்டாளர்கள். மாருதி நிறுவனம் மற்ற பல அம்சங்களில் சிறப்பாக இருந்தாலும் அந்நிறுவனத்தில் அடிக்கடி தொழிலாளர் போராட்டங்கள் நடக்கும். அதனால் உற்பத்தி பாதிக்கப்படும். கூடவே விற்பனை யும். ஆக, பலமும் பலவீனமும் பொருளாதாரம் தாண்டியும் இருக்கிறது.

நிறுவனத்தின் 'பேலன்ஸ் ஷீட்' எப்படியுள்ளது?

ஒரு நிறுவனத்தின் பங்கினை வாங்குபவர்கள், அதுவும் தேர்ந்த முதலீட்டாளர்கள் வெளியே பிரமாதமாகத் தெரியும் பகுதிகளை மட்டும் பார்த்துவிட்டு பங்குகளை வாங்குவதில்லை. 'மாப்பிள்ளை பார்ப்பதற்கு ஆஜானுபாகுவாக, சிரித்த முகத்துடன், ஜம்மென்றுதான் இருந்தார். ஆனால் பின்னால்தான்

தெரிந்தது, அவருக்கு உள்ளுக்குள் பல வியாதிகள் இருக்கிறது என்பதே' போன்ற கதை ஆகிவிடக் கூடாது.

ஆரம்பத்தில் பார்த்தோம். உயரம், எடை, பருமன், நிறம் எல்லாம் பார்ப்பது ஃபண்டமெண்டல் அனாலிசிஸ் என்று. அது மட்டு மில்லை. உடல் ஆரோக்கியத்தினைச் சோதிப்பதற்கு இன்னமும் பல உள்ளுறுப்புச் சோதனைகளும் செய்கிறார்கள் அல்லவா? ஈ.சி.ஜி, கார்டியோகிராம், ஸ்கேன், எக்ஸ்ரே போல. நிறுவனங் களின் உள் ஆரோக்கியத்தினையும் பார்க்க வேண்டும். அதற்குத் தான் பேலன்ஸ் ஷீட், P&L பார்ப்பது.

'போன வருடம் ஐம்பது லட்ச ரூபாய் லாபம். இந்த வருடம் அதைப் போல மூன்று மடங்கு.' எப்படியிருக்கிறது நிலை? அற்புதமாக இருக்கிறது. அந்த நிறுவனப் பங்கினை வாங்கி விடலாமா? முடிவெடுப்பதற்கு முன் இன்னொன்றையும் பார்க்கலாம். அது அந்த நிறுவனம் கடந்த பல வருடங்களில் வியாபாரம் செய்து இதுவரை என்ன சொத்து சேர்த்துள்ளது, எவ்வளவு ரொக்கமாக வைத்திருக்கிறது? அதாவது, அதன் 'அஸெட்ஸ்' மற்றும் 'ரிசர்வ்ஸ் அண்ட் சர்ப்ளஸ்' எவ்வளவு?

ஒருவருக்கு மாதாமாதம் நிறையச் சம்பளம் வரலாம். ஆனால் வீட்டில் சொத்து என்று ஏதும் இருக்காது. அவர் பணக்காரரா? அவர் சம்பாதிக்கிறார்தான். ஆனால் இன்னமும் பணக்காரர் ஆகவில்லை. நாளையே ஏதோ காரணங்களால், அவருடைய வேலைக்கு ஆபத்து வந்து, அவருடைய வருமானம் நின்று போனால்? அவர் எப்படிப் பிழைப்பார்?

அதே போலத்தான் நிறுவனங்களும். அவையும் 'மழைக் காலத்துக்காக'ச் சேர்த்து வைத்திருக்க வேண்டும். இன்னமும் சில நிறுவனங்கள் இருக்கின்றன. அவை சிரம காலத்தில் கடன் வாங்கி நிலைமையைச் சமாளித்திருக்கும். அப்படிப்பட்ட நிறுவனங்களில் சொத்து இருக்காது. நிகரமாகக் கடன்தான் இருக்கும்.

ஒரு குறிப்பிட்ட துறை மொத்தமுமே (உதாரணத்துக்கு பவர் ஜெனரேஷன்) நன்றாக இருக்கிறது என்று அந்தத் துறையில் இயங்கும், விலை குறைவாக இருக்கும் ஏதாவது ஒரு நிறுவனப் பங்கினை போய் வாங்கி மாட்டிக் கொண்டு விடக்கூடாது. அதிலும், தேர்ந்து வாங்க வேண்டும்.

புக் வேல்யு (Book Value) என்பார்கள். ஒவ்வொரு பங்குக்கும் எவ்வளவு சொத்து இருக்கிறது என்று பார்ப்பது. நிறுவனத்தின் நிகரச் சொத்து மதிப்பினை, நிறுவனத்தில் உள்ள பங்குகளால் வகுத்துப் பார்ப்பது.

இவை தவிர, வருமானம் என்கிறார்களே, அது எங்கிருந்து, எந்த எந்தப் பொருள் விற்பனையின் மூலம் வந்திருக்கிறது? அல்லது ஏதாவது நிறுவனச் சொத்தை விற்றதால் வந்ததா? அல்லது வாராமல் இருந்த பெரிய கடன் ஏதும் வசூலானதால் வந்த வரவா? லாப நஷ்டக் கணக்கு (P&L) பக்கத்தில் உன்னிப்பாகப் பார்த்தால் இது தெரியும். செலவு செய்திருக்கிறார்களே, எதில் எவ்வளவு? இவையெல்லாம் நிலையானவையா? அல்லது வரும் மாதங்களில் ஆண்டுகளில் மாறுதலுக்கு உட்படக் கூடியவையா? ஆண்டுக் கணக்கறிக்கை எனப்படும் 'ஆன்னுவல் அக்கவுண்ட்ஸில்' இந்த விவரங்கள் இருக்கும். இருக்க வேண்டும்.

நிறுவனத்தின் கணக்கு அறிக்கையினைப் பார்த்தால் நன்றாகத் தான் இருக்கிறது. நல்ல லாபம்தான் செய்திருக்கிறார்கள். வியாபாரம் ஆன அளவு பணம் வருமா? அல்லது வாராக் கடனாக (Bad Debts) ஏதும் போய்விடுமா? தணிக்கை செய்தவர்கள் (Auditors) என்ன சொல்லியிருக்கிறார்கள்? திடீரென நிறுவனத்தின் லாபம் குறைகிறதே! செலவினம் கூடியுள்ளதா? அல்லது யாருக்காவது கொடுத்த கடனைத் தள்ளுபடி செய்துவிட்டார்களா? அல்லது, விற்பனை குறைந்துவிட்டதா?

ஒரு பங்குக்கான லாபமும் சம்பாத்தியமும் குறைந்துவிட்டதே! யாருக்காவது புதிய பங்குகள் (Equity Shares) வழங்கியுள்ளார்களா? அப்படி வழங்கியிருந்தால் சந்தை விலையிலா அல்லது சகாய விலையிலா? ஊழியர்களுக்கு ஏதும் Employees Stock Option திட்டத் தில் (ESOP) வழங்கியுள்ளர்களா? அது எவ்வளவு? என்ன விலை?

இப்படி எத்தனை எத்தனையோ தகவல்களின் களஞ்சியமாகத் திகழும் ஆண்டு நிதியறிக்கையினைப் பார்த்தால், நிறையவே தெரிந்து கொள்ளலாம்.

நிறுவனத்தின் சம்பாத்தியம் எப்படியுள்ளது?

லாபம் என்பது ஒரு வார்த்தை. பல நிறுவனங்கள் லாபமீட்டு கின்றன. ஆனால் அவை எல்லாம் ஒன்றா என்றால் இல்லை. லாபம் என்பதைத் தனித்துப் பார்க்க முடியாது. கூடாது.

'அவருடைய இரண்டு பிள்ளைகளும் ஆளுக்கு ஒரு இட்லி சாப்பிட்டுவிட்டு, ஒரு மணி நேரம் படித்துவிட்டு, தூங்கப் போய்விட்டனர்' என்றால் சரியென்போமா? அடுத்து நிச்சயம் ஒரு கேள்வி கேட்போம் அல்லவா? அந்தப் பிள்ளைகளுக்கு என்ன வயது?

'ஒருவனுக்குப் பதினைந்து வயது. அடுத்தவனுக்கு இரண்டு வயது.' இப்போது என்ன தோன்றுகிறது? பதினைந்து வயதுக் காரனுக்குச் சாப்பாடும் போதாது, படிப்பும் போதாது என்றுதானே! அதேபோலத்தான் வியாபாரமும், லாபமும் கூட. எல்லா நிறுவனங்களும் ஒன்றல்ல. 'ஈக்விட்டி' எனப்படும் போடப்பட்டுள்ள முதலுக்கு ஏற்ப லாபமும் வருமானமும் இருக்க வேண்டும். அதற்கு ஏற்பத்தான் மதிப்பும் மரியாதையும் (விலை) கிடைக்கும். அதனைப் பார்ப்பதுதான் இ.பி.எஸ். (EPS).

ஏர்னிங் பெர் ஷேர் (Earning per Share - EPS)

பங்கு ஒன்றின் வருமானம்

கற்பனையாக இரண்டு நிறுவனங்களை எடுத்துக் கொள்வோம். ஒரு நிறுவனத்தின் பெயர் A. மற்றொன்று B. அவற்றின் விவரங்களைப் பார்போம்.

நிறுவனம்	A	B
ஆண்டு லாபம் ரூ லட்சங்களில்	*10*	*25*

எந்த நிறுவனம் சிறப்பாகச் செயல்படுகிறது என்று சொல்ல முடியுமா? B என்று இப்போதே முடிவுக்கு வந்துவிடக் கூடாது. அந்த நிறுவனங்களில் செய்யப்பட்ட முதலீடு எவ்வளவு என்று பார்க்க வேண்டும். இப்போது அந்தத் தகவல்.

நிறுவனம்	A	B
ஆண்டு லாபம் ரூ. லட்சங்களில்	*10*	*25*
செய்யப்பட்டிருக்கும் முதலீடு		
ரூ. லட்சங்களில்	*100*	*500*

இப்போது தெரியுமே எந்த நிறுவனம் சிறப்பானது என்று! A நிறுவனம் 100 லட்ச ரூபாய் முதலுக்கு, பத்து லட்ச ரூபாய் லாபம். அதாவது முதலீட்டில் 10 சதவிகிதம் லாபம். ஆனால் B நிறுவனத்தின் லாபம் பார்ப்பதற்கு 25 லட்சமாக, அதிகம் போலத் தெரிந்தாலும், அதன் முதலீடான 500 லட்சத்துடன் ஒப்பிடுகையில் வெறும் 5 சதவிகிதம்தானே?

இப்படி குறைவு, அதிகம் என்றால் சரியாக, துல்லியமாகத் தெரியவில்லையே! தவிர, இரண்டுக்கும் அதிகமான எண்ணிக்கையிலான நிறுவனங்களை எப்படி ஒப்பிட்டுப் பார்ப்பதாம்? எது எதைவிட எவ்வளவு அதிகம் அல்லது குறைவு என்று எப்படிக் கண்டுபிடிப்பது?

அதற்கான ஒரு வழிதான் EPS - Earnings Per Share. ஏர்னிங்க்ஸ் என்றால் சம்பாத்தியம். பெர் ஷேர் என்றால், ஒரு பங்குக்கு. அதாவது ஒரு பங்குக்கு எவ்வளவு சம்பாத்தியம் என்பதுதான் EPS. அதே இரண்டு நிறுவனங்களின் தகவல்களை இந்த முறைப்படி பார்த்துவிடலாம்.

நிறுவனம்	**A**	**B**
ஆண்டு லாபம் ரூ. லட்சங்களில்	*10*	*25*
செய்யப்பட்டிருக்கும் முதல் ரூ லட்சங்களில்	*100*	*500*
ஒரு பங்கின் முக மதிப்பு ரூ.	*10*	*10*
மொத்தப்பங்குகள் (லட்சத்தில்)	*10*	*50*
ஒரு பங்குக்கான லாபம் ரூ.	*1*	*0.50*
(மொத்த லாபம் / மொத்தப் பங்குகள்) EPS	*1*	*0.50*

சுலபமாகப் புரிந்து கொள்வதற்காக, இதுவரை கற்பனையாக A, B என்று இரண்டு நிறுவனங்களைப் பற்றிப் பார்த்தோம். இப்போது பங்குச்சந்தையில் முடிசூடா மன்னர்களாகத் திகழும் இரண்டு நிஜ நிறுவனங்களின் இ.பி.எஸ்.களைப் பார்போம்.

முதல் நிறுவனம் இன்ஃபோசிஸ்.

இன்ஃபோசிஸ் பங்கின் முகமதிப்பு (2011-ல்) ரூ.5

விவரம்	கணக்காண்டு 2005-06	கணக்காண்டு 2004-05
வருமானம் ரூ. கோடிகளில்	25,385	21,140
நிகர லாபம், ரூ. கோடிகளில்	6,443	5,806
பங்குகளின் எண்ணிக்கை கோடிகளில்	57,42,03,082	57,41,87,692
ஒரு பங்குக்கான சம்பாத்தியம் இ.பி.எஸ். ரூ.	112	101

அடுத்து டி.சி.எஸ். (TCS)

முகமதிப்பு (2011-ல்) ரூ.1

விவரம்	கணக்காண்டு 2005-06	கணக்காண்டு 2004-05
வருமானம் ரூ. கோடிகளில்	29,275	23,044
நிகர லாபம், ரூ. கோடிகளில்	7,569	5,618
பங்குகளின் எண்ணிக்கை	1,95,72,20,996	1,95,72,20,996
ஒரு பங்குக்கான சம்பாத்தியம் இ.பி.எஸ். ரூ.	38	28

இதென்ன இது! இரண்டு நிறுவனங்களும் ஒரு பங்குக்கு எவ்வளவு சம்பாதிக்கிறது என்று பார்த்தாயிற்று. இருந்தாலும் பிரச்னை தீர்ந்த மாதிரி தெரியவில்லையே என்று சிலருக்குத் தோன்றலாம். அதற்குக் காரணம் இருக்கிறது.

நாம் உதாரணமாக எடுத்துக் கொண்ட நிறுவனப் பங்குகளின் முகமதிப்புகள் ஒரே மாதிரி இல்லாததுதான் காரணம். இன்ஃபோ

சிஸ் நிறுவனப் பங்கின் முகமதிப்பு ரூ 5. ஆனால் TCS நிறுவனப் பங்கின் முகமதிப்பு ரூ.1 தான். அதனால் இரண்டு EPS-ஐயும் ஒன்றாக ஒப்பிடலாமா என்ற கேள்வி எழும்.

அதற்கு மற்றுமொரு பதில் உள்ளது.

நிறுவனத்தின் பங்கு தற்சமயம் என்ன விலை விற்கிறது? பங்கு சம்பாத்தியத்துக்கும், பங்கு விலைக்கும் உள்ள மடங்கு எத்தனை?

பிரைஸ் ஏர்னிங் ரேஷியோ (Price Earning Ratio)

இன்ஃபோசிஸ், டி.சி.எஸ். மட்டுமல்ல. எல்லா நிறுவனங்களுக்குமே EPS கணக்கிடுகிறார்கள். அதை வைத்துத்தான் பங்கின் விலையை ஏற்றுகிறார்கள் அல்லது இறக்குகிறார்கள். நிறைய சம்பாதிக்கும் நிறுவனத்துக்கு நிறைய விலை கொடுக்கலாம். குறைவுக்குக் குறைவான விலை. அது சரி. எவ்வளவு அதிகம் அல்லது எவ்வளவு குறைவு? அதற்கு ஏதும் கணக்கு வழிமுறைகள் உண்டா?

அந்தக் கணக்குதான் 'பிரைஸ் ஏர்னிங் ரேஷியோ' - Price Earning Ratio. சுருக்கமாக PE Ratio. இன்னமும் சுருக்கமாக வெறும் PE.

'பிரைஸ்' என்றால் விலை. பங்கின் விலை. 'ஏர்னிங்' என்றால் சம்பாத்தியம். 'ரேஷியோ' என்பது விகிதம். அவ்வளவேதான் பி.இ. ரேஷியோ. ஒரு பங்கு அதன் ஆண்டு சம்பாத்தியத்தினைப் போல எத்தனை மடங்கு விலை விற்கிறது என்பதைப் பார்ப்பதுதான் PE ரேஷியோ.

நாம் முன்பு பார்த்த கற்பனை உதாரணத்தினையே எடுத்துக் கொள்ளலாம். அதே நிறுவனங்கள் A வும் B வும்.

அந்த நிறுவனங்களின் பங்குகள் ஒவ்வொன்றும் ஆண்டுக்கு என்ன சம்பாதித்தன என்பது நினைவிருக்கலாம். நிறுவனம் A சம்பாதித்தது ரூ. ஒன்று. B சம்பாதித்தது அரை ரூபாய்.

இப்போது அந்தப் பங்குகளில் சந்தை விலைகளைப் பார்க்கலாம். நிறுவனம் A-வின் பங்குகள் 20 ரூபாய்க்கும் B நிறுவனப் பங்குகள் 12 ரூபாய்க்கும் கிடைக்கின்றன என்று வைத்துக் கொள்வோம். எதை வாங்குவது நல்லது? எது இன்னமும் விலை உயரக்கூடும்?

இரண்டு நிறுவனங்களுக்கும் PE Ratio கண்டுபிடிக்கலாம். சுலபம்தான்.

பி.இ. ரேஷியோ = பங்கின் அப்போதைய விலை / பங்கின் இ.பி.எஸ்.

A நிறுவனப் பங்கின் பி.இ ரேஷியோ = *20 / 1 = 20*

B நிறுவனப் பங்கின் பி.இ ரேஷியோ = *12 / 0.50 = 24*

இரண்டில் எந்தப் பங்கினை வாங்குவது? பி.இ. ரேஷியோவை மட்டும் பார்க்கும்போது, எந்தப் பங்கின் பி.இ. ரேஷியோ குறைவாக இருக்கிறதோ அதைத்தான் வாங்க வேண்டும். கவனித்திருக்கலாம். 'அதை மட்டும் பார்க்கும்போது' என்று குறிப்பிட்டு இருப்பதை.

தொடர்ந்து நன்கு செயல்படும் நிறுவனங்களுக்கு, பிராண்டட் பொருள்களுக்கு விரும்பி அதிக விலை கொடுப்பது போல, கூடுதல் பி.இ ரேஷியோ கொடுத்து மக்கள் வாங்குவார்கள். சில உதாரணங்களைப் பார்க்கலாம்.

டிசம்பர் 2011ல் (சந்தை ஓராண்டில் மிக அதிகமாக இறங்கியிருந்த நேரம்) சிலநிறுவங்களின் PE ரேஷியோக்களைப் பார்க்கலாம்.

மிக அதிகமான PE ரேஷியோக்கள்

நிறுவனம்	PE **ரேஷியோ**
பேண்டலூன் ரீடெயில்	*42*
ஜுபிலியண்ட் புட்ஸ்	*60*
போர்டிஸ்	*56*
பைனான்சியல் டெக்னாலஜீஸ்	*36*
சென்ச்சுரி டெக்ஸ்டைல்ஸ்	*36*
GSK பார்மா	*40*
ரிலையன்ஸ் கேப்பிட்டல்	*36*

மிக குறைவான PE ரேஷியோக்கள்

நிறுவனம்	PE ரேஷியோ
அலகாபாத் வங்கி	3.76
ஆந்திரா வங்கி	3.59
பஜாஜ் ஹோல்டிங்ஸ்	3.81
IFCI	2. 18
டாடா மோட்டார்	6.52
டாடா ஸ்டீல்	3.16
ரோல்டா	2.23

இரண்டு விதமான PE-களை கவனித்திருக்கலாம். ஒன்று மிக அதிகமான PE-க்கள். மற்றொன்று மிக குறைவான PE-க்கள். அதாவது அந்த நிறுவனப் பங்குகள் சம்பாதிப்பதற்கும் அவற்றின் விலைகளுக்கும் தொடர்பு இருப்பதாக தெரிய/ வில்லை.

உதாரணத்திற்கு பேண்டலூன் ரீடெயில். பங்கு விலை ரூ 130. (22.12.2011 அன்று) PE ரேஷியோ 42.5. அப்படியென்றால் அதன் இ.பி.எஸ் என்ன? அந்த பங்குகள் ஒவ்வொன்றும் சம்பாரிப்பது ரூ. 3 தான். ஒரு வருடத்திற்கு 3 ரூபாய் சம்பாரிக்கிறது. அதனை 130 ரூபாய் கொடுத்து வாங்குகிறார்கள். ஏன் என்ர காரணம் தெரியவில்லை. ஆனால் PE ரேஷியோ அதிகம்.

அதே போல குறைந்த PE ரேஷியோக்கள் உள்ல சில நிறுவனங் களையும் மேலே பார்த்தோம். உதாரணத்திற்கு டாடா ஸ்டீல். அதன் PE வெறும் 3.16. மிக மிக குறைவு. அதன் 22.12.2011 விலை ரூ. 353. அப்படியென்றால் அதன் பங்குகள் ஆண்டு ஒன்றுக்கு ரூ. 110 சம்பாதிக்கிறது. சம்பாத்தியத்தினைப் போல வெறும் 3 மடங்குதான் விலை விற்கிறது.

இப்படி ஒவ்வொரு பங்கும் ஒவ்வொரு கஉ ரேஷியோவில் விற்பனை ஆகின்றன.

நிறுவனத்தின் சம்பாத்தியம் வருங்காலத்தில் எப்படி இருக்கும்?

ஃபார்வர்ட் ஏர்னிங்க்ஸ் (Forward Earnings)

பசுமாட்டை வாங்கும் பொழுது அதன் வயதையும் வருங்காலங்களில் அது எவ்வளவு கறக்கக்கூடும் என்றும் பார்ப்பார்கள் இல்லையா? அதேபோல நிறுவனங்களுக்கும் பார்ப்பார்கள். ஆம். இன்றைக்கு நன்றாகச் சம்பாதிக்கும் நிறுவனம்தான். அது சரி. அதோடு, அதே நிறுவனம், அடுத்த வருடம், அதற்கும் அடுத்த வருடமெல்லாம் என்ன சம்பாதிக்கும் வாய்ப்புகள் இருக்கின்றன? அப்பொழுது அந்த நிறுவனத்தின் EPS என்னவாக இருக்கும்? அப்பொழுது என்ன விலை அது பெறும் என்றெல்லாம் கணக்கு போட்டு, இன்றைய விலையினை முடிவு செய்கிறார்கள். அதாவது இன்றைக்கு என்ன விலை வரை வாங்கலாம் என்பதனை முடிவு செய்கிறார்கள்.

அவற்றின் வருங்கால சம்பாத்தியத்தினைக் கணக்கிட்டால், இப்பொழுது இருக்கும் விலைகள் குறைவா? (அப்படியென்றால் உடனடியாக இந்தப் பங்கை வாங்கிப் போடு!) அல்லது அதிகமா? (அப்படியென்றால், வாங்காதே அல்லது கையில் இருப்பதை விற்றுவிடு!) இப்படி முடிந்துபோன காலத்துக்கு என்ன என்று பார்க்காமல், வரப் போகும் காலாண்டில் அல்லது அரை, முழு ஆண்டுகளில் என்ன சம்பாத்தியம் இருக்கக்கூடும் என்பதை கணக்கிடுவதை, 'ஃபார்வர்ட் பி.இ.' (Forward PE) என்கிறார்கள். PE FY-12 என்றால் 2011-12-ம் ஆண்டுக்கான PE என்று பொருள்.

புரொஜெக்டட் ஏர்னிங்க்ஸ் குரோத் (Projected Earnings Growth)

வருங்கால வருமானத்தில் என்ன வளர்ச்சி என்று பார்ப்பதுதான் இது. இதனை ஆங்கிலத்தில் சுருக்கமாக PEG என்பார்கள்.

ஒரு நிறுவனப் பங்கின் தற்சமய PE 20 என்று வைத்துக் கொள்வோம். இன்னொரு நிறுவனப் பங்கின் தற்சமய PE-யும் அதே 20 தான். இவை இரண்டில் எதை வாங்குவது? அல்லது PE இருபது என்பது அதிகம் போலத் தெரிகிறதே, வாங்கலாமா? கூடாதா? இப்படிப்பட்ட கேள்விகளுக்கு பதில் 'புரொஜெக்டட் ஏர்னிங்க்ஸ் குரோத்' கண்டுபிடிப்பதில் இருக்கிறது.

தேவைப்படும் கூடுதல் தகவல் ஒன்று உள்ளது. அது, அடுத்த அவருடம் அதே நிறுவனம் என்ன வளர்ச்சி (அதன் லாபத்தில்)

காணப் போகிறது? என்பதுதான். உதாரணத்துக்கு நாம் பார்த்த PE 20 இருக்கும் நிறுவனம் அடுத்த ஆண்டு *10* சதவிகித வளர்ச்சி காணும் என்றால் அதன் பி.இ.ஜி. என்பது,

PEG = PE / அடுத்த ஆண்டின் வளர்ச்சி சதவிகிதம்

PEG = *20 / 10 = 2*

இந்த பி.இ.ஜி. (PEG) குறைவாக இருக்க இருக்க, நாம் தற்சமயம் அந்தப் பங்கினை அதிக விலை கொடுத்து வாங்கவில்லை என்று பொருள். அதிகமான PEG என்பது அதிகம் வளர்ச்சி அடைய வாய்ப்பில்லாத பங்கினைத் தற்சமயம் கூடுதல் விலை கொடுத்து வாங்குகிறோம் என்று பொருள்.

அதேபோலத் தற்சமயம் அதிக விலை கொடுத்து, அதாவது அதன் தற்போதைய சம்பாத்தியத்தினைவிட அதிக மடங்குகள் கொடுத்து (High PE) சில பங்குகளை வாங்குகிறார்கள். இந்தியா சிமிண்ட்ஸ், அபான்துப்ஷோர், மெர்கேட்டர்லைன்ஸ், குஜராத் கேஸ் கம்பெனி மற்றும் எஸ்.டி. அலுமினியம் நிறுவனங்களை, எக்னாமிக் டைம்ஸ்ன் வெல்த் பகுதியில் (செப்.*19-25-2011*) பெஸ்ட் PEGS பகுதியில் குறிப்பிட்டிருந்தார்கள். அதனால்தான், அதன் தற்போதைய நடப்பு பி.இ.-யை மட்டும் பார்க்காமல் வாங்குகிறார் கள். சில பங்குகளை அவற்றின் பி.இ குறைவாக இருந்தும் வாங்குவதில்லை.

கணிப்புகள் சரியாக வந்தால் நல்லதுதான். சரியில்லாமலும் போகலாம். ஜாக்கிரதை.

நெட் வொர்த் (Net Worth)

ஒரு நிறுவனத்தின் பங்கினை மதிப்பிடப் பல வழிகள் உள்ளன. அவற்றில் ஒன்று 'நெட் வொர்த்' என்ன என்று கணக்கிடுவது. ஒவ்வொரு நிறுவனத்துக்கும் பல வரவு, செலவுகள், முதலீடு கள் உள்ளன. ஒரு குறிப்பிட்ட தினத்தில் அதன் கடன்கள் போக மிச்சமுள்ள பெறுமானம் என்ன என்று பார்ப்பதுதான், 'நெட் வொர்த்'.

- ★ நிறுவனத்தின் சொத்துக்களின் மதிப்பு எவ்வளவு?
- ★ நிறுவனத்தின் கடன்கள் எவ்வளவு?
- ★ கடன்கள் போக நிறுவனம் நிகரமாக எவ்வளவு பெறும்?

இவ்வளவுதான் நெட் வொர்த் கணக்கிடும் முறை. இது 'பாசிட்டிவாக' இருக்க வேண்டும். அதாவது நிகரக் கடனாக இருக்கக் கூடாது. பிறகு மஞ்சள் நோட்டீஸ் கதைதான்.

புக் வேல்யு (Book Value)

முன்பு ஒரு பங்கின் சம்பாத்தியம் எவ்வளவு என்று பார்த்தோம். ஒவ்வொரு பங்குக்கும் எவ்வளவு நிகரச் சொத்து அல்லது கடன் இருக்கிறது என்று பார்ப்பதுதான், 'புக் வேல்யு' முறை.

முன்பு பார்த்த A நிறுவனத்துக்கு மொத்தம் 10 லட்சம், 10 ரூபாய் பங்குகள் உள்ளன. நிறுவனத்தின் நிகரச் சொத்து மதிப்பு ரூ. 2 கோடி என்று வைத்துக் கொள்வோம். அப்படியென்றால், அந்த நிறுவனத்தின் ஒவ்வொரு பங்கின் புக் வேல்யு 20 ரூபாய். அதாவது பத்து ரூபாய் பங்கு ஒன்றின் சொத்து மதிப்பு 20 ரூபாய். 'அட! பரவாயில்லையே!' என்று தோன்றுமே. இருக்கட்டும். அடுத்தது நிறுவனம் B. அது வெளியிட்டிருப்பது 50 லட்சம், 10 ரூபாய் பங்குகள் அல்லவா?

அந்த நிறுவனத்தின் நிகரச் சொத்து மதிப்பு 15 கோடி என்று வைத்துக் கொண்டால், அதன் ஒவ்வொரு பங்குக்கும் எவ்வளவு சொத்து இருக்கிறது? 15 கோடியை 50 லட்சத்தினால் வகுக்க வேண்டும். நிறுவனம் B-யின் புக் வேல்யு ரூ.30.

புக் வேல்யுவின் படி பார்த்தால் நிறுவனம் B, நிறுவனம் A-ஐ விடச் சிறந்தது என்று தோன்றுமே? தோன்ற வேண்டும்.

மீண்டும் இரண்டு நிஜ நிறுவனங்களின் புக் வேல்யுவைப் பார்க்கலாம். அட! ஆமாம். நீங்கள் ஊகித்ததேதான். அதே இன்ஃபோசிஸ் மற்றும் டி.சி.எஸ் நிறுவனங்களின் புக் வேல்யுவைப் பார்க்கலாம்.

விவரம்(2010-11)	இன்ஃபோசிஸ்	TCS
'நெட் வொர்த்' ரூ. கோடிகளில்		
பங்குகளின் எண்ணிக்கை கோடிகளில்	57.41	48.93
பங்கு ஒன்றுக்கு புக் வேல்யு ரூ.	426	100

சில நிறுவனப் பங்குகளின் சொத்து மதிப்பு சந்தை விலையைக் காட்டிலும் அதிகமாக இருக்கும். 2005 வருடத்தில் 'ஜெய்ஸ்ரீ டீ' என்ற நிறுவனத்தின் பங்கு விலை ரூபாய் 70தான். அதே நேரம் அந்தப் பங்கின் புக் வேல்யு ரூபாய் 90-க்கும் மேல். அந்த நிறுவனத்துக்கு நிறையச் சொத்துக்கள் (தேயிலைத் தோட்டங் கள்) இருக்கின்றன. ஆனால் சம்பாத்தியம் குறைவு. அதனால் இந்த நிலை.

புக் வேல்யு ஏன் முக்கியம்?

புக் வேல்யு அதிகரிக்க அதிகரிக்க, அந்த நிறுவனம் போனஸ் பங்குகள் வழங்கக் கூடிய சாத்தியங்கள் அதிகம். ஒரு குறிப்பிட்ட அளவு புக் வேல்யு வந்ததுமே சில நிறுவனங்கள், இலவசப் பங்குகளான போனஸ் பங்குகளைப் பங்குதாரர்களுக்கு வழங்கு வார்கள். அது சரி, புக் வேல்யு எப்படி அதிகரிக்கிறது?

சம்பாதிப்பதை எல்லாம், டிவிடெண்ட்டுகளாகச் சில நிறு வனங்கள் அள்ளிவிடும். வேறு சில நிறுவனங்கள், டிவி டெண்ட் போக, மீதம் உள்ள லாபத்தினை 'ரிசர்வ்ஸ் அண்ட் சர்ப்ளஸ்' என்று சேர்த்து வைத்து, பின்பு போனஸ் பங்குகளாக வழங்கும். 'ரிசர்வ்ஸ் அண்ட் சர்ப்ளஸ்' எல்லாம் சேர்ந்ததுதான் 'புக் வேல்யு'.

டிவிடெண்ட் பே அவுட் ரேஷியோ (Dividend Payout Ratio)

ஒரு நிறுவனம் சம்பாதித்தால் போதாது. அந்த நிறுவனம் அந்தச் சம்பாத்தியத்தினைத் தன் பங்குதாரர்களுடன் பகிர்ந்துக் கொண்டால்தானே பங்குதாரர்களுக்கு நன்மை? ஆரம்பத்தில் ஒரு நிறுவனம் எவ்வளவு சம்பாதிக்கிறது என்று பார்ப்பார்கள். ஆனால் போகப் போக, அந்த நிறுவனம் எந்த அளவு அதன் சம்பாத்தியத்தினை பங்குதாரர்களுக்கு டிவிடெண்ட் ஆக வழங்கு கிறது என்றும் பார்ப்பார்கள்.

அதன் நிகர வருமானத்தில் எத்தனை சதவிகிதத்தினை டிவிடெண் டாக வழங்குகிறது என்று பார்ப்பது ஒரு கணக்கு. அதுதான் 'டிவிடெண்ட் பே அவுட் ரேஷியோ'. இதனை நிகர லாபம் தவிர கேஷ் பிராஃபிட் எனப்படும் வரி மற்றும் தேய்மானத்துக்கு முந்தைய லாபத்தில் எத்தனை சதவிகிதம் என்றும் பார்ப்பார்கள். அது தெரிந்தால், அந்த நிறுவனம் அது ஈட்டிய லாபத்தில் எவ்வளவு பணத்தினை தன்னிடமே வைத்துக் கொண்டுவிட்டது

என்பதும் தெரியும். இதனை ரிடென்ஷன் என்பார்கள், தக்க வைத்துக் கொண்டது என்கிற பொருளில்.

இன்ஃபோசிஸ் டிவிடெண்ட் கொடுப்பதற்குப் பெயர் போன நிறுவனம். அது 2009-10 மற்றும் 2010-11ம் ஆண்டுகளில் அது ஈட்டிய லாபங்களில் எவ்வளவு சதவிகிதத்தினை டிவிடெண்டாகக் கொடுத்துள்ளது என்று பார்க்கலாம்.

இன்ஃபோசிஸ்	2009-10	2010-11
Dividend payout Ratio	62	28
Earning Retention Ratio	37	70

டி.சி.எஸ்	2009-10	2010-11
Dividend payout Ratio	42	81
Earning Retention Ratio	57	19

டிவிடெண்ட் யீல்ட் (Divident Yield)

எந்த நிறுவனம் மிக அதிக சதவிகிதம் டிவிடெண்ட் கொடுக்கிறதோ, அந்த நிறுவனப் பங்குகளை கண்ணை மூடிக் கொண்டு வாங்கலாமா? கண்ணை மூடிக் கொண்டிருந்தால் அப்படித்தான் வாங்க முடியும். கண்ணைத் திறந்து பார்த்து வாங்குவதென்றால், அதற்கு 'டிவிடெண்ட் யீல்ட்' பார்க்க வேண்டும்.

அதென்ன டிவிடெண்ட் யீல்ட்?

ஒரு பங்குக்கு என்று பார்ப்பதைவிட நாம் வாங்கும் விலைக்கு என்ன டிவிடெண்ட் கிடைக்கிறது என்று பார்ப்பதுதான் இது. நம் முதலுக்கு என்ன விளைச்சல்?

டிவிடெண்டுகளை அறிவிக்கும்போது, ஒரு பங்கின் முகமதிப்பு எவ்வளவோ அதைப் போல இத்தனை சதவிகிதம் டிவிடெண்ட் என்பார்கள். இன்ஃபோசிஸ் போன்ற நிறுவனங்கள் சர்வ சாதாரணமாக 100% டிவிடெண்ட் என்று வழங்குகின்றன. ஹீரோ ஹோண்டா போன்று 1,000 சதவிகிதம் டிவிடெண்ட் வழங்கும் நிறுவனங்களும் உண்டு. ஆனாலும் டிவிடெண்ட்டுக்காக மட்டுமே வாங்குவதென்றால், அதற்கென சில சிறந்த நிறுவனங்கள் உண்டு.

இன்ஃபோசிஸ் 500% சதவிகிதம் டிவிடெண்ட் தருவதாகவே வைத்துக் கொள்வோம். எதன் மீது 500%? அதன் முக மதிப்பின் மீதுதான். அதாவது இன்ஃபோசிஸ் நிறுவனப் பங்கின் முக மதிப்பு முன்பே பார்த்தோம் ரூபாய் ஐந்து. ஐந்து ரூபாயின் மீது 500% என்பது எவ்வளவு? 25 ரூபாய். அதாவது ஒவ்வொரு பங்குக்கும் கிடைக்கக்கூடிய டிவிடெண்ட் ரூ.25. அந்த 25 ரூபாய் டிவிடெண்ட் பெற நாம் இன்ஃபோசிஸ் பங்கினை என்ன விலைக்கு வாங்க வேண்டும்? (நவம்பர் 15 2011 அன்று) அதன் விலை ரூ.2,700.

அப்படியென்றால், நாம் போடும் 100 ரூபாய் முதலுக்குக் கிடைக்கும் டிவிடெண்ட் விகிதம் என்ன? 2,225 ரூபாய்க்கு 25 ரூபாய் என்றால் 100 ரூபாய்க்கு ரூ.0.92. அதாவது நமது நூறு ரூபாய்க்குக் கிடைக்கும் வருமானம் 92 காசுகள்.

அதே சமயம் வேறு ஒரு நிறுவனத்தின் பத்து ரூபாய் பங்கு 40 ரூபாய்க்குக் கிடைப்பதாக வைத்துக்கொள்வோம். அந்த நிறுவனம் 30 சதவிகிதம் மட்டுமே டிவிடெண்ட் கொடுப்பதாக வைத்துக் கொள்வோம். நூறு ரூபாய்க்கு கணக்கு என்ன ஆயிற்று?

பத்து ரூபாய் முக மதிப்புக்கு 30 சதவிகிதம் டிவிடெண்ட் என்றால் ரூபாய் 3. ஆனால் நாம் அந்தப் பங்கினை 40 ரூபாய்க்கு வாங்கியதால், நமக்குக் கிடைப்பது நூற்றுக்கு 7.50 ரூபாய். அதாவது நாம் அந்த நிறுவனப் பங்கினை வாங்குவதில் போட்டிருக்கும் ஒவ்வொரு நூறு ரூபாயும் வருடத்துக்கு ரூ.7.50 சம்பாதிக்கிறது. இப்படி கணக்குப் போட்டுப் பார்ப்பது தான், டிவிடெண்ட் யீல்ட்.

பிற ரேஷியோக்கள் (Other Ratios)

பல ரேஷியோக்கள், சார்டர்ட் அக்கவுண்டண்ட்ஸ் கவலைப் பட வேண்டிய சமாச்சாரங்கள் போலத் தெரியும். ஒரு நிறுவனம் அதன் அசையாச் சொத்துகளைப்போல எத்தனை மடங்கு வியாபாரம் செய்கிறது? (Fixed Aasset Turnover Ratio) அதன் கடன்களைப்போல அதற்கு எத்தனை மடங்கு அசையாச் சொத்துக்கள் இருக்கின்றன? (Current Ratio). அந்த நிறுவனத்தின் முதலுக்கும் கடன்களுக்கும் உள்ள விகிதாசாரம் என்ன? (Debt Equity Ratio). இப்படிப் பல கணக்குகள் போட்டுப் பார்ப்பார்கள்.

வேல்யுவேஷன் (Valuation)

வேல்யுவேஷன் என்றால் மதிப்பு. ஒரு கம்பெனி - அது பங்குச் சந்தையில் பட்டியல் இடப்பட்டு இருந்தாலும் சரி, இல்லாமல் பிரைவேட் கம்பெனியாக இருந்தாலும் சரி, அதற்கு ஒரு சந்தை மதிப்பு இருக்கிறது. பங்குச்சந்தையில் இருந்தால் அதன் மதிப்பு இந்த நிமிடத்தில் எவ்வளவு என்று சரியாகச் சொல்லிவிடலாம். பங்குச்சந்தையில் இல்லை என்றால் பிற வழிகளைப் பயன்படுத்தி அதன் மதிப்பு என்ன என்று சொல்லிவிடலாம்.

இந்தச் சந்தை மதிப்புதான் வேல்யுவேஷன் அல்லது மார்க்கெட் கேப்பிட்டலைசேஷன் (Market Capitalisation) எனப்படும். இதனை மார்க்கெட்கேப் என்றும் சுருக்கமாக அழைப்பார்கள். இதற்கான ஃபார்முலா எளிதானது:

நிறுவனத்தின் மார்க்கெட்கேப் = மொத்தம் வெளியிடப்பட்ட பங்குகளின் எண்ணிக்கை x ஒரு பங்கின் சந்தை விலை

இது நிறுவனத்தின் புக் வேல்யுவைவிட அதிகமாகவோ குறைவாகவோ இருக்கலாம்.

இப்பொழுது இன்ஃபோசிஸ் மற்றும் டி.சி.எஸ். நிறுவனங்களையே எடுத்துக் கொள்வோம்.

இன்ஃபோசிஸ் நிறுவனம் 30 செப்டெம்பர் 2011 வரை வெளியிட்டுள்ள மொத்தப் பங்குகள் = 57 கோடியே 41 லட்சத்து சொச்சம்.

தேசியப் பங்குச்சந்தையில் நவம்பர் மாதத்தில் இருந்த விலை ரூ.2700/-

மொத்த மார்க்கெட்கேப் 2011 நவம்பரில் = ஒரு லட்சத்து 55 ஆயிரத்து ஏழு கோடி ரூபாய்கள்.

டி.சி.எஸ். நிறுவனம் 30 செப்டெம்பர் 2011 வரை வெளியிட்டுள்ள மொத்தப் பங்குகள் = 195.72 கோடி பங்குகள்

தேசியப் பங்குச்சந்தையில் நவம்பர் 2011-ல் நடைபெற்ற விலை ரூ. 1100/-

மொத்த மார்க்கெட்கேப் நவம்பர் 2001-ல் = 2,15,292 கோடி ரூபாய்.

மொத்த முதலில், போனஸ் பங்குகளின் சதவிகிதம் (Bonus % in Equity)

சில நிறுவனங்கள் டிவிடெண்டாக கொடுக்கும். வேறு சில நிறுவனங்கள் போனஸ் பங்குகளாகக் கொடுக்கும் என்று பார்த்தோமல்லவா?

ஒரு நிறுவனம் தொடங்கியபோது அது ஒரு கோடி ரூபாய் முதலுடன் (Equity Capital) தொடங்கப்பட்டது என்று வைத்துக் கொள்வோம். அப்போது அந்த முதல் முழுக்க, பணம் போட்டதால் வந்தது. அதன் பிறகு அந்த நிறுவனம், பங்குகள் வைத்திருப்பவர்களுக்கு எல்லாம் ஒன்றுக்கு ஒன்று என்கிற விகிதத்தில் போனஸ் பங்குகள் வழங்குகிறது. இப்போது அதன் மொத்த முதல் எவ்வளவு? இரண்டு கோடி இல்லையா? அதாவது ஆரம்ப முதல் ஒரு கோடி. பின்பு அந்த நிறுவனம் சம்பாதித்து சேர்த்து வைத்ததில் (Reserves & Surplus-ல்) இருந்து ஒரு கோடி ரூபாய்க்கு பங்குகளை போனஸாகக் கொடுத்திருக்கிறது. ஆக மொத்த முதல் 2 கோடி ரூபாய். சரிதானே.

அந்த 2 கோடியில் போனஸ் பங்குகளின் சதவிகிதம் என்ன? பாதிக்கு பாதி. அதாவது 50 சதவிகிதம். அதற்கும் மூன்று ஆண்டுகளுக்குப் பின்னால் மீண்டும் ஒரு முறை அப்படி ஒன்றுக்கு ஒன்று கொடுத்தால் இப்போது முதல் எவ்வளவு ஆகும்? 4 கோடி. இதில் போனஸ் ஆக வழங்கப்பட்டுள்ள பங்குகள் எவ்வளவு? ஆரம்ப முதல் 1 கோடி போக மீதமெல்லாம் போனஸ் ஆக வந்தவை தானே! அப்படியென்றால், போனஸ் பங்குகள் மொத்தம் மூன்று கோடி. முதல்? 1 கோடி.

இப்போது மொத்த முதலில் போனஸ் பங்குகளின் விகிதம் என்ன? 75.7%, அதாவது நான்கில் மூன்று பங்கு. இதற்கே இப்படி வியந்து போகிறீர்களே, நிஜத்தில் இதைவிடவும் கூடுதலாக போனஸ் கொடுத்த நிறுவனங்கள் உள்ளன. அவற்றில் ஒன்று இன்ஃபோசிஸ்.

அந்த நிறுவனத்தின் மொத்த முதலான ஈக்குவிட்டி கேப்பிட்டலில், போனஸ் பங்குகளின் சதவிகிதம் எவ்வளவு தெரியுமா? கொஞ்சம் ஆசுவாசப்படுத்திக் கொள்ளுங்கள்.

93.26%

TCS நிறுவனத்தின் மொத்த பங்குகளில், போனஸாக வழங்கப் பட்டவை மட்டும் 79.65%

நாம் மேலே பார்த்தவை எல்லாம் ஃபண்டமெண்டல் அனாலிசிஸில் அடங்கும். இவை போக இன்னமும்கூட நுணுக்கமாகப் பார்க்கலாம். அவையெல்லாம் 'அகடெமிக் இன்ட்ரெஸ்ட்' உள்ளவர்களுக்கும் கோடிக்கணக்குகளில் பணம் முதலீடு செய்யப் போகிறவர்களுக்கும். அவற்றைத் தனியே வேறு புத்தகங்களில் பார்க்கலாம்.

ஃபண்டமென்டல் அனாலிஸஸ் எதற்கு?

பங்குச்சந்தை உயரும். ஆனால், வாழ்நாள் முழுக்க அப்படியே ஒரே திசையில் உயர்ந்துகொண்டே போகாது. எவரும் எதிர் பாராத நேரம் மடாரென்று விழும். விழும்போது எல்லாப் பங்குகளின் விலைகளும் விழும். மீண்டும் உயரும்போது எல்லாப் பங்குகளின் விலையும் உயராது. வலுவான பங்குகளின் விலைகள்தான் ஒவ்வொரு முறையும் உயரும். அப்படிப்பட்ட பங்குகளைக் கண்டுபிடிப்பதற்கான கருவிதான் ஃபண்டமென்டல் அனாலிசிஸ்.

4. சரியான நேரத்தில் பங்குகளை வாங்குவது, விற்பது எப்படி?

ஷேர் மார்க்கெட்டில் வெகுகாலமாக இருப்பவர்கள் லாபமோ நஷ்டமோ பார்த்திருப்பார்கள். ஆனால் அவர்களுக்கு அது எதனால், ஏன், எப்படி என்கிற விவரங்கள் சரியாகத் தெரிந்திருக்கும் என்று சொல்ல முடியாது. நானும் தொடக்கத்தில் அப்படித்தான் இருந்தேன்.

ஆமாம். இந்த 'ஷேர் மார்க்கெட்' என்பதை, 'நான் முழுவதும் தெரிந்து கொண்டுவிட்டேன்' என்று எவ்வளவு பேரால் தெளிவாகச் சொல்ல முடியும்! அவ்வளவு பெரிய கடலாக அல்லவா இருக்கிறது இது!

சரி. இப்படியிருக்கிற ஒரு வியாபாரத்தில், எப்படி இவ்வளவு பேர் புகுந்து விளையாடுகிறார்கள்? நல்ல கேள்வி. எல்லோரும், எல்லாவற்றையும் தெரிந்துதான் செய்ய வேண்டும் என்று அவசியமா என்ன?

'அப்படியானால் தெரியாமலேயே செய்கிறார்களா என்ன?' என்னைக் கேட்டால், 'ஆமாம் அப்படித்தான்' என்று சொல்வேன். அதிலும் இந்த டெக்னிக்கல் அனாலிசிஸ் என்ற விஷயத்தைப் பற்றிக் கொஞ்சம் கூடுதலாகத் தெரிந்துகொண்ட பிறகு எனக்கு, அப்படித்தான் என்று நிச்சயமாகத் தோன்றுகிறது.

அதென்ன டெக்னிக்கல் அனாலிசிஸ்?

பங்குச் சந்தையில் பழகுபவர்களுக்குப் பரிச்சயமான வார்த்தை கள்தான் இவை. நிபுணர்கள் பேச்சில் அடிக்கடி அடிபடும் வார்த்தைகள். 'மார்க்கெட் ஏறுமா? இறங்குமா?' என்பதை இந்த விஷயத்தை வைத்துத்தான் நிபுணர்கள் விளக்குவார்கள்.

அவர்கள் 'விளக்க'த்தான் செய்வார்கள்.. ஆனால், நமக்குத்தான் அது சரியாகப் புரியாது. நாம் என்ன செய்வோம்? ஏன், எதனால் என்று அவர்கள் சொல்லுகிற காரண காரியங்களைப் பற்றிக் கவலைப்படாமல், கடைசியாக, தெளிவாக ஒரு கேள்வி கேட் போம். 'எல்லாம் சரி. ஆக மொத்தம் இன்றைக்கு மார்க்கெட் ஏறுமா? இல்லை இறங்குமா?' நமக்கு வேண்டியது அவ்வளவு தானே!

ஒரு கட்டம் வரைக்கும் நானும் இந்த அணுகுமுறையைத்தான் கடைப்பிடித்தேன். எது எப்படிப் போனால் என்ன? நமக்குக் கொழுக்கட்டை வெந்தால் சரி என்பதுபோல. ஆனால் பின்பு தான் ஞானோதயம் வந்தது. என்னதான் இருக்கிறது இந்த டெக்னிக்கல் அனாலிசிஸில் என்று நுழைந்து பார்த்தேன். என்னை, பல 'அட!'க்கள் போட வைத்தது இந்த டெக்னிக்கல் சமாசாரம். அது ஒரு சுவாரஸ்யமான கணக்கு என்பது புரிந்தது.

அதற்குப் பிறகு, பிசினெஸ் பேப்பர்கள் படித்தால், அதில் சந்தை நிலவரம் பற்றி நிபுணர்கள் எழுதுவதைப் படித்தால், கூடுதலாகப் புரிய ஆரம்பித்தது. தைரியமும் சந்தோஷமும் அதிகமானது.

'இதென்ன வம்பாகப் போச்சு! டெக்னிக்கல் அது இது என்று பெரிய பெரிய வார்த்தைகளாக வருகிறதே' என்று யோசிக்கவே வேண்டாம். உலகத்தில் மிகப் பெரிய உண்மைகள் எளிமை யானவை என்பது போல, இதுவும் 'காமன்சென்ஸ்' சமாசாரம் தான். நமக்குத் தெரிந்த விஷயங்களோடு ஒப்பீடு செய்து பார்த் தால் புரியாமலா போய்விடும்?.

ஜோசியமும் டெக்னிக்கல் அனாலிசிஸூம்

ஜோசியத்தில் உங்களுக்கு நம்பிக்கை இருக்கிறதோ இல் லையோ, ஆனால் அந்த அனுபவம் எப்போதாவது ஏற்பட்டிருக் கும். அல்லது ஜோசியம் பார்த்தவர் எவருடனாவது தொடர் பாவது இருக்கும். ஜோசியம் (ஜாதகம்) பார்க்கப் போன இடத்தில் என்ன செய்வோம்? அல்லது நம்மைப் பெற்றவர்கள் என்ன செய்வார்கள்?

நல்லது நடக்க வேண்டிய நேரத்தில், நம் ஜாதகத்தை எடுத்துக் கொண்டு போய், ஜாதகம் பார்க்கத் தெரிந்தவரிடம் கொடுப்பார்கள். அவர் ஜாதகத்தினை வாங்கிப் பார்ப்பார். அதில் நம்முடைய பிறந்த தேதி, பிறந்த நட்சத்திரம், பிறந்த நேரம் எல்லாம் துல்லியமாகக் குறிக்கப்பட்டிருக்கும்.

தன் மூக்குக் கண்ணாடியைத் தள்ளிவிட்டுக் கொண்டு, பேப்பர் எடுத்து கணக்கு போடுவார். பின்பு நம்மை நிமிர்ந்து பார்த்து, 'பையனுக்கு நாலுல சனி, ஆறுல குரு' என்பது போல நமக்கு புரியாத பல விவரங்களை மடமடவென்று சொல்லிக் கொண்டே போவார். பெற்றவர்கள், முடிவாக இவர் என்ன சொல்லப் போகிறார் என்று கவலையாக அவர் முகத்தினையே பார்த்துக் கொண்டிருக்க, அவர் கடைசியாக, 'பேஷான ஜாதகம். இப்படைம் நல்லா இருக்கு. தொட்டது துலங்கும்' என்று முடிப்பாரே பார்க்கலாம்! கவனித்திருப்பீர்கள்.

இங்கே மொத்தம் இரண்டு பார்ட்டிகள் இருக்கிறார்கள். ஒரு பக்கம், பெற்றோரும் மகனும். மறுபக்கம், ஜாதகம் பார்ப்பவர். ஜாதகம் பார்ப்பவர், அது பற்றி விவரங்கள் தெரிந்தவர். கணக்கெல்லாம் போட்டு, இது, இதனால், இப்படி என்று புட்டுப் புட்டு வைக்கக் கூடியவர். அவர் அப்படிச் சொல்வதற்கு 'நிச்சயமான கணக்குகள்' உண்டு. யார் யாரோ, நூற்றுக்கணக்காண ஆண்டுகளுக்கு முன்பு ஆராய்ந்து எழுதி வைத்து விட்டுப் போயிருக்கிறார்கள். ஜாதகம் பார்ப்பவர், தற்சமயம் கிரகங்கள் என்ன நிலையில் இருக்கின்றன, அதனால் கிடைக்கும் பலாபலன்கள் என்ன அல்லது விட்டுப் போகக் கூடியவை என்ன என்று கணக்கு போட்டுச் சொல்கிறார்.

ஆயிற்றா? இப்படி விவரங்கள் சொல்லும் ஜாதகம் பார்ப்பவர் ஒரு பார்ட்டி. இவருக்கு இதில் விருப்பு வெறுப்பு கிடையாது. மனுஷன் 'அன்பயஸ்ட்' (Unbiased). உள்ளதை உள்ளபடி சொல்லுவார். என்ன, ரொம்பக் கெட்டச் செய்தியாக இருந்தால், நேரடியாகச் சொல்ல மாட்டார். அவ்வளவுதான். மற்றபடி கணக்கு என்ன சொல்கிறதோ அதைத்தான் சொல்வார்.

அடுத்த பார்ட்டி நாம்தான் (நாமும் நம் பெற்றோரும்). நமக்கு நம் வாழ்க்கை மீது நிறைய ஆசைகள், திட்டங்கள் உண்டு. அதனால்தான் ஜாதகம் பார்ப்பவரிடம் போயிருக்கிறோம். மேலும் நமக்கு, நம் படிப்பு, வேலைவாய்ப்பு, சில நல்ல

நிறுவனங்களுக்கு வேலைக்காகப் போட்டிருக்கும் விண்ணப்பம், திருமணத்துக்காக வந்திருக்கும் வரன், பார்த்திருக்கும் புது பிளாட் பற்றியெல்லாம் தெரியும். எதற்கும் இவரிடமும் கேட்டு வைப்போம் என்று வந்திருக்கிறோம். இது நம் விஷயம், ஆதலால் நமக்கு இவற்றின் மீது சென்டிமெண்ட் உண்டு. ஜாதகம் பார்த்துச் சொல்லும் அவருக்கு இல்லை.

எல்லாம் சரி, டெக்னிக்கல் அனாலிசிஸ் பற்றி ஏதோ வரும் என்று பார்த்தால்... ஒரேயடியாக ஜாதகம் அது இது என்று வெளியே போகிறதே என்று நினைக்கிறீர்களா? விஷயம் இருக்கிறது.

ஜாதகம் பார்த்துச் சொல்பவர் போலத்தான் இந்த டெக்னிக்கல் விஷயத்தை அலசி நமக்கு மார்க்கெட் ஏறுமா, இறங்குமா என்று சொல்லும் ரிசர்ச் அனலிஸ்ட்டுகளும். பங்குச்சந்தை ஏற வேண்டும் (அல்லது இறங்க வேண்டும் - Bear போயிருந்தால்) என்ற ஆவலுடன் இவர்கள் சொல்வதைக் கேட்டுக் கொண்டிருப்பவர்கள் முதலீட்டாளர்கள். நாம்தான் அந்த பார்ட்டி.

ஜாதகத்துக்கு கணக்கு இருப்பது போலவே, பங்குச்சந்தைக்கு மட்டுமல்ல, ஒவ்வொரு தனித்தனிப் பங்குக்கும் ஒரு கணக்கு உண்டு. அது பிறந்த நேரத்தை வைத்து அல்ல, அதன் விலை வளர்ந்ததை வைத்து. அவற்றைத் தெரிந்து வைத்திருப்பதால் தான் அனலிஸ்ட்டுகளுக்கு மதிப்பு. மிகப் பெரும்பாலும் அவர்கள் சொல்வது சரியாகத்தான் வருகிறது என்றால், அவர்கள் சொல்வதைக் கேட்டால் என்ன தப்பு? அது சரி... கேட்கா விட்டால்தான் தப்பு.

ஃபண்டமெண்டல் அனாலிசிஸும்
டெக்னிக்கல் அனாலிசிஸும்

இவர்கள் இருவரும் ஒட்டிப் பிறந்த இரட்டைப் பிறவிகள் இல்லை. கொஞ்சம் கொஞ்சம் சம்பந்தமிருக்கும் பங்காளிகள். அவ்வளவுதான்.

நாம் ஏற்கெனவே ஃபண்டமெண்டல் அனாலிசிஸ் பற்றி, சென்ற அத்தியாயத்தில்தான் விரிவாகப் பார்த்திருந்தோம். இருந்தாலும் உடனடி ஒப்பீட்டுக்காகச் சிலவற்றை மட்டும் சிறிது பார்ப்போம்.

ஒரு நிறுவனத்தின் ஒவ்வொரு பங்கும் ஆண்டுக்கு எவ்வளவு சம்பாதிக்கிறது. அதன் ஏர்னிங் பெர் ஷேர் (EPS) என்ன? அடுத்து

அந்தப் பங்கின் மார்க்கெட் விலையால் (MR) அதன் EPS-ஐ வகுத்தால் வரும் பி.இ. ரேஷியோ (PE) என்ன? அது மார்க்கெட் மற்றும் இண்டஸ்டிரி PE-யுடன் ஒப்பிட்டால் எப்படியுள்ளது? கூடுதலாகவா? குறைவாகவா?

சமீபத்தில் வெளிவந்த காலாண்டு நிதிநிலை அறிக்கைப்படி குறிப்பிட்ட நிறுவனம் செய்வது லாபமா, நஷ்டமா? லாபமோ, நஷ்டமோ, அது முந்தைய காலாண்டைவிட கூடுதலா, குறைவா?

இதையெல்லாம் பார்த்தால் அந்தக் குறிப்பிட்ட பங்கை சந்தையில் விற்கப்படும் விலைக்கு வாங்கலாமா, அல்லது கையிலிருக்கும் அந்தப் பங்குகளை விற்றுவிட வேண்டுமா என்று முடிவு செய்வார்கள்.

உதாரணத்துக்கு 2011 நவம்பர் மாதத்தில் ஷிப்பிங் கார்ப்பரேஷன் இந்தியாவின் என்ற பங்கின் EPS 42 ரூபாய். அதன், அப்போதைய சந்தை விலையான 58-ஐ EPS ஆன 12-ஆல் வகுத்தால், PE 5-க்கும் குறைவாக வந்தது.

'அட! சந்தையில் விற்கும் பல அடாசு பங்குகளின் விலைகள் அவற்றின் EPS போல 10 முதல் 20 மடங்கு வரை இருக்க, இவ்வளவு நல்ல நிர்வாகம் நடத்தும், கப்பல் போக்குவரத்துத் துறையில் இயங்கும் இந்த நிறுவனப் பங்கு ஏன் விலை குறைவாக உள்ளது? அப்படியென்றால் இதன் விலை இன்னமும் ஏறக்கூடுமே!' என்று நினைத்து சிலர் அதை வாங்கலாம்.

தவிர, இது போன்ற பங்குகளின் புக் வேல்யு எவ்வளவு இருக்கிறது என்றும் பார்ப்பார்கள். உதாரணத்துக்கு, அந்த SCI நிறுவனத்தின் ஒரு பங்கின் சொத்து மதிப்பு ரூ.153/-

இப்படி, வெளியே தெரியும், நிச்சயமான தகவல்களை அலசி ஆராய்வதைத்தான் ஃபண்டமெண்டல் அனாலிஸிஸ் என்பார்கள்.

நிறுவனத்தின் அடிப்படையான விஷயங்கள், அவை சார்ந்த எண்கள். அவற்றைக் கூட்டிக் கழித்துப் பார்ப்பது. சரி. இது போதுமே! இவ்வளவு சரியான விவரங்கள் இருந்தால் அந்தப் பங்கினை வாங்கலாம், விற்கலாம் அல்லது வைத்திருக்கலாம்.

(வாங்கு (Buy) அல்லது விற்காமல் வைத்திரு (Hold) அல்லது விற்றுவிடு (Sell)). இல்லையா?

இதில் இன்னமும் என்ன பார்க்க வேண்டியிருக்கிறது? கேட்க வேண்டிய கேள்விதான். இதற்கு பதில் சொல்வதற்குமுன் இந்த ஆராய்ச்சி எப்படிப்பட்டது என்பதையும் சொல்லி விடுவது உதவும்.

உடம்பு சரியில்லை. டாக்டரிடம் போகிறோம். அவர் என்ன செய்கிறார்?

தொட்டுப் பார்க்கிறார். நோயாளியின் உடம்பு சுடுகிறது. அடுத்து, விவரம் கேட்கிறார். அந்தப் பெரியவர், தனக்குப் படபடப்பாக வருவதாகவும் தலைசுற்றல் இருப்பதாகவும் சொல்கிறார். அங்கேயே வாந்தியும் எடுக்கிறார். டாக்டர் என்ன செய்வார்? அடுத்த சில டெஸ்டுகளுக்கு எழுதிக் கொடுப்பார். செய்வாரா இல்லையா?

'ரத்தத்தில் சர்க்கரை, கொலஸ்டிரால் சோதிக்கணும். அப்படியே ஒரு ஈ.சி.ஜி.யும் எடுத்திடுங்க. ஸ்கேன் வேணுமான்னு அப்புறம் சொல்கிறேன்.'

அந்த ரிசல்டுகள் வந்ததும் அவற்றைப் படித்துப் பார்த்து நோயாளியிடம், 'உங்களுக்கு இரத்தத்தில் சர்க்கரை அதிகமாக உள்ளது. அதனால் நீங்கள் இனி இப்படித்தான் சாப்பிட வேண்டும்' என்றெல்லாம் சொல்வாரா மாட்டாரா?

அப்படி யோசனை சொல்லும் மருத்துவர், முறையாக மருத்துவம் படித்தவர். இது இப்படியிருந்தால், பின்னால், என்ன மாதிரி விளைவுகள் வரும் என்று தெளிவாகத் தெரிந்தவர். அதனால் அதனைச் சொல்லிவிடுவார்.

நாம் பார்க்கும் டெக்னிக்கல் அனலிஸ்டுகளும் அப்படிப்பட்ட வர்கள்தான். என்ன, நமது டாக்டர்கள் தெர்மாமீட்டரையும் லேப் ரிப்போர்ட்டையும் பார்த்துச் சொல்வார்கள். டெக்னிக்கல் அனலிஸ்டுகள், டெக்னிக்கல் சார்டுகள் (Charts) - படங் களைப் பார்த்து என்ன ஏது என்று விவரம் சொல்வார்கள்.

மொத்தத்தில் இது குருட்டாம் போக்கு ஹேஷ்யம் அல்ல. ஒருவிதமான கணக்கு. சரியாகப் போட்டால் சரியாகவே வரும் கணக்கு.

இரண்டுக்கும் உள்ள வித்தியாசங்கள்:

எண்	ஃபண்டமெண்டல் அனாலிசிஸ்	டெக்னிக்கல் அனாலிசிஸ்
1	இது நிறுவனத்தின் எண்களைப் பொறுத்தது. (பேலன்ஸ் ஷீட், ஆண்டு அறிக்கைகள், காலாண்டு அறிவிப்புகள்)	இது சந்தையில் அந்தப் பங்கு பரிவர்த்தனை செய்யப்படும் எண்ணிக்கையினையும் அதன் விலை மாற்றங்களையும் பொறுத்தது.
2	இதைச் செய்வது எளிது. நேரிடையான, சாதாரண கணக்கு.	இதற்கு நிறைய விவரங்கள் எடுத்து, அவற்றை பலவிதங்களாக நீட்டி, மடக்கிக் கணக்கு பார்க்க வேண்டும். கம்ப்யூட்டர் உதவி அவசியம் தேவை.
3	இதை வைத்து ஒரு சில விளக்கங்கள் மட்டும்தான் சாத்தியம்.	இப்படி நடக்கும், நடக்காது என வெவ்வேறு விதமான விளக்கங்கள் சாத்தியம்.
4	இது நடந்து முடிந்து போனவற்றை வைத்த எடுக்கப்படும் முடிவு.	இது நடக்கப் போவதையும் யூகித்து ஏற்படும் விலை மாற்றம்.
5	ஃபண்டமெண்டல் சரியாக இருப்பதினாலேயே பங்கு விலை ஏறிவிடாது.	Technical Position மட்டும் சரியாக இருந்தால் போதும். ஃபண்டமெண்டல் சரியாக இல்லாவிட்டாலும்கூட அந்தப் பங்கின் விலை ஏறும்.
6	அதேபோல பண்டமெண்டல்ஸ் சரியில்லாதபோதும் விலை இறங்காமல் இருக்க முடியும்.	பண்டமெண்டல் சரியாக இருந்தாலும் டெக்னிக்கல் போசிஷன் காரணமாக விலை இறங்க முடியும்.
7	இதை வைத்து, சந்தையில் அடுத்து நடக்கப் போகும் விலை மாற்றத்தைக் கண்டுபிடிக்க முடியாது.	இதை வைத்துக் கண்டுபிடிக்க முடியும்.

8	நிறுவனத்துக்குள் உள்ளவர்களால் ஃபண்டமேண்டல் தகவல்களை முன்கூட்டியே தெரிந்து கொள்ள முடியும்.	நிறுவனத்துக்குள் இருப்பதாலேயே டேக்னிகல் போசிஷன் எப்படி மாறும் என்பதைக் கண்டுபிடிக்க முடியாது.
9	நீண்டகால முதலீட்டுக்கு அவசியம்.	குறுகியகால டிரேடிங் செய்ய அவசியம்.

ஏன் டெக்னிக்கல் அனாலிசிஸ்?

நியாயமான கேள்வி. பங்குச்சந்தையில் பணம் பண்ணுவதற்கு, நல்ல பங்குகளாகத் தேர்வு செய்து முதலீடு செய்ய வேண்டும். முதலீடு செய்துவிட்டு விலை ஏறுவதற்காகக் காத்திருக்க வேண் டும். நாம் கணித்த விலை வந்ததும் விற்றுவிட்டு லாபத்தினைக் கையில் பிடிக்க வேண்டும். இதைத் தானே செய்ய வேண்டும்? இதற்கு மேல் என்ன? இதில் எங்கிருந்து டெக்னிக்கல் அனாலி சிஸ் வந்தது? ஃபண்டமெண்டல் அனாலிசிஸ் போதாதா?

சுருக்கமாகச் சொல்வதானால், எதை வாங்க வேண்டும், விற்க வேண்டும் என்பதற்கு ஃபண்டமெண்டல் அனாலிசிஸ். எப் பொழுது வாங்கவோ அல்லது விற்கவோ வேண்டும் என்பதைச் சொல்வது டெக்னிக்கல் அனாலிசிஸ். அவ்வளவுதான்.

நீங்களும் அனுபவப்பட்டிருப்பீர்கள். சில பங்குகளை மிக நல்ல பங்குகள் என்று முடிவு செய்து வாங்கிவிடுவோம். அதன் பிறகு அதன் விலையைத் தொடர்ந்து கவனிப்போம். பங்குச்சந்தைக் குறியீட்டு எண் தினம் தினம் ஏறும் சமயமாகக்கூட இருக்கும். ஆனால் நாம் வாங்கிய பங்கின் விலை உயராது. நமக்கு எரிச்சலாக வரும். என்ன இது? வேறு எவ்வளவோ பங்குகளின் விலைகள் நன்கு ஏற்றம் காண, நாம் வாங்கிய நல்ல பங்கின் விலை ஏன் உயரவில்லை என்று புரியாது. என்ன கொடுமை! சமயத்தில் அது இறங்கக்கூட இறங்கும்!

ஏன் இந்த அதிசயம் நடக்கிறது? இதில் எங்கே தவறிருக்கிறது? நாம் தேர்வு செய்த பங்கு தவறான பங்கா என்று பார்த்தால் அது நல்ல பங்காகவே இருக்கும். அப்படியென்றால் அதில் இரண்டு சங்கதிகள் உள்ளன.

1. நாம் செய்திருப்பது இன்வெஸ்ட்மெண்ட்

இன்வெஸ்ட்மெண்ட் என்பது ஒரு வாரம், ஒரு மாதத்துக்கானது அல்ல. இன்வெஸ்ட்மெண்ட் செய்த பங்குகளின் விலைகள் உடனே ஏற வேண்டும் என்று எதிர்பார்க்கக் கூடாது. இன்வெஸ்ட் மெண்ட் என்பது தென்னைமரம் வைத்தது போல. அது என்ன உடனேயா காய்த்துத் தள்ளும்? அப்படி எதிர்பார்ப்பவர்கள் வைக்க வேண்டியது தென்னையை அல்ல; கொத்துமல்லிச் செடியை.

இன்வெஸ்ட்மெண்ட் என்று முடிவு செய்துவிட்டு, உடனடி பலன் எதிர்பார்க்க வேண்டாம்.

2. நாம் செய்ய விரும்புவது டிரேடிங்

சரி, நாம் இன்வெஸ்ட்மெண்ட் செய்யவில்லை. நாம் செய்ய விரும்புவது டிரேடிங். அதாவது வாங்கி வாங்கி லாபத்துக்கு விற்பது. இதில் இருக்கும் லாப நஷ்டங்களைப் பற்றி நமக்குத் தெரியும். தெரிந்துதான் ரிஸ்க் எடுத்துச் செய்கிறோம் என்று வைத்துக் கொள்வோம். இதற்காக நாம் வாங்கிய பங்குகளின் விலைகள் ஏறாமல் சதி செய்தால் என்ன செய்வது?

ஒன்றும் செய்ய முடியாது. அடுத்த முறை சரியாகச் செய்ய வேண்டும். அவ்வளவுதான். அடுத்த முறை சரியாகச் செய்வது என்றால்? டிரேடிங் செய்வதற்கு வெறும் ஃபண்டமெண்டல் அனாலிசிஸ் போதாது. அதற்கு டெக்னிக்கல் அனாலிசிஸும் வேண்டும். நாமேதான் செய்ய வேண்டுமென்பதில்லை. அதைத் தெரிந்தவர் சொல்லுவது படிச் செய்ய வேண்டும். உடனே உடனே. காரணம், வினாடிக்கு வினாடி, நிமிஷத்துக்கு நிமிஷம் மாறிக் கொண்டிருப்பது பங்குச்சந்தை. விலைகளைத் தொட்டுப் பிடிக்கும் விளையாட்டல்லவா அது!

அப்படியே இருக்கும் விலைகள் உள்ள பங்குகள் எவை? எந்தப் பங்குகளின் விலைகள் எப்பொழுது ஏறத் தொடங்குகின்றன? எவற்றின் விலைகள் எப்பொழுது இறங்கத் தொடங்குகின்றன? ஏறினால் எங்கே போய் நிற்கும்? இறங்கினால் எதுவரை செல்லக்கூடும்? இவற்றை எல்லாம் சொல்லத் தெரிந்தவர்கள் இருக்கிறார்கள். அவர்களும் சில சமயங்களில் தவறாகச் சொல்லக் கூடும்தான். மறுப்பதற்கில்லை. ஆனால் அவர்கள் குருட்டாம் போக்கில் சொல்லவில்லை என்பது மட்டும் நிச்சயம்.

பஸ் ஸ்டாண்டுக்குப் போகிறோம். தாம்பரம் என்று வைத்துக் கொள்வோம். நாம் போக வேண்டியது கிண்டிக்கு. அங்கே நாம் ஏறிப் போக வேண்டிய 21G பஸ்கள் பல நிற்கின்றன. எதில் ஏறலாம்?

சிலர் காலியாக இருக்கும் பஸ்ஸில் ஏறிவிடுவார்கள். அது கிண்டி போகுமா? நிச்சயம் போகும். எப்பொழுது போகும்? அதைச் சொல்ல முடியாது.

ஆனால் நிச்சயம் போகும். சௌகரியமாக உட்கார்ந்து போகலாம். அதுதான் ஃபண்டமெண்டல் அனாலிசிஸ். நிச்சயம் லாபம். ஆனால் உடனடியாகக் கிடையாது. பொறுத்திருக்க வேண்டும். எதிர்பாராத விதமாக உடனடியாகவும் கிளம்பலாம். அது தற்செயல்.

உடனடியாகப் போக வேண்டுமென்றால் கிளம்பத் தயாராக இருக்கும் (உறுமிக் கொண்டிருக்கும்!) பஸ்ஸைப் பார்த்து ஏறவேண்டும். சீட் கிடைக்கலாம்; கிடைக்காமலும் போகலாம். அதுவல்ல முக்கியம். எது கிளம்பத் தயாராக இருக்கிறது?

இன்னமும் சிலர் இருக்கிறார்கள். அவர்கள் உறுமிக் கொண்டு நிற்கும் பஸ்ஸில் கூட உடனே ஏறிவிட மாட்டார்கள். பஸ்ஸுக்கு வெளியே நிற்பார்கள். பஸ் கிளம்ப ஆரம்பித்த பிறகுதான், ஓடிப் போய் ஏறுவார்கள். அதுதான் டெக்னிக்கல் அனாலிஸ்டுகள் கொடுக்கும் தகவல். எந்த பஸ் கிளம்பத் தயார் என்கிற தகவல்.

எந்தப் பேருந்து எந்தப் பக்கமாக எப்பொழுது கிளம்பும்? அடுத்து அந்த பஸ்கள் எந்தெந்த நிறுத்தங்களில் நிற்கும்? அதுவும் டெக்னிக்கல் அனலிஸ்டுகளுக்குத் தெரியும்.

வல்லுனர்கள் என்ன(தான்) செய்கிறார்கள்?

பஸ் உதாரணம் போதும். போகட்டும். இப்பொழுது நேரடியாக டெக்னிக்கல் அனாலிசிஸ் பற்றி.

டெக்னிக்கல் அனாலிசிஸ் அவசியம். கட்டாயம் உதவும். எல் லாம் சரி. அதற்கும் ஃபண்டமெண்டல் அனாலிசிஸுக்கும் என்ன வித்தியாசம் என்பதும் கொஞ்சம் புரிகிறது. (கொஞ்சம் புரியவில்லை!). 'அப்படி என்னதான் செய்கிறார்கள் இந்த டெக் னிக்கல் அனலிஸ்டுகள்?' என்கிறீர்களா? அதையும் பார்க்கத் தானே வேண்டும்?

டெக்னிக்கல் அனலிஸ்டுகள் எந்த நிறுவனம் எப்படிச் செயல்படு கிறது, எந்த நிறுவனம் அதிக லாபம் ஈட்டியுள்ளது என்றெல்லாம் பார்ப்பது இல்லை. எந்த நிறுவனம் கெட்டுப் போய்விட்டது, எந்த நிறுவனத்தின் லாபம் குறைந்துவிட்டது போன்றவற்றை யும் பார்ப்பது இல்லை.

இவர்கள் பார்ப்பதெல்லாம், சந்தையில் எந்தப் பங்குகளின் விலைகள் ஏறுகின்றன, இறங்குகின்றன? எவ்வளவு ஏறுகிறது அல்லது எவ்வளவு இறங்குகிறது? இவர்கள் அக்கறை இவற்றின் மீதுதான்.

முதலில் இந்த உலகத்தைச் சுற்றி வருபவருக்குக் கிடைத்தற்கரிய ஞானப் பழத்தினைத் தருவதாக அப்பா பரமசிவன் சொல்லிவிட, முருகன் சீரியசாகத் தன் மயில் வாகனத்தில் ஏறி உலகை ஒரு முழு ரவுண்டு வந்தார். அதாவது அவர் செய்தது சரிதான். உலகத் தினைச் சுற்றிவர அதைத்தானே செய்ய வேண்டும்? அவர் அதைச் செய்தார். அப்படிச் செய்வது, ஃபண்டமெண்டல் அனாலிசிஸ்.

அதே ஞானப் பழத்தினைப் பரிசாகப் பெற, முருகனுடைய அண்ணன் விநாயகன் இன்னொரு வேலை செய்தார். அவர் கொஞ்சம் மாற்றி யோசித்தார். அப்பா அம்மாவே நமக்கு உலகமல்லவா? அப்படியென்றால் அவர்களையே ஒரு சுற்று சுற்றிவிட்டால்! செய்தார். தம்பி முருகனைவிடச் சீக்கிரமே சுற்றிவந்து, பழத்தைப் பரிசாகப் பெற்றுவிட்டார். டெக்னிக்கல் அனலிஸ்ட் செய்வது விநாயகர் செய்த வேலையைப் போல!

இன்னமும் கொஞ்சம் விளக்கமாகவே சொல்லலாம். ஆங்கிலத் தில் 'காஸ் அண்டு எபெக்ட்' (Cause - Effect) என்பார்கள். சில காரணங்களால், சில விளைவுகள். மழை என்பது காஸ் - அதாவது, காரணம். பயிர் என்பது அதன் எபெக்ட் - விளைவு.

ஃபண்டமெண்டல்ஸ் நன்றாக இருப்பது 'காரணம்'. அதனால் பங்குகளின் விலை ஏறுவது 'விளைவு'. நாம் எதைக் கவனிக் கலாம்? காரணங்களைத் தேடலாம். சரிதான். உலகத்தையே சுற்றுவது போல. அதைவிட விளைவுகளையே நேரடியாகப் பிடித்து விடலாமே! அதுதான் டெக்னிக்கல் அனாலிசிஸ்.

ஏதோ சில பங்குகளின் விலைகள் மடமடவென்று ஏறுகின்றன. கவனிக்கிறோம். ஏன் ஏறுகிறது? எதனாலோ ஏறுகிறது. ஏறுகிறதா இல்லையா? எதனால் ஏறினால் என்ன? நாம் கவனிக்க

வேண்டியது ஏறுகிறதா என்பதைத்தான். ஏறுகிற ஷேருடன் நாமும் கூடவே ஓடலாமே?

ஏதோ ஒரு ஷேரின் விலை இறங்குகிறது. எதனால் இறங்கு கிறது? எதனாலோ இறங்கிவிட்டுப் போகட்டும். நமக்கென்ன? இறங்குகிறது. அதைக் கவனிக்க வேண்டும். அதுதான் முக்கியம். அப்படிப்பட்ட பங்கினை நாம் வைத்திருந்தால் விற்றுவிட்டு வெளியேற வேண்டும். அல்லது கையில் அந்தப் பங்கே இல்லையா? ஆனால் இறங்குகிறது. இன்னமும் இறங்கும் என்று தெரிகிறதா? கையில் இல்லாத அந்தப் பங்குகளை, ஃபியூச்சர் ஸில் ஷார்ட் (Short) போக வேண்டும் (விற்று வைப்பது).

இது தாங்க டெக்னிக்கல் அனாலிசிஸ் காட்டும் வழி. இப்படி விலை ஏறக்கூடிய பங்குகளையும் விலை இறங்கக்கூடிய பங்கு களையும், சில கணக்குகள் போட்டு, முன் கூட்டியே சொல்லி விடுவார்கள். அதுமட்டுமன்று. தனிப்பட்ட ஷேர்கள் தவிர மொத்த மார்க்கெட் நிலையையும் கணித்து இந்த அளவு சென்செக்ஸ் அல்லது நிஃப்டி வந்தால், மார்க்கெட் இறங்கும். இதனைத் தொட்டால் எகிறும் என்றெல்லாம் ஜாதகம் கணிப்பார்கள்.

இவர்கள், இப்படி, முன்கூட்டியே, 'இதோ இப்ப, இது' என்று சொல்லிவிட நாம் கரெக்டாக விலைகள் ஏறும் முன் வாங்கலாம். அதே போல, இறங்கும் முன் சரியாக விற்றுவிடலாம்.

நன்றாக இருக்கிறது இல்லையா?

எல்லாம் சரிதான், 'இந்த டெக்னிக்கல் அனலிஸ்டுகளுக்கு மட்டும் எப்படிச் சரியாக, இப்பொழுது இறங்கப் போகிறது அல்லது ஏறப் போகிறது என்று சொல்ல முடிகிறது?' என்ற கேள்வி வருகிறதா? வரத்தான் செய்யும்.

அதுதான் கணக்கு. வானம் சுட்டெரிக்கிறது. பளிச்சென்று இருக் கிறது. வானிலை அறிக்கை சொல்கிறதே, இன்னமும் 48 மணி நேரத்துக்கு மழை என்று! அல்லது 50, 60 கி.மீ. வேகத்தில் காற்று அடிக்குமென்று. அதே போல அடிக்கவும் செய்கிறதே. கணக்கு. சாதாரணர்களுக்குத் தெரிவது வெளிப்படையானது. வெளிப் படையாக மற்றவர்களுக்குத் தெரியாததைக் கண்டுபிடித்துச் சொல்பவர்கள்தான் நிபுணர்கள் (An expert is someone who is able to see what is not obvious to others!) அவர்கள்தான் எக்ஸ்பெர்ட்ஸ். எல்லாத் துறைகளிலுமே! இல்லையா!

இவற்றைத் தெரிந்து வைத்திருப்பதால்தான் இவர்களுக்கு லகரக் கணக்கில் சம்பளமும் கோடிக் கணக்கில் வருட போனஸ்களும் சந்தோஷமாக அள்ளித் தருகிறார்கள்.

டெக்னிக்கல் அனலிஸ்டுகள் சந்தையைக் கவனமாகப் பார்க்கிறார்கள். எந்தப் பக்கம் அதிகமானவர்கள் ஓடுகிறார்கள்? எந்தப் பக்கத்திலிருந்து நிறையப் பேர் வெளியேறுகிறார்கள்? (Sales + Delivery). இது போன்ற விஷயங்களைக் கவனித்து, அதை ஏற்கெனவே நிகழ்ந்தவற்றுடன் ஒப்பிடுவார்கள். இப்படிச் சிலர் ஓடினால் அதற்கு இது அர்த்தம் என்பது போல யோசிப்பார்கள்.

'இவ்வளவு பேர் ஓட ஆரம்பித்தால் மேலும் எவ்வளவு பேர் பயந்து போய் ஓட ஆரம்பிப்பார்கள்? எப்பொழுது இந்த ஓட்டம் நிற்கும்? அல்லது எப்பொழுது ஓடுபவர்கள் எண்ணிக்கை குறையத் தொடங்கும்?' என்றெல்லாம் கணித்துச் சொல்வார்கள். அதுதான் டெக்னிக்கல் அனாலிசிஸ்.

டெக்னிக்கல்ஸின் நம்பிக்கைகள்

1. பங்குகள் எவ்வளவு பெறும் என்று முதலீட்டாளர்கள் நினைக்கிறார்களோ, அவ்வளவுக்கு அவை விலை போகும்.

கார்ஃபைடு (Garfied) என்ற நிபுணர்தான் மேற்கண்டவாறு சொன்னார்.

'உண்மைதானே. இது பங்குகளுக்கு மட்டுமா பொருந்தும்? இடம், நிலம், வீடு, வைரம்... எல்லாமே இப்படித்தானே விலை போகின்றன!' ஆக, இதில் மிக மிக முக்கியமானது, மார்க்கெட் அந்தப் பங்கை எப்படிப் பார்க்கிறது என்பதுதான். இங்கே மார்க்கெட் என்பது முதலீட்டாளர்களைக் குறிக்கும். முதலீட்டாளர்களில் அனைத்துப் பகுதியினருமே அடக்கம்.

ஆக முதல் நம்பிக்கை, ஒரு பங்கை சந்தை எப்படி மதிப்பிடுகிறது என்பது. அது மிகவும் முக்கியம். மிகப் பிரமாதமாகச் செயல்படும் லாபமீட்டும் ஒரு நிறுவனத்தின் பங்குகளை நாம் வாங்கலாம். நல்லது. வாங்கியாயிற்று. பிறகு? அந்தப் பங்கு விலையேறினால்தானே நமக்கு லாபம்! அது எப்படி ஏறும்? மற்றவர்களும் அந்த நிறுவனப் பங்கை வாங்க விரும்பினால் தான். எப்பொழுது வாங்க விரும்புவார்கள்? அவர்களும் அது நல்ல பங்கு என்று நினைத்தால். எப்பொழுது அப்படி ஒரு

முடிவுக்கு வருவார்கள்? அவர்களுக்கும் அந்தப் பங்கு பற்றிய விவரங்கள் தெரிந்தால்!

தெரிந்ததும்... அதன் மீது விழுந்து புரண்டு அள்ளுவார்கள்.

2. நம்மைவிட 'சந்தை'க்கு அதிகம் தெரியும்.

நாம் தனிமனிதனாக அல்லது நிறுவனமாக எவ்வளவோ ஆராயலாம். புள்ளி விவரங்கள் சேகரிக்கலாம். ஆனாலும் நம்மை விட விவரம் தெரிந்தவர்கள், முக்கியத் தகவல்களுக்கு அருகில் இருப்பவர்கள், பல தகவல்களை ஒன்றிணைத்து புதிய நிலை களை உணரக்கூடியவர்கள் நிறையவே இருக்கிறார்கள் என்பதை உணர வேண்டும்.

உதாரணத்திற்கு சின்டெக்ஸ் நிறுவனப் பங்குகள். சில மாதங்களுக்கு முன்பு வரைகூட ரூ. 300க்கும் மேலீடுந்த அந்த பங்கு விலை ரூ. 120க்கு வந்தது. 'அட!... சின்டெக்ஸ் பங்கா இந்த விலைக்கு என்று சிலர் வாங்கினாலும் அதன்பிறகு சில நாட்களிலேயே, அதன் விலை ரூ. 65ஐ தொட்டது. FCCB என்று ஒரு பிரச்னை. டாலரில் கடன். டாலர் விலை ஏற்றம் என்பது போன்ற அதிகம் வெளித்தெரியாத பிரச்னை. அதுபற்றியெல் லாம் தெரியாமல் விலை இறங்கிறதே என்று வாங்கினால்!

ஆக நன்றாக ஏறிக் கொண்டிருந்த பங்கின் விலை, திடீரென்று விழுகிறதென்றால், ஏதோ காரணமிருக்கிறது. நமக்குத் தெரி யாமல் எத்தனையோ நடக்கலாம். உஷார்! ஏதோ கெட்ட செய்தி. உடனே வெளியேறு... அல்லது ஏனோ திடீரென்று விலையில் மாறுதல். எகிறுகிறது. போனைப் போடுங்கள். அந்தப் பங்கை வாங்குங்கள்.

3. பங்குகளின் விலைகள் அவற்றின் டிமாண்ட் மற்றும் சப்ளையைப் பொறுத்தது.

தக்காளியைவிட உபயோகமான பொருள் உண்டா? அது இல்லா மல் முடியுமா? முடியாது. சில சமயங்களில் மழை கொட்டோ கொட்டென்று கொட்டும். நாளொன்றுக்கு விடாமல் இருபது இருபது சென்டிமீட்டர்கள். தக்காளி போன்ற அழுகும் பொருளின் விலை என்னவாகும்? பறந்துவரும் உயரத்திற்கு கிலோ 50 ரூபாய்!

அதே தக்காளியை சில சமயங்களில் கிலோ 5 ரூபாய்க்குக் கூவிக் கூவி விற்பார்கள். அதே சிவப்புத் தக்காளிதான். தக்காளியில்

மாற்றமில்லை. ஆனால் விலையிலோ சம்பந்தமேயில்லை. காரணம் என்ன? எல்லாம் 'டிமாண்ட்' மற்றும் 'சப்ளை' செய்யும் வேலை. இரண்டுக்கும் இடையே வந்த பிணக்கு.

சென்னை தியாகராயர் நகரில், ரங்கநாதன் தெருவில் கடை போட்டால் வியாபாரம் பிய்த்துக் கொண்டு போகும் என்பது குழந்தைக்குக்கூடத் தெரியும். அங்கே கடைகளுக்கு ஏக 'டிமாண்ட்'. ஆனால் இருக்குமிடமோ ஓரளவுதான். லிமிட்டெட் சப்ளை. அதனால் இட விலை... 'ஸ்ஸ்..சூம்...' என்று மேலே... உச்சத்தில்.

சென்னை கிழக்குக் கடற்கரைச் சாலை. ஆளாளுக்கு 'ஃபார்ம் ஹவுஸ்' கட்டுவதற்காக இடங்களை வளைத்துப் போட, திடீரென அதிகரித்தது டிமாண்ட். ஆனால் அங்கே இருந்த இடங்களின் அளவுகளில் மாற்றமில்லை. அதாவது அதே சப்ளை.

அதிகரித்துவிட்ட டிமாண்ட். அப்படியே இருக்கும் சப்ளை. சொல்ல போனால் விற்க நினைத்தவர்களும் கூட, ஏன் விற்க வேண்டும்? விலைகள்தாம் தினம் தினம் உயர்கிறதே என்று விற்பதை நிறுத்திவிட, குறைந்துவிட்ட சப்ளை. அதனால் விலைகள்? கிழக்குக் கடற்கரைச் சாலையில் இளைஞர்கள் ஓட்டும் கார்களின் வேகத்தையும்விட மேலே, உயரே. பின்பு டிசம்பர் 26, 2004-ல் சுனாமிப் பேரலைகள் ஒரு வீசு வீசி உதற, 'ஆளைவிடு சாமி, எனக்கெதுக்கு வம்பு' என்று சடாரென்று கிடைத்த விலைக்கு விற்க ஏகப்பட்ட பேர் விற்கவும் துடித்தார்கள்.

ஒரே நாளில் டிமாண்ட் காணாமல் போய்விட்டது. விலைகள்? 'தொபக்' என்று பாதாளத்தில்.

பங்கு மார்க்கெட்டிலும் அதே நிலைதான்.

பங்குகளின் விலைகளை முடிவு செய்வதும் டிமாண்ட் மற்றும் சப்ளைதாம். அதனால் ஃபண்டமெண்டலை மட்டும் நம்பினால் போதாது.

4. எப்பொழுதும் பங்குச்சந்தையில் ஆற்றோட்டத்துடன் போக வேண்டும்.

மொத்த மார்க்கெட்டும் விழ, நாம் மட்டும் 'ஹையா, நேற்றை விட இன்றைக்கு 50 ரூபாய் குறைவான விலைக்குக் கிடைக்

கிறதே!' என்று ஒரு பங்கை வாங்கினால், நாம் புத்திசாலியில்லை. திடீரென விலை இறங்கும் பங்குகளை மடமடவென்று வாங்குவது தவறு. அடுத்த நாள் இன்னமும் விழலாம்.

இது தாற்காலிக இறக்கமா? அல்லது இறங்குமுகத்தின் தொடக்கமா? டெக்னிக்கல்ஸ் தெரிந்தவர்கள்தான் சொல்ல முடியும். பின்னால் வரும் பக்கங்களில் இதன் பொருள் புரியும்.

தற்போதைக்கு, ஆற்றோடு நீந்து. எதிர்நீச்சல் எல்லாம் பங்குச் சந்தையில் பைத்தியக்காரத்தனம். பெரிய பெரிய பில் கேட்ஸ்களுக்கே சிரமம் தரும் வேலை. அநாவசியமும்கூட! 2003 ஆண்டு முதல் பங்குகளை வாங்கிக் குவித்து நல்ல லாபம் பார்த்த 'புல்' ராகேஷ் ஜுன்ஜுன்வாலாகூட ஒரு பேட்டியில் இதையேதான் சொன்னார். வெள்ளம் அடித்துக் கொண்டு வருகையில் சின்ன மணல் மூட்டைகள் போட்டு அதனை நிறுத்த முடியுமா? காத்திருக்க வேண்டும். வெள்ளம் வடிவதற்கு.

விலைகள் இறங்குகிறதா? விற்று விடுங்கள். குறைந்தபட்சம் புதிதாக வாங்காமலாவது இருங்கள். இப்போதைக்கு செய்தி அதுதான். ஏற ஆரம்பிக்கிறதா? வாங்குங்கள்..

2004-05-ம் ஆண்டுக்கான முதல் காலாண்டு நிதியறிக்கை வெளி வரும் நேரம். எந்த கம்பெனியின் ரிசல்ட் நன்றாக இருக்கிறது என்று பார்த்துப் பார்த்து சிலர் வாங்குவார்கள். அப்பொழுது இன்ஃபோசிஸின் முடிவுகளும் வெளிவந்தன. அது சமயம் இன்ஃபோசிஸின் ரூ.5 முகமதிப்புள்ள பங்கின் விலை ரூபாய் 2,300. ரிசல்ட் நன்றாகவே இருந்தது. கடந்த ஆண்டில் சம்பாதித்ததைவிட அதே காலத்தில் (Q1) சிறப்பாகவே லாபம் ஈட்டியிருந்தார்கள்.

விலை என்ன ஆக வேண்டும்? உயர வேண்டுமல்லவா?

ஆனால் பாருங்கள், ரிசல்ட் வந்ததுதான் தாமதம்! இன்ஃபோசிஸ் பங்குகளைப் போட்டு சந்தையில் அடிக்கிறார்கள்! 2300, 2200, அடுத்தநாள் அதற்கும் கீழ்... சிலர் என்ன செய்தார்கள்? வாங்கினார்கள். 'அட இவ்வளவு நல்ல ரிசல்ட் வந்திருக்கிறது. விலையும் 200, 250 ரூபாய் குறைந்துள்ளதே! வாங்குவதற்கு நல்ல சந்தர்ப்பம் இது' என்று.

அதே இன்ஃபோசிஸின் பங்கு விலை, அடுத்த காலாண்டு அறிக்கை (Q2) வரும்பொழுது 2005 அக்டோபர் முதல் வாரத்தில்

மேலே மேலே போய் 2700-ஐத் தொடுகிறது. ஏற்கெனவே மூன்று மாதங்கள் முன்பு 2200, 2100-க்கு வாங்கியவர்களுக்கு நல்ல லாபம்தான். இருந்தாலும், ஏன் டெக்னிக்கல் அனாலிசிஸ் பற்றிச் சொல்லும்பொழுது, அப்படி வாங்கியிருக்கக் கூடாது என்கி றோம் என்று கேள்வி வரலாம். வரவேண்டும்.

முதல் காலாண்டு முடிவில் (Q1) 2300-ல் இருந்து இறங்கிய விலை எவ்வளவு கீழே போனது என்பதுதான் விஷயம். சிலர் 2200-ல் வாங்கினார்கள். சிலர் 2000-ல் அல்லவா வாங்கினார்கள்! அந்தச் சில தினங்களில் அது தொட்ட குறைந்தபட்ச விலை என்ன தெரியுமா? 1900. ஆமாம், 2000-க்கும்கீழ். அப்பொழுது வந்த செய்தி என்ன தெரியுமா? 1900-க்கும் கீழே போனால் அடுத்து மவனே 1700-ல்தான் போய் நிற்கும் என்று.

ஏற்கெனவே இருந்த விலையைவிட இறங்கியுள்ள நல்ல பங்கு என்று இன்ஃபோசிஸ் போன்ற ஒரு ஸ்டிராங்கான பங்கை ரூ.2200-க்கு வாங்கியவர், நாலைந்து நாள்களுக்குள் அதன் விலை ரூ.1900 வருவதைப் பார்த்தால் என்ன ஆகியிருப்பார்? நொந்து நூலாகியிருப்பார்! நொந்தால் மட்டும்கூடப் பரவாயில்லை. மனிதர் பயந்துபோய் அதை 1900-ல் அல்லது 1950-ல் விற்றிருப்பார்.

அவருக்கு அந்த ஷேர் ஏன் கீழிறங்குகிறது, அதற்குக் கீழ் இன்னமும் எவ்வளவு தூரம் போக முடியும் என்று நிச்சயமாகத் தெரியாது. ‘என்ன இது, இவ்வளவு நல்ல ஷேரைக் குறைந்த விலைக்கு வாங்கியதும் உடனே நஷ்டமா?’ என்று ஷாக் ஆகியிருப்பார். அந்த ஷாக்கில் ஒன்றும் புரியாது. அதனால் ‘போதும் இந்த ஓட்டம்’ என்று கிடைத்த விலைக்கு விற்றுவிட்டு, வெளியே ஓடி வந்துவிடுவார்.

அதன்பிறகு மீண்டும் அந்த ஷேருக்கு அருகில் வர அவருக்கு மாதங்களாகும். அடி வாங்கியிருக்கிறாரே, அந்த பயம்! அந்த ஷேரோ, நாம் முன்பு பார்த்ததுபோல ஜம்மென்று 2700-க்கு வரும். இவருக்கு வயிறு எரியும். கெட்ட கெட்ட வார்த்தையால் அந்த ஷேரைத் திட்டுவார். அந்த ஷேர் என்ன பாவம் செய்தது!

ஆக, ஏதோ ஒரு திசையில் மேலோ, கீழோ வேகமாகப் பங்கின் விலைகள் போனால், கொஞ்சம் உஷாராக இருத்தல் நலம்.

5. சரியான நேரத்தில் இயங்குவது முக்கியம்

கபடி விளையாட்டு தெரிந்திருக்கும். ஒருவர் எதிர் அணியினர் உள்ள கட்டத்துக்கு 'கபடிக் கபடிக் கபடி' என்று பாடியபடியே போவார். அவர் மூச்சுவிடாமல் அப்படிச் சொல்ல வேண்டும். சொல்லியபடி எதிரணியினரில் எவரையேனும் தொட வேண் டும். தொட்டுவிட்டு, மூச்சுவிடாமல், இரண்டு அணியினரின் கட்டங்களுக்கும் இடையே உள்ள குந்தத்தை (நடுக்கோடு) திரும்ப வந்து தொட வேண்டும். இப்படிச் செய்தால், அவருடைய அணிக்குப் புள்ளிகள். எத்தனை பேரை எதிரணியில் தொட்டு அவுட் ஆக்கினாரோ, அவ்வளவு புள்ளிகள் அவரது அணிக்குச் சாதகமாக.

ஆயிற்றா? சரி, அவர் போவார். மீண்டும் 'கபடிக் கபடிக் கபடிக்' சொல்லிக் கொண்டே நன்றாக உள்ளேறி அடுத்த அணியின் கூட்டத்துக்குள் முன்னேறுவார். எதிரணியினர் இவரை உள்ளே வர அனுமதித்து, பின்வாங்குவார்கள். அப்படியே அவர்களால் எவ்வளவு தூரம்தான் பின்வாங்கிப் போக முடியும்? அவர்கள் தங்கள் கட்டத்துக்கு வெளியே (தப்பித்தவறிக் கூட) போய் விட்டால், அவுட் ஆகிவிடுவார்கள்.

அதனால் ஒரு கட்டத்துக்கு மேல், கபடி பாடும் எதிரணி வீரரை ஏறிவர விடமாட்டார்கள். அதுதான் 'ரெசிஸ்டென்ஸ்'. எதிர்ப்பு. அதன்பின் அவர்கள், 'கபடிக் கபடி' என்று கூவி வந்தவரைக் கண்டு ஒதுங்காமல், எதிர்த்து, முன்னேறி, பிடிக்கவே பார்ப் பார்கள். இப்பொழுது அவர் பின்வாங்குவார்.

இதேதான் பங்குச்சந்தையில் நடப்பதும். இரண்டு வெவ்வேறு அணியினர் யார் யார் தெரியுமா? வாங்குபவர்களும் விற்பவர் களும். ஆமாம் ஆமாம், அதேதான். காளைகளும் கரடிகளும்தாம்.

'கபடிக் கபடி' என்று கூவி வருவது புல்ஸ் (காளைகள்). நல்ல ஷேர், நல்ல மார்க்கெட் என்று ஷேர்களை வாங்கிக் குவிப்பார்கள். இவர்கள் வாங்க, வாங்க விலை ஏறிக் கொண்டே செல்லும். ஒரு கட்டம்வரை சரிதான். அதன்பிறகு பியர்ஸுக்கு (கரடிகளுக்கு) பொறுக்காது. 'இது ஓவர்' என்பது போலப் படும். அதிலிருந்து அவர்கள் கை ஓங்கும். அவர்கள் விற்று விற்று விரட்டுவார்கள்.

அதுவும் கொஞ்சநேரம்தான். விரட்டியடிக்கப்பட்டு எவரையும் அவுட் ஆக்காமல், மூச்சையும் விடாது பாடிக் கொண்டு

இருப்பவர், திடீரென எதிரணியினர் மீது திரும்பப் பாய்வார். அதுதான் இறங்குமுகத்தில் ஒரு Short Spurt. திடீர்ப் பாய்ச்சல். இறங்கிக் கொண்டே இருந்த பங்கின் விலை எக்கச்சக்கமாக இறங்கியதும் ஒரு நாள் திடீரென ஏறும்.

இப்படி நடக்கும் இழுபறி விளையாட்டில், இப்படியே ஏறி ஏறி ஏறி... திடீரென.. கீழே திரும்பி இறங்கி இறங்கி இறங்கி, 'அட சட்' என மீண்டும் கொஞ்சம் ஏறி ஏறி...

இதில் எந்தக் கட்டத்தில் திசை (direction) மாறும் என்று கணித்துச் சொல்வதுதான் டெக்னிக்கல்ஸ். இது பங்குக்குப் பங்கு மாறுபடும். அப்படித் திசைமாறும் பொழுது சரியாக அதில் தாவி ஏறி, அந்தத் திசையில் பயணிப்பதில் ஒரு திரில்! மாற்றிச் செய்தால் சோர்வு, நஷ்டம். அங்கேதான் overbought (எக்கச்சக்கமானவர்கள் வாங்கி விட்டார்கள்) அல்லது oversold (பெரும்பாலானவர்கள் விற்று விட்டார்கள்) என்ற நிலைமைகள் ஏற்பட்டு அதனால் ஏற்ற இறக்கங்களுக்கு நேர் எதிராக மாறுதல்கள் ஏற்படும்.

6. சந்தையை நடத்துவது பேராசையும் பெரும்பயமும்தான்

ஆங்கிலத்திலே Fear & Greed என்பார்கள். இது இரண்டும் நல்ல பணம் பண்ணுவதற்கு எதிரிகள். ஆனால் சந்தை என்ற வண்டியை இழுத்துச் செல்லும் இரண்டு வலிய குதிரைகளே இவைதான். பேராசை மற்றும் பெரும் பயம். இந்த இரண்டால் தான் சந்தையே பயணிக்கிறது, சலசலக்கிறது, உயிரோடிருக் கிறது. இல்லாவிட்டால் எப்பொழுதோ அவுட் ஆகியிருக்கும்!

'விலையேறும். இன்னமும் ஏறும். இன்னமும் இன்னமும்' என்பதுதான் காளைகளின் மனவோட்டம். அவர்களின் பேரா வல். பின்பு பேராசை. எந்த ஒரு சின்ன நல்ல செய்தியையும் பெரிதுபடுத்திப் பார்த்துக் கொள்வார்கள். காளைகள் என்றால், யாரோ மும்பைப் பங்குச்சந்தையில் இருக்கும் குஜராத்திகள் மட்டும் அல்ல... நாமும்தான். நம்மைப் போன்ற எத்தனையோ லட்சக்கணக்கான சிறு முதலீட்டாளர்களும் பெரிய ஃபண்ட் மேலாளர்களும் சேர்த்துத்தான்.

ஆசையை வென்றார் யாரோ! எவ்வளவு விலை ஏறினாலும் விற்கமாட்டோம். என்னவோ ஏறுகிறது. இன்னமும் கொஞ்சம் பார்ப்போம் என்று காத்திருப்போம். இது சரிதான் என்றே வைத்துக் கொள்வோம்.

அடுத்து என்னாகும்? ஏதோ காரணத்துக்காக (டெக்னிக்கல்ஸ் உள்பட) விலைகள் இறங்கும். நல்ல ஷேர் என்று தெரிந்துதான் வாங்கினோம். (சற்று முன் பார்த்த இன்ஃபோசிஸ் போல) அது தினம் தினம் விலை இறங்க, விற்க மனம் வராமல் விட்டு விட்டோம். அது இன்னமும் கீழே இறங்க, பயம் பற்றிக் கொள் ளும். (இன்ஃபோசிஸ் 1900 விலை வந்ததும், வந்ததே அந்த பயம்!) உடனே கையிலிருக்கும் மொத்தத்தையும் விற்றுவிடு வோம், 'இந்த வேலையே இனி வேண்டாம்' என்று.

நம்மைப் போலவே திடீர் 'கரடி' மனோபாவம் வந்துவிட்ட பலரும் - லட்சக்கணக்கில் இருப்பவர்கள் - விற்பார்கள்.

இப்படிப் பலரும் விற்காமல் வைத்திருக்க (Hold), வாங்க (Buy), திடீரென விற்க (Sell) மார்க்கெட் ஊசலாடும், ஏறும், இறங்கும். இதுதான் பங்குச்சந்தையின் நாடித் துடிப்பு. இங்கு இதயத் துடிப்பின் சத்தம் 'லப் டப்' என்று இருக்காது. பதிலுக்கு 'ஆசை, பயம், ஆசை, பயம்' என்று இருக்கும்.

டெக்னிக்கல் அனலிஸ்டுகள் செய்யும் டெக்னிக்குகள்

டெக்னிக்கல் அனாலிசிஸில் அப்படி என்னதான் வித்தியாசமாகச் செய்கிறார்கள்? அது எப்படிப் பங்குகளின் விலைகளை முன் கூட்டியே கணிக்க உதவுகிறது?

டெக்னிக்கல் அனாலிசிஸ் செய்பவர்களுக்கு அடிப்படையான தேவை பங்குகள் பற்றிய 'சார்ட்'கள். அது இருந்தால்தான் அவர் களுக்கு வேலையே ஓடும்.

பள்ளியில், கல்லூரியில் நாம் வரைந்த கிராஃப் (Graph) வரை படங்கள்தாம் இந்த சார்ட்கள். நாளுக்கு நாள் பங்குகளின் விலை கள் மாறிக் கொண்டே இருக்கின்றதல்லவா? இந்த விலைகளை யும் இவை மாறும் நாள்களையும் y மற்றும் x அச்சுகளில் (ஆக்ஸிஸ்களில்) குறித்துக் கொண்டே வருவதுதான் சார்ட். இதில் பல வகைகள் உண்டு.

பார் சார்ட் (Bar Chart)

லைன் சார்ட் (Line Chart)

கேண்டில் ஸ்டிக் (மெழுகுவர்த்திகள்) (Candle Stick)

பாயிண்ட் அண்ட் ஃபிகர் (Point and Figure Chart).

ஒரு குறிப்பிட்ட பங்கின் விலை - ONGC - எட்டு வார காலத்தில் எப்படியிருந்தது என்று கேட்டால், எப்படிப் பதில் சொல்லலாம்? ஏறியிருக்கிறது என்று சொல்லலாம். அல்லது இறங்கியிருக்கிறது என்று சொல்லலாம். அல்லது கொஞ்சம் ஏறியது, கொஞ்சம் இறங்கியது என்று சொல்ல வேண்டி வரலாம். இந்தப் பதில்களில் இருந்து ஏதாவது சரியாகத் தெரிந்து கொள்ள முடிகிறதா? போதிய விவரங்கள் முழுமையாக இல்லாத இப்படிப்பட்ட தகவல்களை வைத்து ஏதாவது முடிவுக்கு வர முடியுமா? முடியாது.

இன்னமும் கொஞ்சம் கவனமாக இருப்பவர்கள் அதே தகவல்களையே ஒரு 'டேபிள்' (அட்டவணை) ஆக எழுதிப் பார்ப்பார்கள்.

Week	ONGC Close	Week	ONGC Close
23-Oct-06	789.50	20-Nov-06	856.65
30-Oct-06	877.70	27-Nov-06	865.60
6-Nov-06	878.60	4-Dec-06	840.10
13-Nov-06	848.55	11-Dec-06	820.30

மேலே உள்ள அட்டவணையைப் பார்த்தால் என்ன தெரிகிறது. இதுவும் கொஞ்சம் குழப்பமாகத்தான் இருக்கும். நிறையத் தகவல்கள் இருக்கிறதுதான். ஆனாலும் முடிவெடுக்க முடிய வில்லையே. எல்லாம் சிதறிக் கிடக்கிறதே என்று தோன்றும். தெளிவாக இது இப்படித்தான் என்று சொல்ல முடியாது. இங்குதான், சார்ட்கள் உதவுகின்றன. அதே எண்களை, அதாவது விலைகளை, வார வாரியாக ஒரு வரைபடத்தில் புள்ளி குத்தி கோடு இழுத்து படம் வரைந்தால், தெள்ளத் தெளிவாகத் தெரிந்துவிடும் இல்லையா?

அதையே ஒரு படமாக, அடுத்த பக்கத்தில் பார்க்கலாம். சார்ட் என்பது இப்படித்தான் இருக்கும்.

இந்த சார்ட்களின் கால அளவுகள் மாறலாம். மேலே உள்ளது வாரத்துக்கானது. இதையே நாளுக்கு, மாதத்துக்கு, வருடத்துக்கு, ஏன், பல வருடங்களுக்குக்கூடப் போட்டுப் பார்க்கலாம்.

முன்பெல்லாம் இப்பொழுது இருக்கும் அளவுக்கு கம்ப்யூட்டர் வசதிகள் கிடையாது. கிராஃப் வரைய 'ரெடிமேட் பேக்கேஜ்'

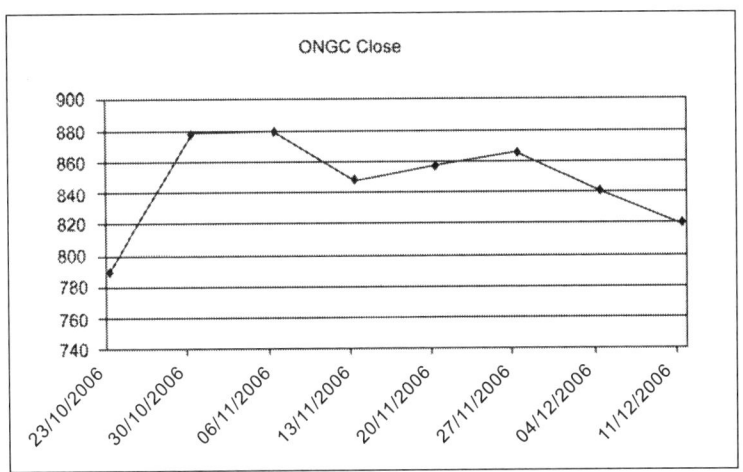

களும் கிடையாது. விவரம் தெரிந்த சிலர் தாங்களே பென்சில் ஸ்கேல் வைத்து கிராஃப் பேப்பர்களில் சார்ட்கள் வரைவார்கள். மிகவும் கஷ்டமான வேலை. வரைவது தவிர, ஒரு நாள் விடாமல் நாமே பரிவர்த்தனை நடந்த விலைகளையும் (Opening, high, low, closing) குறித்துக் கொள்ள வேண்டும். அதுவும் எத்தனை பங்குகளைப் பின்பற்றுகிறோமோ, அத்தனைக்கும்! அய்யோடா!

இப்பொழுது எல்லாம் கணினி மயம். இந்த வேலையெல்லாம் நாம் மெனக்கெட்டுச் செய்ய வேண்டாம். எல்லாம் பேக்கேஜ்களில் வந்தாயிற்று. BSE அல்லது NSE இணையத்தளங்களுக்குப் போய், அல்லது வேறு எத்தனையோ பங்குச்சந்தை, மியூச்சுவல் ஃபண்ட் தொடர்பான இணையத்தளங்களுக்குப் போய் கிளிக் செய்ய வேண்டியதுதான். அவிழ்ந்து புரளும் சார்ட்கள்... காஞ்சிபுரம் சேலை கணக்காக! கேட்கும் கலர்களில், விதவிதமான டிசைன்களில்!

நாம் செய்ய வேண்டியதெல்லாம், கூர்மையாக, கவனமாகப் பார்க்க வேண்டியது, புரிந்து கொள்ள வேண்டியது, முடிவுகள் எடுக்க வேண்டியது. அவ்வளவுதான் சாமி.

இதுதான் டெக்னிக்கல் அனாலிசிஸ். பழத்தின் சதைப் பகுதி. கழுவித் தோல் சீவியாயிற்று. இனி அப்படியே சாப்பிட வேண்டியதுதான்.

1. டிரெண்ட் அனாலிசிஸ் (Trend Analysis)
போக்கைத் தெரிந்து கொள்ளுதல்

ஏதோ ஒரு பங்கினைப் பற்றி நன்கு தெரிந்து கொண்டு விட்டோம். அதை வாங்க முடிவு செய்து விட்டோம். சரி. அதை எப்பொழுது வாங்குவது? 'சுபம் சீக்கிரம்' என்பார்கள் வீட்டுப் பெரியவர்கள். 'நல்லதை உடனே செய்' எனும் பொருள்பட.

அந்தப் பழமொழி பங்குச்சந்தைக்குப் பொருந்தாது. இங்கு நேரம் பார்க்க வேண்டும். அதென்ன நேரம்? ராகுகாலமா, எமகண்டமா?

அப்படியேதுமில்லை. ஆனால் வேறு நேரம். நாம் வாங்க நினைக்கும் பங்கு என்ன டிரெண்டில் இருக்கிறது என்று பார்க்க வேண்டும். டிரெண்ட் என்றால், அதன் விலைகள் எந்தத் திசையை நோக்கிப் போகின்றன? வடக்கு நோக்கியா? (ஏறுமுகமா?) அல்லது தெற்கு நோக்கியா? (இறங்குமுகமா?)

டெக்னிக்கல் அனாலிசிஸ் சொல்லும் அறிவுரை என்ன தெரியுமா?

டிரெண்டோடு போ!

அதாவது, எதிர் நீச்சல் போடாதே. மார்க்கெட் போகும் போக்கில் நீயும் போ. அவ்வளவுதான்.

இதற்கு என்ன பலன் கிடைக்கும்? சூப்பர் பலன் கிடைக்கும். அந்தப் பலன் என்ன? நஷ்டமே வராது.

அப்படியானால் சரி. டிரெண்டுடனேயே போகலாம். அதற்கு முன், டிரெண்ட் என்றால் என்ன என்று கொஞ்சம் விளக்கமாகப் பார்த்துவிடலாமே என்கிறீர்களா? அதுவும் சரிதான்.

டிரெண்டின் வகைகள் மொத்தம் மூன்று.

    a) உயரும் போக்கு (Rising or upward trend)
    b) வீழும் போக்கு (Falling or downward trend)
    c) பக்கவாட்டில் நகரும் போக்கும் (Flat or sideways trend)

வாங்குவதென்றால், உயரும் போக்கில் இருக்கும் பொழுது வாங்குவது. வீழும் போக்கில் இருக்கும் பொழுது விற்று விடுவது. அதே போல உயரும் போக்கில் இருக்கும் பொழுது விற்றுவிடாமல் இருப்பது. வீழும் போக்கில் இருக்கும் பொழுது

‘ஆகா! குறைந்த விலை’ என்று வாங்கிவிடாமல் இருப்பது. இவைதான் இந்த டிரெண்ட் அனாலிசிஸ் தரும் பலன்.

உயரும் போக்கு (Rising trend)

ஒரு குறிப்பிட்ட பங்கினை நாம் தொடர்ந்து கவனிக்கிறோம் என்று வைத்துக் கொள்ளுங்கள். அந்தப் பங்கின் விலைகள் தொடர்ந்து உயர்ந்து கொண்டே போகிறது என்றும் வைத்துக் கொள்வோம். அப்படியானால் அந்தப் பங்கு ‘உயரும் போக்கில்’ (Rising or upward trend-ல்) இருக்கிறது என்று பொருள்.

டெக்னிக்கலாகப் பார்த்தால், அந்தப் பங்கினை வாங்கலாம். காரணம் அதன் போக்கு - Trend - அப்படி. உயரும் போக்கில் இருக்கும் பங்குகளைக் கவனிக்க முடிந்தால் அவற்றை வாங்கலாம்.

சரி, உயரும் போக்கினை கண்டுபிடிப்பது எப்படி? அதற்கு ஏதும் வழிகள் உண்டா? இருக்கிறதே. அதான் சொன்னோமே. விலைகள் தொடர்ந்து ஏறுகிறதென்நூறால் அது உயரும் போக்கு என்று.

ஓர் உதாரணம் பார்க்கலாம்.

‘ஆர்ச்சிட் கெமிக்கல்ஸ்’-ன் ஐந்து நாளைய விலைகள் இப்படி யிருந்தன என்று வைத்துக் கொள்வோம்.

1-ம் தேதி 170, 165, 168

2-ம் தேதி 171, 170, 167

3-ம் தேதி 172, 169, 173

4-ம் தேதி 170, 173, 175

5-ம் தேதி 174, 176, 175

ஒவ்வொரு நாளும் மூன்று விதமான விலைகள் கொடுக்கப் பட்டுள்ளன இல்லையா? அது வெறும் உதாரணத்துக்குத்தான். பார்க்கப் போனால் ஒவ்வொரு நாளும் பல்வேறு விலைகளில் பரிவர்த்தனை நடக்கிறது. நாம் இங்கே எடுத்துக் கொண்டிருப் பது ஆரம்ப விலை, இடையில் நடந்த ஒரு விலை மற்றும் அந்த நாளில் இறுதியாகப் பரிவர்த்தனை ஆன விலை.

இதில் எந்த விலையைக் கணக்கில் எடுத்துக் கொள்வது? டிரெண்ட் லைன் பார்க்கையில் அது என்ன டிரெண்ட் என்பதை வைத்து எந்த விலையைக் கணக்கில் எடுத்துக் கொள்வது என்று முடிவு செய்ய வேண்டும்.

நாம் இப்பொழுது பார்ப்பது உயரும் போக்கு. அதனால், ஒவ்வொரு நாளும் நாம் கவனிக்கும் அந்தக் குறிப்பிட்ட பங்கு (இங்கே ஆர்ச்சிட் கெமிக்கல்ஸ்) என்ன விலைகளில் பரி வர்த்தனை நடக்கிறது என்று பார்த்து, அந்த விலைகளில் இருப்பதிலேயே குறைந்த விலைகளைத்தான் கணக்குக்கு எடுத்துக் கொள்ள வேண்டும்.

அந்தக் குறைந்தபட்ச விலைகள்

1-ம் தேதி   165
2-ம் தேதி   167
3-ம் தேதி   169
4-ம் தேதி   170
5-ம் தேதி   174

முதல் நாள் 165-ல் தொடங்கி, அப்படியே உயர்ந்துகொண்டே போய், வார இறுதியில் 174 ரூபாய்க்கு வந்துவிட்டது. ஆக ஆர்ச்சிட் கெமிக்கல்ஸின் விலைகள் ஏறுமுகத்தில். உயரும் போக்கில் இருக்கின்றன. அப்படியிருந்தால் வாங்கலாம். என்னவோ விஷயம் இருப்பதால்தான் விலைகள் தொடர்ந்து ஏறுகின்றன என்பது டெக்னிக்கல் அனலிஸ்டுகளின் முடிவு.

சரிதானே? ஒரு சந்தேகம் வரலாம். 'அதெப்படி ஒரு பங்கின் விலைகள் தினம் தினம் உயர முடியும்? நடுவில் ஒரு நாள் கூட இறங்காமல்!' கரெக்ட். சரியான சந்தேகம்தான்.

உதாரணத்துக்கு வேறு ஒரு பங்கை எடுத்துக் கொள்வோம். அடுத்தடுத்த ஏழு நாள்களுக்கான HLL பங்கு விலை இது. எல்லாம் அந்தந்த நாள்களின் குறைந்த பட்ச விலைகள் (ஓர் உதாரணத்துக்குத்தான்).

1-ம் தேதி   350
2-ம் தேதி   355
3-ம் தேதி   362

4-ம் தேதி   361
5-ம் தேதி   365
8-ம் தேதி   369
9-ம் தேதி   372

முதல் நாள் 350. அடுத்த நாள் 355. விலை உயர்கிறது. அதற்கும் அடுத்த நாள் 362. HLL பங்கின் விலை மூன்றாவது நாளாகத் தொடர்ந்து உயர்கிறது. 'ஆனால் 362-ல் இருந்தது, அடுத்த நாள் 4-ம் தேதி, 361 ஆகக் குறைந்துவிட்டது. அதற்கும் அடுத்தடுத்த நாள்களில் 365 மற்றும் 367-க்குப் போனது உயர்வுதான். ஆனால், இடையே 362-ல் இருந்து 361 ஆகிவிட்டதே! முதல் நாளைவிட விலை குறைவுதானே? இதை எப்படி உயரும் போக்கு என்று எடுத்துக் கொள்வது?' என்று தோன்றலாம்.

இங்கே ஒரு குறிப்பு தருகிறார்கள். இடையே எப்பொழுதாவது விலைகள் குறைந்தாலும் அது உயரும் போக்குதான். எப் பொழுது தெரியுமா? அப்படிக் குறையும் விலைகள், முந்தைய குறைவான விலைகளைவிடக் குறைவாக இல்லாமல் இருக்கும் பொழுது (Not lower than the previous low).

உயரும் போக்கில் விலை இறங்கலாம். பிரச்னையில்லை. ஆனால், அந்த இறக்கம் என்பது அதற்கு முந்தைய இறக்கத் தினை விடக் குறைவாக இல்லாமல் இருந்தால்.

முந்தைய உயர் விலை என்பது 'டாப்' (Top). அடுத்த உயர் விலை, அதைவிட அதிகமானது (Higher top). அதேபோல முன்பு குறைந்தது முந்தைய 'பாட்டம்' (Bottom). அடுத்த பாட்டம் என்பது அதற்கும் கீழே போகக் கூடாது. குறையலாம், ஆனால் முன்பு குறைந்து இருந்ததைவிடக் குறையக் கூடாது.

நாம் பார்த்த HLLல் அதுதானே நடந்திருக்கிறது. 3-ம் தேதி 362. நான்காம் தேதி 361. குறைவுதான். ஆனால் அதற்கும் முந்தைய குறைவு என்பது 2-ம் தேதி இருந்த 355 ரூபாய். 362-ல் இருந்து இறங்கினாலும் 361 வரைதான் குறைந்துள்ளது. அதன் முந்தைய குறைவான 355-க்கும் கீழ் போகாத வரை டிரெண்ட், உயரும் டிரெண்ட்தான். மேட்டர் அவ்வளவுதான்.

மொத்தத்தில், தொடர்ந்து உயர்ந்து வரும் விலைகளின்போது, நடு நடுவே கொஞ்சம் குறைந்தாலும் முந்தைய குறைந்த

விலைகளை (bottoms) விடக் குறையாமல், புதிய உயர்வுகளைக் கண்டால் அதுதான் ரைசிங் டிரெண்ட் - உயரும் போக்கு.

பங்குகளை உயரும் போக்கில் இருக்கும்போது வாங்கலாம். அல்லது குறைந்தபட்சம் நம்மிடம் இருக்கும் பங்குகள் உயரும் போக்கின் தொடக்கத்திலேயே விற்று விடாமலாவது இருக்கலாம்.

உயர்வதென்றால் எப்படி என்று ஓர் உதாரணம் கீழ்க்காணும் படத்தில் பார்க்கலாம். நிறுவனத்தின் பெயர் ஹிந்துஸ்தான் யுனிலீவர் லிட்.

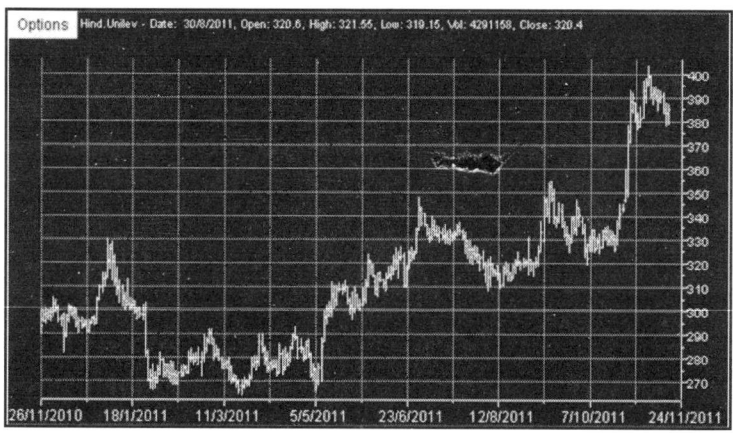

வீழும் போக்கு (Falling trend)

சில நேரங்களில் சில பங்குகளின் விலைகள் தொடர்ந்து ஏறுகின்றன. அதற்குப் பல காரணங்கள் இருக்கலாம். அதே போல, சில சமயங்களில் சில பங்குகளின் விலைகள் தொடர்ந்து குறையவும் செய்யும். அதற்கும் பல காரணங்கள் இருக்கலாம்.

நாம் முன்பு பார்த்ததுபோல, ஒரு குறிப்பிட்ட பங்கின் விலைகள் 'வீழும் போக்கில்' இருக்கும் நேரத்தைச் சரியாகக் கவனித்து, நம்மிடம் அந்தப் பங்குகள் இருந்தால், இருப்பவற்றை விற்று விட்டு (Unload செய்துவிட்டு) வெளியேறி விடலாம். நஷ்டம் குறையும். (நன்கு இறங்கி முடிந்த பிறகு மீண்டும் அதில் நுழையலாம். ஆனால் இப்போது அல்ல.)

2011ல் சர்க்கரை நிறுவனங்களின் பங்குகளின் விலைகளை கவனித்தால் தெரியும்.

சின்ன சின்ன விலை வீழ்ச்சிகளைக் கூட வட்டம் போட்டு காட்டலாம். அல்லது, 'அட. நல்ல ஷேர் ஆயிற்றே இது, முன்பு அவ்வளவு விலை இருந்த ஷேர் இப்பொழுது நன்கு இறங்கி இருக்கிறதே. நாம் வாங்கிவிடலாம்' என்று இறங்குமுகத்தில் உள்ள ஒரு நிறுவனத்தின் ஷேரை வாங்கி மாட்டிக் கொள்ளமல் தப்பிக்கலாம்.

இடையில் சின்னச் சின்ன விலை உயர்வுகள் இருக்கலாம். ஆனால் அவை முந்தைய உயர்வுகளை (Previous highs) விடக் குறைவாக இருக்கும் (Lower tops) பட்சத்தில் அது வீழும் போக்குதான். ஓர் உதாரணம் கீழ்க்காணும் படத்தில் பார்க்கலாம். நிறுவனத்தின் பெயர் பஜாஜ் இந்துஸ்தான்.

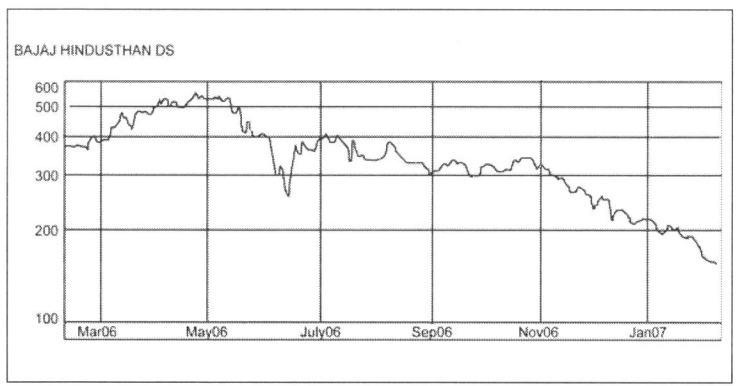

இங்கே முக்கியம் என்னவென்றால் விலைகள் ஏறும், இறங்கும். தொடர்ந்து ஏறும், தொடர்ந்து இறங்கும். விட்டு விட்டு ஏறும் அல்லது இறங்கும். இவற்றில் எதுவும் நடக்கலாம். நடப்பதைச் சரியாகக் குறித்து வைத்துக் கொண்டு, அவற்றைப் பற்றி முடிவெடுக்க வேண்டும்.

இங்கே டிரெண்ட் லைன் போடுவதற்கு எடுத்துக் கொள்ள வேண்டிய விலைகள் என்ன தெரியுமா? முன்பு உயரும் டிரெண்டுக்குப் பார்த்தது, நாளின் குறைந்த பட்ச விலைகள் (Day's low prices). வீழும் போக்குக்கு? கரெக்ட். நாளின் அதிக பட்ச விலைகளேதான் (Day's high prices).

அதிகபட்ச விலைகளே போகப் போக குறைந்து கொண்டே போகிறதே! அப்படியென்றால் டிரெண்ட், நிச்சயம் டவுன் தானே!

பக்கவாட்டில் நகரும் போக்கு (Flat trend)

உயரவும் இல்லாமல் குறையவும் இல்லாமல், அப்படியே சின்னச் சின்ன அசைவுகளுடன் குட்டி போட்ட யானை மாதிரி.

இங்கே எந்த முடிவுகளும் எடுக்க முடியாது. பெரிய மூவ்மெண்ட் இல்லை என்பார்கள். வாங்கினால் காத்திருக்க வேண்டியதுதான்.

அதனால் விலைகள் ஒரு 'ஷேக் அவுட்' ஆகி (உதறி உதறி) மேலேயோ கீழேயோ பிரயாணத்தினை ஆரம்பிக்கும்பொழுது தான், டெக்னிக்கல்ஸ் பின்பற்றுபவர்கள்; அந்தப் பங்கினுள் இறங்குவார்கள்.

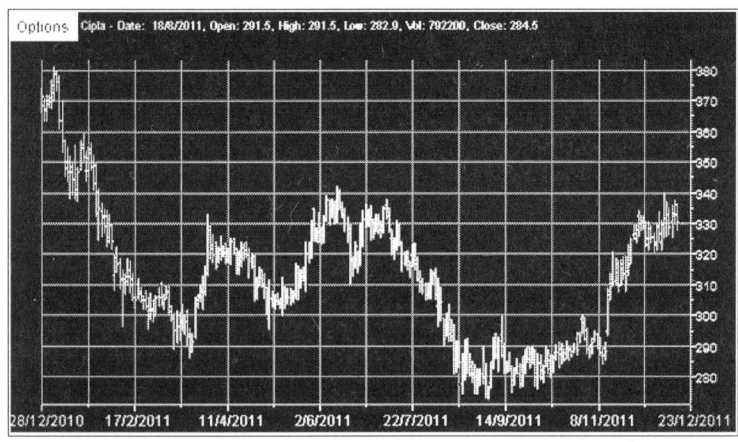

மொத்தத்தில்

டிரெண்ட் லைன் என்பது அடிப்படையான ஒரு படம். இதை வைத்து ஒரு குறிப்பிட்ட பங்கின் போக்கு என்ன என்பதை சட்டெனப் புரிந்து கொண்டு விடலாம். அப்படிப் புரிந்து கொள்வதன்மூலம், அந்தப் படகுக்குள் குதிக்கலாம் (பங்கை வாங்கலாம்). அல்லது படகில் இருந்து குதித்து வெளியேறலாம் (விற்றுவிடலாம்).

உயரும் போக்கைக் கண்டுபிடிக்க நாளின் குறைவான விலை களை மட்டும் கணக்கில் எடுக்க வேண்டும். வீழும் போக்கைக் கண்டுபிடிக்க, நாளின் அதிகபட்ச விலைகளை மட்டும் எடுத்துக் கொள்ள வேண்டும்.

பெனெட்ரேஷன் (Peneteration) என்று ஒன்று இதில் உண்டு. டிரெண்ட் லைன் வரைந்து முடித்த பிறகு அதில் எங்காவது, டிரெண்ட் லைனுக்கும் மேலேயோ (வீழும் போக்கில்) அல்லது கீழேயோ (உயரும் போக்கில்) விலையிருந்தால், அது ஒரு வித்தியாசம். அது ஒரு மாற்றம். போக்குக்கு எதிரான காட்சி. அதனை பெனெட்ரேஷன் (ஊடுருவல்) என்கிறார்கள்.

பெனெட்ரேஷன் ஏதும் இல்லாமல் போகும் டிரெண்ட் லைனுக்கு வலுவும் மதிப்பும் அதிகம். அது சொல்லும் செய்தி நிச்சயம்.

மேலும் டிரெண்ட் லைனின் கோணமும் (Angle), சாய்மானமும் (Slope) கவனிக்கப்பட வேண்டியவை. அதுவும் பல செய்தி களைச் சொல்லும். நெட்டுக்குத்தாக ஏறுகிறதா, இறங்குகிறதா? இல்லை மிகவும் மெதுவாகப் பக்கவாட்டுக்கு அருகில் ஏற்றம், இறக்கம் உள்ளதா என்று பார்க்கவேண்டும்.

பெனெட்ரேஷனுக்கு எப்பொழுது மதிப்பு கொடுப்பது? ஒரு முறை டிரெண்டுக்கு வெளியே போய்விட்டால், அந்தப் போக்கே மாறிவிட்டது என்று முடிவு கட்டி விடலாமா?

கூடாது. டிரெண்ட் லைனில் மாற்றம் என்பது, பங்குகளைப் பொறுத்தவரையில் குறைந்தபட்சம் 3 சதவிகித விலையாக வாவது இருக்க வேண்டும். இன்ஃபோசிஸ் பங்கு 2500, பின்பு 2500, 2600, 2650, 2700 என்று தொடர்ந்து ஏறியதால் அது ஏறுமுகம். ஒருநாள் 2650-ல் இருந்து குறைகிறது. மூன்று சதவிகிதம் என்பது கிட்டத்தட்ட 80 ரூபாய். அவ்வளவு குறைந்தால்தான் அது பெனெட்ரேஷன்.

ஏறிக் கொண்டே போகும் விலையில் சும்மா ஒருநாள் 20 குறைந் தால் அது டிரெண்ட் லைனில் மாற்றம் என்று கருத வேண்டாம். அது ஒரு பெரிய விஷயமல்ல.

இன்னொன்றையும் கவனிக்க வேண்டும். மாற்றம் 3 சதவிகிதத் துக்கும் குறைவாகக்கூட இருக்கலாம். ஆனால் தொடர்ந்து இரண்டுக்கும் மேற்பட்ட நாள்களில் விலை குறைந்தால் (அல்லது கூடினால்), உஷாராகிவிட வேண்டும். டிரெண்ட் மாறலாம்.

முன்பு பார்த்தோமே... கபடி விளையாட்டு. குந்தம் ஏறி வரு பவரை எதிரணியினர் ஓரளவுக்கு அனுமதிப்பார்கள். அதன்பின் திடீரென்று மறித்து நிற்பார்கள். அந்தப் புள்ளியைக் கண்டு பிடிப்பதுதான் பெனெட்ரேஷன்.

டிரெண்ட் லைனின் உபயோகம்

புதியதாகப் பங்குச்சந்தைக்குள் நுழையும் பலரும் யாரோ சொல்லக் கேட்டோ, ஏதாவது பேப்பரில் படித்துவிட்டோ, சில எதிர்பார்ப்புகளுடன் பங்குகளை வாங்குகிறார்கள். அப்படி வாங்க முடிவு செய்யும் பொழுது, அந்தப் பங்கு, டிரெண்ட் லைனில் எந்த நிலையில் இருக்கிறது என்று பார்க்க வேண்டும். அப்படிச் செய்தால்தான், அந்தப் பங்கினை, அந்த நேரம் வாங்குவது சரியா என்று தெரியும்.

வெறும் விலைகளைப் பார்த்தால் அது தெரியாது. ‘போன வாரம் இவ்வளவு இருந்தது. இப்பொழுது இவ்வளவு ஆகியிருக்கிறது.’ இப்படிப்பட்ட மேலோட்டமான விவரங்கள்தான் கிடைக்கும். டிரெண்ட் லைனில், அதன் விலை எங்கே, எப்பொழுது புறப் பட்டது? அது எவ்வளவு தூரம் வந்திருக்கிறது? இடையில் ஏதும் இறங்கியதா? (கரெக்ட். பெனெட்ரேஷன்தான்) அல்லது ‘ஏக் தம்’ நேராக மேலேறிப் போய் கொண்டிருக்கிறதா? இதெல்லாம் தெரிந்துவிடும்.

சமயத்தில் அந்தப் பங்கு, நாம் வாங்கும் சமயம், ‘தான் ஏறியது போதும்’ என்று சோர்ந்து போய் திரும்பத் தொடங்கியிருக்கும். (டிரெண்ட் ரிவர்சல்... யூ-டர்ன் ஆக இருக்கலாம்). அந்தச் சமயம் போய், ‘விலை இறங்கியிருக்கிறது, பரவாயில்லை’ என்று அந்தப் பங்கினை வாங்கினால், அது மேலும் இறங்கு வதைத்தான் கவலையோடு பார்க்க வேண்டி வரும்.

ஓர் உதாரணம் பாருங்கள். 2005, இரண்டாம் காலாண்டு (Q2) முடிவுகளுக்குப் பிறகு GE ஷிப்பிங் ஷேர் விலையில் புதிய எழுச்சி. 200-ல் இருந்து ஏறத் தொடங்கியது. குடுகுடுவென, ஊட்டி ரயில் இன்ஜின் போல மேலேறியது. இதை என் நண்பர் ஒருவருக்குச் சொல்லியிருந்தேன். அவர் வாங்க விட்டு விட்டார்.

விலை 15, 20 நாள்களில் (2005 நவம்பர் மாதத்திலேயே) 229 வந்து விட்டது. அதுவரை வெறுப்பாகப் பார்த்துக் கொண்டிருந்தவர், அடுத்த நாள் ஏறுவது நின்று அந்த ஷேர் 227-க்கு வந்ததும் கவனிக்க ஆரம்பித்தார். அடுத்து அது 225 வந்ததும், டமால் என்று 225-ல் இருக்கும்போது 500 பங்குகளை வாங்கினார். அடுத்த நாளில் இருந்து அது இறங்கி இறங்கி 22.11.2005 அன்று 221-க்கு வந்துவிட்டது.

மனிதர் ஆடிப் போய்விட்டார். 'எனக்கு அதிர்ஷ்டமேயில்லை' என்றார். 'நான் வாங்கினால் ஏறுகிற ஷேர்கூட இறங்கும்' என்று அங்கலாய்த்தார். 'இன்னமும் எவ்வளவு இறங்குமோ' என்று புலம்பினார். அன்றுதான் பீகார் மாநிலத் தேர்தல் முடிவுகள் வெளிவந்தன. மத்தியக் கூட்டணி ஆட்சியில் உள்ள காங்கிரஸும் லாலு பிரசாத் யாதவ் கட்சியான RJD-யும் தேர்தலில் மிகச் சுமாரான இடங்களையே பிடித்திருந்தன.

இதனால் நண்பர் பயந்து 500 GE ஷிப்பிங் பங்குகளையும் கண்ணை மூடிக் கொண்டு விற்றார். நல்ல நஷ்டம். டிரெண்ட் லைன் பார்க்கத் தெரிந்திருந்தால், அல்லது தெரிந்தவரின் ஆலோசனையின் பேரில் வாங்கியிருந்தால் இது நிகழ்ந்திருக்காது. அல்லது, அவர் இன்வெஸ்ட்மெண்ட் என்று வாங்கியிருந்தால், அதனை விற்காமலேயே வைத்திருந்திருக்கலாம். பின்னால் அது ஆகஸ்ட் 2006-ல் 250-ஐத் தாண்டியது.

2. சப்போர்ட் மற்றும் ரெசிஸ்டென்ஸ்

சப்போர்ட் (Support) என்பதைத் தமிழில் ஆதரவு என்று சொல்லலாம். ரெசிஸ்டென்ஸ் (Resistance) என்பது எதிர்ப்பு.

முதலில் சப்போர்ட் - ஆதரவு.

ரப்பர் பந்தை கையில் இருந்து நழுவ விடுகிறோம். என்ன ஆகும்? அது கீழ் நோக்கி வேகமாகப் போகும். எதுவரை போகும்? தரையைத் தொடும்வரை. அதற்குப் பிறகு? தரையில் மோதி, பந்து மேலே எழும்பும். இல்லையா?

மேல் எழும்பிய அந்த ஒரு குறிப்பிட்ட விநாடி வரை வேகமாக கீழ்நோக்கிப் போய்க் கொண்டிருந்த பந்து, அந்த வினாடியில், தரையைத் தொட்ட காரணத்தால், நேர் எதிர்த் திசையில் மேலெழும்பிப் பிரயாணிக்கும். உண்டா, இல்லையா?

அதேபோலத்தான் பங்குகளின் விலைகளும். ஒரு பங்கின் விலை வீழ்கிறது. அப்படியே முடிவேயில்லாமல் பூஜ்யத்துக்கு வந்து விடாது. குறிப்பிட்ட அளவு கீழிறங்கி ஏதோ ஒரு விலையில் தயங்கும். அதுதான் அந்தப் பங்கின் விலையைப் பொறுத்தவரை தரை. அந்த அளவு வந்ததும், திசை மாறி, அந்த விலையில் இருந்து உயர ஆரம்பிக்கும்.

எந்தக் குறிப்பிட்ட விலை வந்ததும் இறங்குவது நின்று உயர ஆரம்பிக்கிறதோ, அந்த விலை, அந்தப் பாயிண்ட்தான், அந்தப் பங்குக்கு 'சப்போர்ட் லெவல்' - 'ஆதரவு நிலை.'

ஒன்றை இங்கே கவனிக்க வேண்டும். சப்போர்ட் லெவல் என்பது, ஒவ்வொரு பங்குக்கும் ஒரே ஒரு விலை அல்ல. ஒரே பங்குக்குப் பலப்பல சப்போர்ட் லெவல்கள் இருக்கின்றன. மாடிப்படியில் தவறி விழுந்த ஒருவர் உருண்டு வருகிறார். அவர் வளையும் மாடிப்படி திருப்பங்களில், ஏதாவது ஒரு திருப்பத்தில் வேகம் குறைந்து தடுத்து நிறுத்தப்படுவார் இல்லையா? எத்தனை யாவது திருப்பம் வரைக்கும் உருள்வார். எந்தத் திருப்பத்தில் நின்றுவிடுவார்?

அது அவர் விழும் வேகம், அவருடைய உடல் எடை, வாகு, மற்றும் மாடிப்படி அகலம், திருப்பங்களின் குறுக்குவெட்டு போன்ற பலவற்றைப் பொறுத்து மாறுமல்லவா? அதே போலத் தான் இங்கும். பங்குகளின் சப்போர்ட் லெவல்கள் பலவற்றை யும் பொறுத்து மாறும்.

அடுத்தது ரெசிஸ்டென்ஸ் - எதிர்ப்பு.

பந்தை உயர விட்டெறிகிறோம். மேலே வேகமாகப் போகும். ஓரளவு உயரம் சென்றதும், மேலே போவது முடிந்து, பந்து கீழே விழத் தொடங்குமல்லவா? அதுதான், அந்தக் குறிப்பிட்ட அளவு தூரம்தான் ரெசிஸ்டென்ஸ். தடுப்பு அல்லது எதிர்ப்பு நிலை. அதற்குமேல் போக முடியாது. அந்தச் சமயம் போக முடியாது. மீண்டும் தூக்கி பலமாக வீச வேண்டியிருக்கும். சப்போர்ட்டில் பார்த்தது போலவேதான். எவ்வளவு தூரம் போனதும் எதிர்ப்பு வரும் என்பது பலவற்றையும் பொறுத்து மாறும். பங்குக்குப் பங்கு மாறுபடும்.

இந்தக் குறிப்பிட்ட அளவுகளை, டெக்னிக்கல் அனலிஸ்ட்டு களால் முன்கூட்டியே சொல்ல முடியும். அவற்றைத் தெரிந்து வைத்திருந்தால், ஒரு பங்கின் விலையோடு நாம் எவ்வளவு தூரம் ஓடலாம், எப்பொழுது அந்தப் பங்கில் இருந்து கழற்றிக் கொள்ளலாம் என்பது புரிந்து விடும். பணம் மிச்சம்.

ஒரு பங்கின் விலை, குறிப்பிட்ட எதிர்ப்பை (ரெசிஸ்டன்சை) கடந்து விட்டால், அதன்பின் புதிய உச்சம்தான் (New high)

என்பது நிச்சயம். அல்லது ஆதரவு நிலையையும் (சப்போர்ட் டையும்) மீறிக் கீழே விழுந்தால், பாதாளம்தான் (New low) என்பதும் புரிந்து விடும். எச்சரிக்கை மணி அடிப்பார்கள். இவற்றை ஃபண்டமெண்டல் அனாலிசிஸ் மூலமாகத் தெரிந்து கொள்ள முடியாது.

எனக்கும் இது போன்ற விவரங்கள் முன்பு தெரியாது. ஒரு பங்கினை, 'நல்ல பங்கு, வாங்கலாம்' என்றார்கள். அத்துடன் அதனை, buy above (இந்த விலைக்கு மேல் வாங்கு) என்று ஒரு விலையையும் சொன்னார்கள். நான் ஆச்சரியப்பட்டேன். ஒரு பங்கு, நல்ல பங்கு என்றால், அது விலை குறைந்தாலும் சந்தோஷ மாக வாங்கிக் கொள்ள வேண்டியதுதானே! ஏன் இப்படி, குறிப் பிட்ட விலைக்கு மேல் போனதும் வாங்கு என்று சொல்கிறார்கள் என்று வியப்பாக இருந்தது.

விஷயம், நமக்கு இப்பொழுது தெரிந்ததுதான். அப்பொழுது நடந்து கொண்டிருந்த அந்த விலை ரெசிஸ்டன்ஸ் விலை. அந்தப் பங்கால், அந்த விலையை சுலபமாகத் தாண்ட முடியாது. அதனருகில் வந்து, உடனே இறங்கும். அதனால் நாம் பாதுகாப் பாக, பங்கு அந்த விலையைத் தாண்டியதும் (பஸ் கிளம்பியதும் ஏறிக் கொள்வது போல) வாங்கிக் கொள்ளலாம்.

இதுதான் டெக்னிக்கல் அனாலிசிஸ் ரெசிஸ்டென்ஸ் லெவலும் சப்போர்ட் லெவலும் கொடுக்கும் கூடுதல் தகவல்களும் பயன்களும்.

3. ஆவரேஜஸ் (Averages)

சராசரி என்பதே ஒரு மகத்தான விஷயம். மேலே குறைத்து, கீழே கூட்டி, சமன் செய்வது என்று கொஞ்சம் எளிமையாகச் சொல்ல லாம். ஒரு கல்யாணத்துக்கு மூன்று நண்பர்கள் போனார்கள். ஒருவர் 6 இட்லி சாப்பிட்டார். மற்றொருவர் 8 இட்லி சாப் பிட்டார். மூன்றாமவன் 10 இட்லி(!) சாப்பிட்டார். மூவரும் சராசரியாக ஆளுக்கு எத்தனை சாப்பிட்டார்கள்? எட்டு இட்லி!

இந்தக் கணக்கெல்லாம் நாம் ஏற்கெனவே பள்ளிக் கூடத்தில் படித்திருக்கிறோம். அது மதிப்பெண்களுக்காக. இப்பொழுது நம் பணத்தைப் பங்குச்சந்தையில் புரளவிட்டு, பணம் பண்ணப் பார்க்கிறோம். அதனால் இன்னமும் கூடுதல் கவனமாகவே புரிந்து கொள்ள வேண்டும். அதற்காகத்தான் இந்த இட்லிக் கணக்கு.

சராசரி தெரிகிறது. சரி, இனி இதை எப்படிப் பயன்படுத்துவது என்பதைப் பார்ப்போம். பங்குகளின் டிரெண்ட் (போக்கு) என்ன என்று பார்த்தோம் அல்லவா? அதில் இன்னமும் கொஞ்சம் மேம்பாடு செய்யப்பட்டது. வெறும் விலைகளைப் பார்ப்பது என்பது பாலிஷ் செய்யாத பாத்திரத்தைப் பார்ப்பதுபோல. விலைகளைச் சராசரியாக்கும் பொழுது, அதீத கரடுமுரடுகள் குறைந்து, புரிதல் தெளிவாகும், பாத்திரம் பளபளப்பாகும். சார்ட்களில் பார்த்தால் தெரியும். எப்பொழுதுமே விலைகள் நேர்கோடாக மேலோ, கீழோ இறங்குவதில்லை. ஓர் அலை போல நெளிநெளியாகத்தான் இருக்கும்.

டிரெண்ட் எனும் போக்கு மேல்நோக்கியோ, கீழ்நோக்கியோ தான் இருக்கும். ஆனால் அந்த டிரெண்டிலும் உள்ளே சின்ன ஏற்ற இறக்கங்கள். அதனால்தான் நெளிவுகள். இவற்றைக் கொஞ்சம் தட்டிவிட்டு, நெளிவுகள் நீக்கிப் பார்க்க உதவுவது சராசரியின் முக்கிய வேலை. இந்த சராசரிகளை மூன்று வகைகளாகப் பிரிக்கிறார்கள்.

a) சிம்பிள் மூவிங் ஆவரேஜ் (Simple Moving Average)

b) எக்ஸ்பொனென்ஷியல் மூவிங் ஆவரேஜ் (Exponential Moving Average)

c) வெயிட்டட் மூவிங் ஆவரேஜ் (Weighted Moving Average)

என்ன இது போகப் போக புதுப்புது வார்த்தைகளாக வருகிறதே என்று கணக்கோடு அதிக உறவு இல்லாதவர்கள் நினைக்கலாம். மீண்டும் மீண்டும் சொல்கிறேன், இந்தக் கணக்கை 'காமன் சென்ஸ்' வைத்து சுளுவாகப் புரிந்துகொள்ள முடியும். இவ்வளவு தூரம் ஷேர் மார்க்கெட் புரிந்த நமக்கா இது புரியாது?

மூவிங் ஆவரேஜ்

ஒரு ஆள் ஷேர் மார்க்கெட்டில் தினசரி 'இண்ட்ரா டே டிரேடிங்' செய்து, கீழ்க்கண்ட மாதிரி சம்பாதித்தார் என்று வைத்துக் கொள்வோம்.

தேதி	சம்பாதித்தது
1.12.05	500
2.12.05	600
3.12.05	400

மூன்று நாளும் சராசரியாக அவர் எவ்வளவு சம்பாதித்தார்? ரூ.500. (500+600+400 = 1500. பின்பு 1500/3 = 500). ஆயிற்றா? அவர் அதற்குப் பின்பும் தொடர்ந்து டிரேடிங் செய்கிறார்.

4.12.2005   800

5.12.2005   600

6.12.2005   700

இந்த மூன்று நாள்களின் சராசரி ரூ.700.

இப்படியெல்லாம் பார்ப்பது சாதா சராசரி (சிம்பிள் ஆவரேஜ்). இதையே மொத்தமாக ஆறு நாள்களுக்கும் கூடப் பார்க்கலாம். ஆறு நாள்களுக்கு என்றால், ஆறு நாள் லாபத்தையும் கூட்டி, ஆறால் வகுக்க வேண்டியதுதானே. வருவது 600. எவ்வளவு நாள்கள் போனாலும், எதற்காகப் பழைய லாபங்களையும் சேர்த்துச் சேர்த்து சராசரி பார்க்க வேண்டும். வேறு என்ன செய்வதாம்? கடைசி சில நாள்களாக எவ்வளவு லாபம் என்று பார்க்கலாமே!

எதைக் கடைசி நாள் என்று எடுத்துக் கொள்வது. தினம் தினம் அந்தக் கடைசி நாள் மாறுமே என்கிறார்களா? யெஸ். அதுதான் விஷயம். இவர்கள் என்ன செய்கிறார்கள் என்றால்... இன்ன நாள் என்று குறிப்பாக எடுத்துக் கொள்வதில்லை. அதனால்தான் அது நகரும் சராசரி (மூவிங் ஆவரேஜ்). எப்படி நகரும்? முதலில் நமக்கு எவ்வளவு நாள்களுக்கான சராசரி தேவை என்பதை முடிவு செய்துகொள்ள வேண்டும்.

உதாரணத்துக்கு, நாம் எப்பொழுதும் கடைசி மூன்று நாள்களில் சராசரியாக என்ன லாபம் செய்திருக்கிறோம் என்று பார்க்க விரும்புகிறோம் என்று வைத்துக் கொள்வோம். தொடர்ந்து தினம் தினம் லாபம் பார்த்தாலும், என்றைய தேதியில் பார்க்கிறோமோ, அன்றைக்குக் கடைசி மூன்று நாள்களின் சராசரி லாபம் என்ன என்பதுதான் நமக்குத் தேவை? அதை எப்படி கணக்கிடுவது?

தேதி	லாபம்	நகரும் சராசரி
1.12.05	500	-
2.12.05	600	-

3.12.05	400	500
4.12.05	800	600
5.12.05	600	600
6.12.05	700	700

மேலே உள்ள அட்டவணையைப் பார்த்தால் புரிகிறதா? முதலில் 1,2,3 தேதிகளின் லாபத்தின் சராசரி. அடுத்து 2,3,4 தேதிகளின் லாபத்தில் சராசரி. அடுத்து 3,4,5 தேதிகள். பின்பு 4,5,6 தேதிகள். எப்பொழுதும் கடைசி மூன்று தேதிகள். அடுத்த நாள், அன்றையதைச் சேர்த்துக் கொள்வதால், பழைய மூன்றில் முதல் தேதியை விட்டு விடுவது. அப்படியே அடுத்தடுத்த நாள்கள்.

இந்த நகரும் சராசரியில் 3 நாள்கள் என்பது, எளிமையான உதாரணத்துடன் புரிய வைப்பதற்காகத்தான். மற்றபடி டெக்னிக்கல் அனலிஸ்டுகள் பங்குகளின் விலைகளைக் கணிப்பதற்கு அதிக எண்ணிக்கையிலான நாள்களின் தகவல்களைத்தான் பார்க்கிறார்கள். நீண்ட காலத்துக்கு 200 நாள்களின் சராசரி விலைகள். மத்திம காலத்துக்கு 10C நாள்களின் சராசரி விலைகள். சில சமயங்களில் 48 நாள்களின் விலைகள்.

'ஷார்ட் பீரியட்'களுக்கு 20, 10 மற்றும் 7 நாள்களின் சராசரி விலைகளைப் பார்க்கிறார்கள்.

நேரடியான விலைகளை வைத்து டிரெண்ட் லைன் போடுவதை விட, இப்படி நகரும் சராசரி விலைகளைப் புள்ளி குத்தி டிரெண்ட் லைன் வரைந்து பார்த்தால், அது கொஞ்சம் வித்தியாசமாக இருக்கும். சரி. இதை ஏன் இப்படிச் செய்ய வேண்டும்? இதனால் என்ன பலன்? பார்ப்போம். அதற்கு முன்,

வெயிட்டட் மூவிங் ஆவரேஜ்

இது இன்னொரு வகையான சராசரி. இதிலும் பங்குகளின் விலைக்கு சராசரி கண்டுபிடிப்புதான். அதேபோல, மூவிங் (நகரும்) சராசரிதான். ஆனால் இது ஒரு விதத்தில் வித்தியாசமானது. இதில் ஒவ்வொரு நாளின் விலைக்கும், தனித்தனியாக ஒரு எடை சேர்ப்போம்.

'எடையா? அது என்ன? இதென்ன ஷேரா இல்லை அரிசியா, எடை கட்டுவதற்கு?' என்று கேட்காதீர்கள்.

முதல் நாளன்று, அதன் முடிவு விலையை ஒன்று(1) என்ற எண்ணால் (Weight) பெருக்க வேண்டும். அதற்கு Weighted close என்று பெயர். இரண்டாம் நாள் விலையை, இரண்டால்(2) பெருக்கி வரும் தொகையை அதன் வெயிட்டட் குளோஸாக வைத்துக் கொள்ள வேண்டும். பின்பு மூன்றாம் நாள் அன்று மூன்றால்(3) பெருக்கி வரும் நாளின் இறுதி விலையை எடுத்துக் கொள்ள வேண்டும்.

இப்பொழுது நம்மிடம் மூன்று நாள்களுக்கான 'வெயிட்டட் குளோஸ்' தொகைகள் உள்ளன. தவிர, மூன்று நாள்களாக என்ன செய்தோம்? ஒன்று, இரண்டு, மூன்று என்று 'வெயிட்'கள் கொடுத்திருக்கிறோம். அவற்றைத் தனியே கூட்டிக் கொள்ள வேண்டும். இப்பொழுது வெயிட்டட் குளோஸ்களின் கூட்டுத் தொகையை, வெயிட்களின் கூட்டுத் தொகையால் வகுக்க வேண்டும். வரும் ஈவுதான் 'வெயிட்டட் ஆவரேஜ்'. அதாவது எடை கூட்டப்பட்ட சராசரி. கீழே கொடுக்கப்பட்டுள்ள அட்டவணையைப் பாருங்கள்.

நாள்	முடிவு விலை (closing price)	எடை (weight)	எடை கட்டப்பட்ட விலை (weighted closing price)
1	100	1	100
2	115	2	230
3	125	3	375
மொத்தம்		6	705

மூன்று நாள்களின் வெயிட்டட் குளோஸ் மொத்தம் = 100 + 230 + 375 = 705

எடைகளின் கூட்டல் = 6

வெயிட்டட் ஆவரேஜ் = 705/6 = 112.5

முன்பு செய்தது போலவே, இதை வைத்தும் நாம் நகரும் சராசரி கண்டுபிடிக்கலாம். ஆரம்பத்தில் உள்ள ஒரு விலையைக் விட்டுவிட்டு கடைசியில் உள்ள ஒரு விலையைக் கூட்டிக் கொண்டு, சற்றுமுன் பார்த்தது போல சராசரி கண்டுபிடிக்கலாம். எத்தனை நாளைக்கான மூவிங் ஆவரேஜ் என்பது இங்கும் தேவையைப் பொறுத்து மாறலாம்.

எக்ஸ்பொனென்ஷியல் மூவிங் ஆவரேஜ்

இதைக் கணக்கிடுவது கொஞ்சம் சிரமமானதுதான். இதற்கு ஒரு ஃபார்முலா கொடுத்துள்ளார்கள். அதை மட்டும் பார்ப்போம்.

தேதி	குளோசிங் விலை
1.12.11	100
2.12.11	110
3.12.11	120
4.12.11	135

தேதி	குளோசிங் விலை
5.12.11	145
8.12.11	155
9.12.11	165

முதல்நாள் எக்ஸ்பொனென்ஷியல் ஆவரேஜ் என்பது மட்டும் அதன் அன்றைய விலையேதான். இங்கே 100. இரண்டாம் நாளுக்கான எக்ஸ்பொனென்ஷியல் ஆவரேஜ் கணக்கிடும் ஃபார்முலா:

எக்ஸ்பொனென்ஷியல் சராசரி = (தற்போதைய விலை - முந்தைய நாள் சராசரி) x ஃபேக்டர் + முந்தைய நாள் சராசரி

இங்கு ஃபேக்டர் (Factor) என்ற ஒன்று வருகிறது. இந்த ஃபேக்டரைக் கண்டுபிடிக்க ஒரு ஃபார்முலா கொடுக்கிறார்கள். ஃபேக்டர் = $2/(h+1)$.

இங்கே h என்பது நம்பர் ஆஃப் டேஸ்.

அதாவது, எத்தனை நாள்களுக்கு எக்ஸ்பொனென்ஷியல் சராசரி கண்டுபிடிக்கப் போகிறோம் என்பது. ஐந்து நாள்களுக்கு எக்ஸ்பொனென்ஷியல் சராசரி கண்டுபிடிக்க விரும்புகிறோம் என்றால் h = 5.

அதாவது மேலே உள்ள
உதாரணத்தில் ஃபேக்டர் = 2/(5+1) = 2/6 = 0.33

எனவே, இரண்டாம் நாள்
எக்ஸ்பொனென்ஷியல் சராசரி = (110 - 100) x 0.33 + 100 = 103.3

மூன்றாம் நாள் = (120 - 103.3) x 0.33 + 103.3 = 108.8

நான்காம் நாள் = (135 - 108.8) x 0.33 + 108.8 = 117.4

தேதி	குளோசிங் விலை	5 நாள் எக்ஸ்பொனென்ஷியல் ஆவரேஜ்
1.12.11	100	100.0
2.12.11	110	103.3
3.12.11	120	108.8
4.12.11	135	117.4
5.12.11	145	
8.12.11	155	
9.12.11	165	

எங்கே, மீதி உள்ள நாள்களுக்கு நீங்களே கணக்கிட்டு மேலே உள்ள அட்டவணையைப் பூர்த்தி செய்யுங்கள் பார்ப்போம்!

இப்போதைக்கு இது போதும். (அப்பாடா! ஆளைவிடுங்கள் என்கிறீர்களா!) கவலையை விடுங்கள். இதையெல்லாம் பேப்பரையும் பேனாவையும் எடுத்து நீங்கள் செய்ய வேண்டிய அவசியம் இல்லை. இவற்றை கம்ப்யூட்டர் பேக்கேஜ்கள் கொண்டு சுலபமாகச் செய்துவிட முடியும்.

சராசரிகளைப் பயன்படுத்துவது எப்படி?

நாம் முன்பெல்லாம் வெறும் விலைகளைப் பார்த்தோம். எடுத்து அவற்றையே ஒரு டிரெண்ட் லைனில் போட்டுப் பார்த்தோம். அதனால் சில உபயோகங்கள் இருப்பது தெரிந்தது. அதன் பிறகு இதென்ன சராசரிகள்? இவற்றைக் கண்டுபிடிப்பதற்கும் நிறைய வேலைகள் செய்ய வேண்டியிருக்கிறது. இவற்றால் என்னதான் பலன்?

ஒரு பங்கினை எப்போது வாங்கலாம், எப்போது விற்கலாம் என்பதை இந்த சராசரிகள், காட்டிவிடும். மிகப் பெரும்பாலும், மிகச் சரியாக. இதுதான் அனுபவம் சொல்கிறது. எப்படி என்கிறீர்களா? ஒரு பங்கின் விலையை வரைபடத்தில் புள்ளி குத்தி அதனை இணைக்கிறோம். இதுதான் டிரெண்ட் லைன். அதே வரைபடத்தில், ஏதாவது ஒரு சராசரியையும் அந்தந்த நாளுக்கான இடங்களில் புள்ளி குத்தி இணைக்க வேண்டும்.

ஒரு நாளின் குளோசிங் விலை என்பது, அந்த நாளின் 5 நாள் மூவிங் ஆவரேஜில் இருந்து வேறுபடும். சரிதானே? உதாரணத்துக்கு நாம் சற்றுமுன் பார்த்ததில், 2.12.11 அன்றைக்கான குளோசிங் விலை 110. ஆனால் அதே தினத்துக்கான எக்போனென்ஷியல் மூவிங் ஆவரேஜ் எவ்வளவு வந்தது? 103.3 அல்லவா?

நாம் வரையும் படத்தில் ஒரே தேதியான 2.12.11 அன்று பிரைஸ் லைன் 110-லும், ஆவரேஜ் அதற்கும் கீழே 103.3-லும் இருக்கும்.

அடுத்த பக்கத்தில், ரிலையன்ஸ் இண்டஸ்டிரீஸ் பங்கின் 26, டிசம்பர் 2006 வரையான ஒரு வருடத்துக்கான விலை சார்ட் உள்ளது. இதில் அதிக ஏற்ற இறக்கங்கள் இல்லாமல் வளைந்து ஓடும் கோடுதான் மூவிங் ஆவெரேஜ் (20 நாள்) கோடு. அதிக ஏற்ற இறக்கங்களுடன் இருப்பது விலை கோடு (பிரைஸ் லைன்).

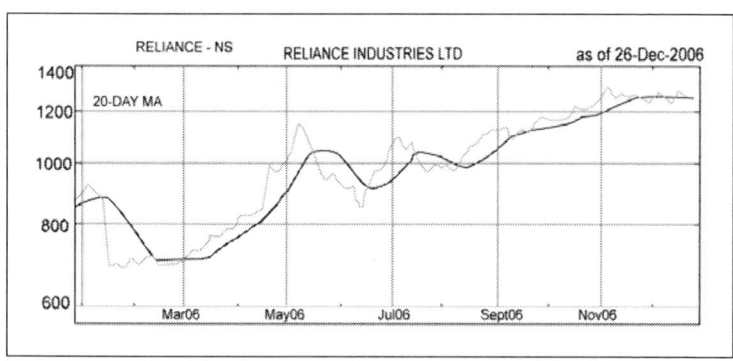

எப்பொழுது ஆவரேஜ் லைனை கீழிருந்து பிரைஸ் லைன் வெட்டுகிறதோ அப்பொழுது அந்தப் பங்கை வாங்கலாம் (Buy) என்கிறார்கள். அந்தப் பங்கு நிச்சயமாக விலையேறுகிறது என்பதை இது ஊர்ஜிதப்படுத்துகிறது. மேலே உள்ள படத்தைப் பார்த்தால் இது பிப்ரவரி 2006 கடைசியில் நிகழ்ந்தது தெரியும்.

அதேபோல, எப்பொழுது அந்தப் பங்கின் பிரைஸ் லைன், அதன் ஆவரேஜ் லைனை மேலிருந்து வெட்டுகிறதோ அப்பொழுது (மே 2006) டிரெண்ட் மாறுகிறது என்று பொருள். அந்தச் சமயத்தில் விற்றுவிடலாம் (Sell). இதை நிச்சயப்படுத்திக் கொள்ள, 20 நாள் மூவிங் ஆவரேஜ்தான் என்றில்லை, வெவ்வேறு முறைகளில் கணக்கிடப்படும் சராசரிகளையும் பயன்படுத்தலாம்.

இதைப் பார்ப்பது தவிர, பிரைஸ் லைனை விட்டுவிட்டு, இரண்டு சராசரிகளை படம் போடலாம். ஒன்று லாங் டெர்ம் ஆவரேஜ். மற்றொன்று ஷார்ட் டெர்ம் ஆவரேஜ். இரண்டு முத்துமாலைகள்! எப்பொழுது லாங் டெர்ம் ஆவரேஜ் கோடு ஷார்ட் டெர்ம் ஆவரேஜ் கோட்டைக் கீழிருந்து வெட்டுகிறதோ, அப்பொழுது அந்தப் பங்கை வாங்கலாம். அதேபோல, லாங் டெர்மை ஷார்ட் டெர்ம் மேலிருந்து வெட்டுகிறதோ, அப்பொழுது பங்கை விற்கலாம்.

4. போலிங்கர் பேண்ட்கள் (Bollinger Bands)

முன்பு பிரைஸ் லைனுடன், சராசரியை ஒப்பிட்டு, எப்பொழுது விலை சராசரியை விடக் கூடுகிறது அல்லது குறைகிறது என்று கண்டுபிடித்தோம். போலிங்கர் பேண்ட் என்பதும் அதே போன்ற மற்றொரு சாதனம். விலையில் ஏற்படும் தீர்க்கமான மாற்றங்களை உடனடியாகக் கண்டுபிடிக்க உதவும் சாதனம். இங்கே, சராசரி தவிர, ஸ்டாண்டர்ட் டீவியேஷன் (Standard Deviation) எனப்படும் ஒரு விவரத்தையும் கண்டுபிடிக்க வேண்டும்.

பிரைஸ் லைனை விட்டு விட்டு, ஆவரேஜ் லைனையும், ஸ்டாண்டர்ட் டீவியேஷன் லைனையும் ஒரே சார்ட்டில் போட்டு, எப்பொழுது அவை ஒன்றை வெட்டுகின்றன, எந்தப் பக்கத்தில் இருந்து என்று கவனித்து, புத்திசாலித்தனமாக முடிவுகள் எடுக்க வேண்டும்.

ஸ்டாண்டர்ட் டீவியேஷன் என்றால் என்ன? சராசரியிலிருந்து ஒவ்வொரு புள்ளியும் எந்த அளவுக்கு விலகியிருக்கின்றன என்பதைத் தெரிவிப்பதுதான், ஸ்டாண்டர்ட் டீவியேஷன்.

கணக்குத் தெரிந்தவர்களுக்கு இங்கே ஓர் உதாரணத்தைக் கொடுக்கிறேன். புரியாதவர்கள் மண்டையைப் பிய்த்துக் கொள்ள

வேண்டாம். ஸ்டாண்டர்ட் டீவியேஷன் என்ற ஒன்று உண்டு என்றும், அதை கம்ப்யூட்டர்கள் கண்டுபிடித்துக் கொடுக்கும் என்று மட்டும் நினைவில் வைத்துக் கொண்டால் போதும்.

ஐந்து எண்களை எடுத்துக் கொள்வோம். 25, 22, 17, 24, 20

இந்த ஐந்து எண்களின் சராசரி எவ்வளவு? $(25+22+17+24+20)/5 = 108/5 = 21.6$

இப்பொழுது முதலில் எடுத்துக் கொண்ட ஒவ்வோர் எண்ணும் இந்தச் சராசரியிலிருந்து எவ்வளவு விலகியுள்ளது (விலகுதல் என்றால் Deviation) என்று கணக்கிடுங்கள். அதைக் கணக்கிட ஒவ்வோர் எண்ணிலிருந்தும் சராசரியைக் கழிக்க வேண்டும். சராசரியானது அந்த எண்ணைவிட அதிகமாக இருந்தால், கழித்த தொகை மைனஸில் இருக்கும். சொல்லப் போனால் விலகல் களைக் கணிக்கும்போது, சில எண்களாவது மைனஸில் இருக்கும்.

3.4, 0.4, -4.6, 2.4, -1.6

இப்பொழுது இந்த எண்கள் அனைத்தையும் ஸ்கொயர் செய்ய வேண்டும்; அதாவது அந்த எண்களை அவற்றாலேயே பெருக்க வேண்டும். மைனஸ் எண் ஒன்றை ஸ்கொயர் செய்தால் கிடைப்பது பிளஸ் எண்.

11.56, 0.16, 21.16, 5.76, 2.56

மேலே கிடைத்த எண்களுக்குச் சராசரியைக் கணக்கிட வேண்டும்.

$(11.56+0.16+21.16+5.76+2.56)/5 = 41.2/5 = 8.24$

இவ்வாறு கிடைக்கும் எண்ணிக்கையின் ஸ்கொயர் ரூட் (Square Root) என்ன என்று கணக்கிட வேண்டும். அதுதான் ஸ்டாண்டர்ட் டீவியேஷன். நல்ல கால்குலேட்டர் இருந்தால், அதில் sqrt என்று ஒரு ஃபங்ஷன் இருக்கும். sqrt $(8.24) = 2.87$.

மேலே கொடுத்துள்ள ஐந்து எண்களின் சராசரி 21.6, ஸ்டாண்டர்ட் டீவியேஷன் 2.87.

ஏற்கெனவே சொன்னதைப் போல, இந்தக் கணக்குகளைக் கண்டு பயப்பட வேண்டாம். கம்ப்யூட்டர் புரோகிராம்கள் மூலம்

எந்த சில குறிப்பிட்ட எண்களுக்கும் சராசரியையும் ஸ்டாண்டர்ட் டீவியேஷனையும் கணக்கிட்டு விடலாம். அதன்பிறகு அவற்றை ஒரு வரைபடத்தில் வரையலாம்.

போலிங்கர் பேண்டைப் பயன்படுத்தி என்ன செய்யலாம்? அடுத்தப் பக்கத்தில் கொடுக்கப்பட்டுள்ள டாடா மோட்டார் பங்கின் வரைபடத்தைப் பாருங்கள்.

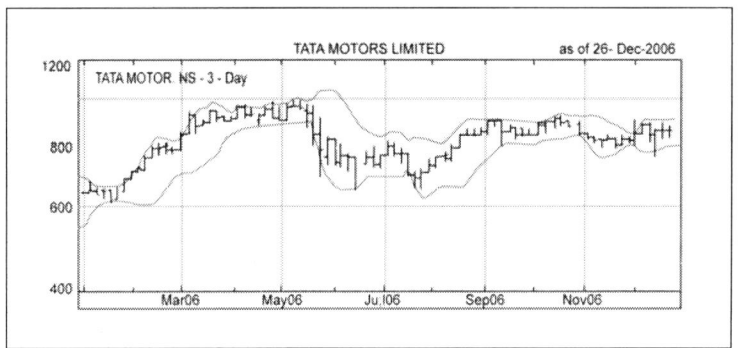

நடுவில் கோடு கோடாக இருப்பவை விலைகள். அந்தக் கோடு களுக்கு மேலேயும், கீழேயும் பார்டர் போல வரையப்பட்டுள்ள இரண்டு கோடுகளும்தான் ஸ்டாண்டர்ட் டீவியேஷன் புள்ளி களை இணைத்த கோடுகள். ஒன்று +2% என்றும் மற்றொன்று -2% என்றும் கணக்கிடப்பட்ட ஸ்டாண்டர்ட் டீவியேஷன்கள்.

எப்பொழுதெல்லாம் விலைகள் கோடு, ஸ்டாண்டர்ட் டீவியே ஷன் கோட்டைத் தொடுகிறதோ அப்பொழுதுதெல்லாம் விலையில் மாற்றம் வருகிறது. அதாவது விலையும் ஸ்டாண் டர்ட் டீவியேஷனும் நெருங்கும்பொழுது டிரெண்ட் மாறுகிறது.

ஜனவரி 2006-ல் பாருங்கள், கோடுகள் தொட்டதும், விலை மேலே ஏறுகிறது. மீண்டும் 2006 மே மத்தியில், அவை மீண்டும் நெருங்கியதும், விலை இறக்கம். பின்பு 2006 ஜூனில் மீண்டும் விலையில் பெரிய மாற்றம். இப்படியே அவை விலக, விலை ஏற்றம். மீண்டும் அவை நெருங்க, விலை வீழ்ச்சி.

போலிங்கர் பேண்ட் சொல்வது இதைத்தான். போலிங்கர் பேண்டுகளுக்கிடையே நெருக்கம் வரும்பொழுது, விலையின் போக்கில் மாற்றம் வரும். டிரெண்ட் மாறும்.

5. மார்க்கெட் மொமெண்ட்டம் (Market Momentum)

இதுவரை நாம் கவனித்தவை விலைகள் எவ்வளவு ஏறுகின்றன என்றுதான். இங்கே, இந்த மொமெண்ட்டம் எனப்படும் கணக்கிடுதலில், விலைகள் என்ன விகிதத்தில் ஏறுகின்றன அல்லது இறங்குகின்றன என்பதைப் பார்க்கிறோம். அதுவும் முக்கியமில்லையா?

ஒருவருடைய மாதச் சம்பளம் 10,000 ரூபாய். முதல் ஆண்டு அவருக்கு 2,000 ரூபாய் இன்க்ரிமெண்ட் கொடுக்கிறார்கள். இரண்டாம் ஆண்டு 2,100 ரூபாய் இன்க்ரிமெண்ட். மூன்றாம் ஆண்டு 2,200. அவருடைய சம்பளம் என்ன ஆகிறது? உயர்ந்து கொண்டே போகிறது.

10,000-ல் இருந்து 12,000. பின்பு 12,000-ல் இருந்து 14,100. பின்பு 14,100-ல் இருந்து 16,300. சரிதானே!

சரிதான். ஆனால் இதை மட்டுமே வைத்து கொண்டு முடிவுக்கு வந்துவிடக் கூடாது. இன்க்ரிமெண்ட் எவ்வாறு ஏறியுள்ளது, எத்தனை சதவிகிதம் ஏறியுள்ளது என்று பார்க்க வேண்டும். சதவிகிதம் என்பது மொத்த சம்பளத்தில் இன்க்ரிமெண்ட் எவ்வளவு? அதாவது நூற்றுக்கு எவ்வளவு?

வருடம்	சம்பளம்	இன்க்ரிமெண்ட்	சதவிகிதம்
2012	10,000	2,000	20.0
2013	12,000	2,100	17.5
2014	14,100	2,200	15.7

இன்க்ரிமெண்ட் என்னவோ தனிப்படப் பார்த்தால் 2000, 2100, 2200 என்று கூடிக் கொண்டுதான் போகிறது. ஆனால் சத விகிதத்தைப் பார்த்தால் என்ன தெரிகிறது? பழைய அளவு அதிகரிக்கவில்லை என்பதுதானே? அதாவது இன்க்ரிமெண்ட்டின் வேகம் குறைந்துவிட்டது. இது கூடுதல் தகவல் தானே! இதுதான் 'மொமெண்ட்டம்'.

பங்குகளின் விலைகள் ஏறுகின்றன அல்லது இறங்குகின்றன. சரி, வெறுமனே 100 ரூபாய் ஏறுகிறது, 110 ரூபாய் ஏறுகிறது என்று பார்ப்பதைவிட எவ்வளவு சதவிகிதம் ஏறுகிறது, இறங்குகிறது என்பதைப் பாருங்கள் என்கிறது டெக்னிக்கல் அனாலிசிஸ்.

இப்படி, எவ்வளவு வேகமாக அல்லது குறைவாக விலைமாற்றம் நடக்கிறது என்பதைக் கவனித்தால், அந்தப் பங்கின் மீது சந்தைக்குள்ள ஆர்வம் புரிந்துவிடும். அதை வைத்து இனி அந்தப் பங்கு விலை ஏறுமா, ஏறாதா, இறங்குமா, இறங்காதா என்று கணிக்கலாம். அதன்படி நாம் வாங்கலாம் அல்லது விற்கலாம்.

அதேபோல மொமெண்ட்டம் எப்படி இருக்கிறது என்பதை வைத்து, ஒரு ஷேர் சந்தையில் 'ஓவர் பாட்'-ஆ, அல்லது 'ஓவர் சோல்ட்'-ஆ (Over bought or Over sold) என்றும் கண்டுபிடிக்கலாம். ஓவர் பாட் (over bought) ஆகிவிட்டால் அதன்பிறகு விலை இறங்கும். ஓவர் சோல்ட் ஆகிவிட்டால் அதன்பிறகு ஏறும்.

6. ரிலேட்டிவ் ஸ்டிரென்த் இண்டெக்ஸ்
(Relative Strength Index - RSI)

எப்போது ஒரு பங்கின் விலை ஏறத் தொடங்கும்? எப்போது ஒரு பங்கின் விலை இறங்க ஆரம்பிக்கும்? இந்தக் கேள்விகளுக்கான சரியான விடை முன்னதாகவே தெரிந்தால், பங்குச்சந்தையில் நல்ல பணம் பண்ணலாம் இல்லையா?

அதற்கான ஒரு வழிதான் ஆர்.எஸ்.ஐ. என்று சுருக்கமாக அழைக்கப்படும் ரிலேடிவ் ஸ்டிரென்த் இண்டெக்ஸ். ஸ்டிரென்த் என்றால் பலம். ரிலேட்டிவ் என்றால், ஒன்றோடு ஒன்றை ஒப்பிடுகையில் என்று பொருள். இண்டெக்ஸ் என்பது நமக்குத் தெரியும், காட்டும் மானி, ஒருவகைக் குறியீடு.

அதிக விலைகள் கொடுத்து அனைவரும் வாங்கிக் கொண்டே இருந்தால், அந்தப் பங்கின் விலை பலமாக முன்னேறுகிறது என்று பொருள். அப்படி நடக்கிறதா? அதேபோல ஒரு பங்கின் விலைகள் குறைந்து கொண்டே வந்தால், அதன் பலம் குறைகிறது என்று பொருள். அப்படி நடக்கிறதா என்பதைக் கவனிப்பது, கணக்கிடுவதுதான் RSI.

அக்டோபர் 2006. சத்யம் கம்ப்யூட்டர்ஸ் நிறுவனப் பங்குகள் விலை ஏறிக் கொண்டிருந்த சமயம். அப்போதுதான் Q2 (இரண்டாம் காலாண்டு) முடிவுகள் வெளிவந்து கொண்டிருந்த நேரம். சத்யம் நிறுவனமும் முடிவுகளை அறிவிக்கிறது. நல்ல ரிசல்ட். அப்போது சத்யம் பங்குகளின் விலை ரூ.440. நல்ல முடிவுகளும் வர, விலைகள் இன்னமும் ஏறவேண்டியது தானே!

டெக்னிக்கல் அனலிஸ்ட் ஒருவரிடம் பேசிக் கொண்டிருக்கையில் அவர் சொன்னார், 'சத்யம் விற்று வைக்க வேண்டிய பங்கு (F&O-வில்). அதன் விலை இறங்கப் போகிறது.'

அதெப்படி என்றதற்கு சாதாரணமாகச் சொன்னார், 'சத்யத்தின் ஆர்.எஸ்.ஐ. 70-க்கும் மேல் போய்விட்டது.'

அதன் பிறகு தொடர்ந்து சத்யம் கம்ப்யூட்டர்ஸ் பங்கை கவனிக்க, என்ன ஆச்சரியம், மற்ற தகவல் தொழில்நுட்ப நிறுவனப் பங்குகள் விலை ஏறினாலும், சத்யம் மட்டும் இறங்கியது. தொடர்ந்து இறங்கியது. அதன் விலை 15-20 நாள்களுக்குள் 412-க்கே (8.11.2006) வந்துவிட்டது.

412-ஐத் தொட்டதும் அதே நாள் 415-க்கு வந்தது. அதற்கும் அடுத்த நாள் 428. சத்யம் நிறுவனம் இடையில் எந்த ஒரு புதிய அறிவிப்பையும் செய்யவில்லை. ஆனால் அதன் விலையில் இப்படியெல்லாம் அதிகமான மாற்றங்கள். இவற்றுக்கு விளக்கம் ஆர்.எஸ்.ஐ-ஆல்தான் தரமுடிகிறது. 440-ல் இருந்து ஏன் இறங்கியது என்பதை முதலில் பார்த்துவிட்டு, பின்பு அது ஏன் 412-ல் இருந்து 'தடதட'வென இரண்டே நாளில் 428-க்கு உயர்ந்தது என்பதைப் பார்க்கலாம்.

(1) RSI எண் 70-ஐ விட அதிகமாகப் போனால் அந்தப் பங்கின் விலை இறங்கும்; (2) RSI எண் 30-க்கும் கீழே இறங்கினால் அந்தப் பங்கின் விலை ஏறும்.

ஆர்.எஸ்.ஐ. கணக்கிடும் முறை:

RSI = 100 - 100 / (1+Rs)

இங்கே Rs = Average gain per day / Average loss per day

Average gain per day என்றால், தினசரி வந்த விலை ஏற்றங்களின் சராசரி. Average loss per day என்றால், தினசரி வந்த விலை இறக்கங்களின் சராசரி.

RSI-ஐ எத்தனை நாள்களுக்குக் கணக்கிடுவது? இதற்கு வரை முறை ஒன்றும் கிடையாது. 5 அல்லது 7 அல்லது 9 அல்லது 14 நாள்களுக்குக் கணக்கிடுகிறார்கள். மிகக் குறுகிய காலத்துக்கு கணக்கிட்டால் அது அவ்வளவு சரியாகக் காட்டாது.

உதாரணத்துக்கு ஒரு குறிப்பிட்ட பங்கின் விலைகள் அட்டவணையில் உள்ளபடி இருக்குமானால் அதன் ஆர்.எஸ்.ஐ.யை எப்படிக் கணக்கிடுவது என்று பார்க்கலாம்.

நாள்	விலை	ஏற்றம்	இறக்கம்
1	400	-	-
2	404	4	-
3	419	15	-
5	417	-	2
6	419	2	-
7	433	14	-
8	431	-	2
9	432	1	-
10	448	16	-
13	446	-	2
கூட்டுத்தொகை		52	6
சராசரி		52/6=8.67	6/3=2

Rs = 8.67/2 = 4.335

RSI = 100 - 100 / (1 + 4.335) = 100 - 18.74 = 81.26

ஆக மேலே பார்த்த உதாரணத்தில் இருக்கும் பங்கின் அப்போதைய ஆர்.எஸ்.ஐ. 81.26. அதாவது 70-க்கும் மேல். அப்படியென்றால், அந்த 13-ம் தேதிக்குப் பிறகு அந்தப் பங்கின் விலை இறங்கும்.

இறங்கியது. சும்மா இல்லை. தடதடவென இறங்கியதுதானே! சரி ஒரேயடியாக இறங்கினால்? இறங்க இறங்க RSI எண் குறையும். அப்படி குறையும் ஆர்.எஸ்.ஐ.எண் 30-க்கும் குறைவாகப் போகுமானால், அந்தப் பங்கின் விலை ஏறும். எப்போது ஆர்.எஸ்.ஐ. முப்பதுக்கும் கீழ் வரும்? அந்தப் பங்கின் விலை தொடர்ந்து இறங்கி வருமானால், அப்படி நிகழும். ஒரேயடியாக இறங்குவது, ஏறும். ஒரேயடியாக ஏறுவது, இறங்கும். அது எப்போது என்பதைச் சரியாகக் காட்டக்கூடிய ஒரு கணக்குதான் ஆர்.எஸ்.ஐ.

7. ரேட் ஆஃப் சேஞ்ச் (Rate of Change - ROC)

சற்றுமுன் மொமெண்ட்டம் என்பதைப் பார்த்தோம். ஆர்.ஓ.சி. என்று சுருக்கமாக அழைக்கப்படும் 'ரேட் ஆஃப் சேஞ்ச்'சும் ஒரு நிறுவனப் பங்கு மிக அதிகமாக வாங்கப்பட்டுவிட்டதா (Over bought) அல்லது மிக அதிகமாக விற்கப்பட்டுவிட்டதா (Over sold) என்பதைக் கண்டுபிடிக்க உதவும் ஒரு கணக்குதான்.

எப்போது ஏறுமுகம் மாறும் அல்லது இறங்குமுகம் மாறும்? அதாவது எப்போது ஒரு டிரெண்ட் மாறும்? திரும்பும்? இவற்றை யெல்லாம் காட்டிக் கொடுக்கும் ஒரு கணக்கு ஆர்.ஓ.சி.

ஆர்.ஓ.சி-யினைப் பொதுவாக 12 வாரம் அல்லது 12 மாதங் களுக்குக் கணக்கிடுவார்கள். ஆர்.ஓ.சி. கணக்கிடுவதற்கு முடிவு விலைகளைத்தான் பயன்படுத்துவார்கள்.

தற்போதைய விலை என்பது குறிப்பிட்ட நாளுக்கு முன் இருந்த விலையைவிட எவ்வளவு அதிகம் அல்லது குறைவு? அதன் விகிதம் (Rate. இங்கே 'ரேட்' என்றால் அது விலை அல்ல, விகிதம்) என்ன?

இந்த விகிதம் இரண்டு வகைகளில் கணக்கிடப்படுகிறது.

முதல் வகையில், முடிவு விலைகளை 12 நாள்களுக்கு (அல்லது 12 வாரங்களுக்கு) முன்பிருந்த விலைகளுடன் ஒப்பிட்டு அதன் சதவிகிதத்தினைக் காட்டுவார்கள். உதாரணத்துக்கு ஒரு பங்கு 12 வாரங்களுக்கு முன் 200 ரூபாய் இருந்தது. அதுவே இப்போது 220. அப்படியென்றால் 200 ரூபாய்க்கு 20 ரூபாய் உயர்ந்துள்ளது.

உயர்வு விகிதம் = (220/200) X 100 = 110%

அதாவது தற்போதைய விலை முந்தைய விலையைப் போல 110%.

இரண்டாவது வகையில் எவ்வளவு உயர்வு உள்ளதோ அதன் சதவிகிதத்தை மட்டும் கணக்கிடுவது.

உயர்வு விகிதம் = ((220-200)/200) X 100 = 10%

இதேபோல விலை இறக்கங்களையும் கணக்கிடுவது. 12 நாள்களுக்குக் கணக்கிடுகிறோம் என்றால், முதல் 12 நாள்களின் விலைகளைக் குறித்துக் கொள்ளவேண்டும்.

நாம் கணக்கிட விரும்பும் முதல் நாள் விலையோடு அதற்கும் 12 நாள்களுக்கு முந்தைய விலையினை ஒப்பிட்டு மேலே குறிப்பிட்டுள்ள ஃபார்முலாவைக் கொண்டு கணக்கிட வேண்டும்.

அடுத்த நாள் விலையினை, அதற்கும் முந்தைய 12 நாள் விலையோடு ஒப்பிட வேண்டும். இப்படியே பார்க்க விரும்பும் நாள்கள் வரை கணக்கிட்டுக் கொண்டே வந்து, அதில் கிடைக்கும் சதவிகிதங்களை ஒரு வரைபடத்தில் வரைய வேண்டும்.

இப்படிச் செய்தபின் இன்னொன்றோடு ஒப்பிட வேண்டும். அது, இதற்கு முன் இதே பங்கு என்ன உயர்ந்தபட்ச அளவு விலை போயிருக்கிறது என்பதைப் பார்ப்பதுதான். அதாவது Historic High விலை. நாம் சார்ட்டில் இழுக்கும் ROC கோடுகள் எப்போது அந்த முந்தைய உச்ச விலையைத் தொடுகிறதோ, அப்போது பங்கின் விலை இறங்க ஆரம்பிக்கும். அதேபோல அதன் மிகக் குறைந்த விலை (Historic Low) என்ன? நாம் வரைந்திருக்கும் கோடு எப்போதாவது அந்த இடத்தைத் தொடுகிறதா? அப்படியென்றால் விலை இனி ஏறத்தான் வேண்டும் என்கிறது இந்த ஆர்.ஓ.சி. கணக்கு.

நாள்	விலை	ROC முறை ஒன்று	ROC முறை இரண்டு
1	235.20	-	-
2	232.85	-	-
3	236.65	-	-
5	234.20	-	-
6	231.70	-	-
7	244.75	-	-
8	257.95	-	-
9	254.90	108.38	8.38
10	249.85	107.30	7.30

13	244.60	103.36	3.36
14	234.05	99.94	-0.06
15	234.25	101.10	1.10
16	235.80	96.34	-3.66
17	232.70	90.21	-9.79

மொத்தத்தில்

டெக்னிக்கல் அனாலிசிஸ் பற்றி முதன் முதலாகத் தெரிந்து கொள்பவர்களுக்கு, இவை கொஞ்சம் அதிகமாகத்தான் தெரியும். அச்சப்பட வேண்டாம். Every thing will look difficult before it becomes easy என்று ஆங்கிலத்தில் ஒரு பழமொழி உண்டு. ஆரம்பத்தில் புதியது எதுவும் சிரமமாகத்தான் தெரியும். டெக்னிக்கல் அனாலிசிஸ் விதிவிலக்கல்ல.

ஏற்கெனவே டெக்னிக்கல் அனாலிசிஸ் தெரிந்தவர்களுக்கு, இதில் இன்னமும் நிறைய இருக்கிறதே என்று தோன்றும். ஆமாம், டெக்னிக்கல் அனாலிசிஸில் இன்னமும் கியர், டைவர்ஜென்ஸ், ஆர்.எஸ்.ஐ. இண்டிகேட்டர், MACD இண்டிகேட்டர், ஸ்டோகாஸ்டிக்ஸ், KST சிஸ்டம், பர்சன்டேஜ் R, ஆக்ஸிலேட்டர்ஸ், TIC வால்யூம்ஸ் பாயிண்ட் அண்டு ஃபிகர் என்று ஏகப்பட்டது உண்டு.

'டெக்னிக்கல் அனாலிசிஸ் என்று ஒன்று இருக்கிறது. பங்குச் சந்தையில் இருப்பவர்கள், அதையும் கவனத்தில் கொள்ள வேண்டும். அது சரியான நேரத்தில் சரியான முடிவுகளை எடுக்க உதவும்' என்பதைத் தெரிவிப்பதுதான், இந்த அத்தியாயத்தின் நோக்கம். சொல்லப்போனால் டெக்னிக்கல் அனாலிசிஸ் என்பது பெரிய சப்ஜெக்ட். தனிப் பெரும் சப்ஜெக்ட். இதற்கும் மேலான விவரங்களை தனிப் புத்தகத்தில்தான் சொல்ல வேண்டும்.

மொத்த மார்க்கெட்டுக்குமான டெக்னிக்கல்ஸ்

இது ஒரு மிக மிக சுவாரஸ்யமான பகுதி. இது வரை நாம் தனிப் பட்ட பங்குகள் ஏறுமா, இறங்குமா? எப்பொழுது, எவ்வளவு என்பனவற்றை எப்படிக் கண்டுபிடிக்கலாம் என்று பார்த்தோம். இவையெல்லாம் விலாங்குகளோ, திமிங்கலங்களோ. ஆனால்

எல்லாம் மீன்கள்தான். ஏன் என்றால் இவை எல்லாம் நீந்துவது கடலில். மீன்களைவிட மிக மிகப் பெரியது அல்லவா கடல்? ஆயிரக்கணக்கான மீன்களின் வாழ்வும் தாழ்வும் கடலைப் பொறுத்ததுதானே!

அந்தக் கடல்தான் பங்குச்சந்தை. ஒட்டுமொத்தச் சந்தை. அதன் ஜாதகம் என்ன? அதற்கு எப்பொழுது நல்ல காலம்? எப்பொழுது குரு பார்வை? என்றிலிருந்து சனி திசை ஆரம்பம்? சிரம திசை தொடங்குவது எப்பொழுது? முதலியனவற்றையெல்லாம் பெண்ணைக் கொடுக்கப் போகும் நாம் தெரிந்து கொள்ள வேண்டாமா? அவசியம் வேண்டும்.

இதையெல்லாம் கிட்டத்தட்ட 100 ஆண்டுகளுக்கு முன்னரே பலரும் வானசாஸ்திரம் போல, பங்குச்சந்தைகளுக்கும் ஜாதகம் கணித்து, 'இது, இதனால், இப்படி' என்று அளந்து எழுதி வைத்துவிட்டுப் போயிருக்கிறார்கள். அவற்றை ஒழுங்காகப் படித்துப் புரிந்து கொண்டாலே பெரும் நஷ்டங்களைத் தவிர்க்கலாம். லாபங்களைக் கையில் பிடிக்கலாம்.

மிலிந்த் கராண்டிகர் சொன்ன குறி ஜோஸ்யம்

நாம் யோசிக்கும் இன்றைய தினம் பங்குச்சந்தை குறியீட்டு எண், என்னவாகவும் இருக்கலாம். தினசரிகளைப் புரட்டிப் பார்த்தால், நேற்று பங்குச்சந்தை குறியீட்டு எண், இவ்வளவு ஏறியது அல்லது இறங்கியது என்று எழுதி, உடன் ஏன் என்ற காரணங்களையும் பட்டியலிடுவார்கள். இதில் சிரமம் ஒன்றுமில்லை. இவை போஸ்ட்மார்ட்டம் போன்றவை. நடந்ததை விளக்குதல். என்ன வேண்டுமானாலும் சொல்லலாம்.

வருங்காலத்தைச் சரியாகச் சொல்வதில்தான் திறமை இருக்கிறது. அதிலும் மிகச் சரியாக. 11 ஏப்ரல் 2005-ல் Smart Investor என்னும் பத்திரிகையில் இப்படி மும்பை பங்குச்சந்தை சென்செக்ஸ் 8400-ஐத் தாண்டும் என்று சொன்னவர் அவர். அப்பொழுது சென் செக்ஸ் 6300-ல் இருந்தது. ஏப்ரல் 2005 தொடக்கம் முதலே சென் செக்ஸ் விழுந்து கொண்டிருந்தது. ஆனால் அவர் சொன்னது போலவே சென்செக்ஸ் 8400 மட்டுமல்ல, பின்னர் 14,000ஐ தொடாது, அதற்கு மேலும் 7000 புள்ளிகள் போனது.

சிறு, பெரு முதலீட்டாளர்கள் யாராலும் கற்பனை செய்ய முடியாதபொழுது மிலிந்த் கராண்டிகர் மட்டும் எப்படி

அவ்வளவு சரியாகச் சொன்னார்? அவர் ஹேஷ்யம் சொன்னாரா? அல்லது ஏதாவது கணக்கு பார்த்துச் சொன்னாரா?

அவர் சொன்னது கணக்கைப் பார்த்துத்தான். இங்கே கணக்கு என்றால் சார்ட்தான். எப்படிப் பார்த்து, எப்படிக் கணிப்பது என்பது கிளென் நீலி (Glen Neely) என்பவரின் தியரி. அந்தத் தியரிக்குப் பெயர் நியோவேவ் தியரி (Neowave theory).

இது பங்குச்சந்தையில் உள்ள டெக்னிக்கல் அனலிஸ்டுகள் பலருக்கும் அடிப்படையான வழிகாட்டும் மானி. இந்த அடிப் படையான தியரி, பல காலகட்டங்களில் நடந்தவற்றுக்குச் சரியான விளக்கம் தருவதாக அமைந்துள்ளது.

மிலிந்த் கராண்டிகர் சொன்ன கணிப்பு இந்த நியோவேவ் தியரியை வைத்துத்தான். அப்படி அவர் என்னதான் சொன்னார்?

'என்னுடைய கணிப்புகள் சரியாக இருக்குமானால், இப்படித் தான் இருக்க வேண்டும். அலை 3-ஐப் போல 1.618 மடங்கு அதிக மாக இன்னொரு அலை உண்டு. அது இன்னமும் 3 மாதங்களில் சென்செக்ஸை 8000-ஐத் தாண்டி இட்டுச் செல்லும். அதாவது ஜுன் 2005-க்குள்.'

அவர் சொன்னது நடந்தது. அவர் பயன்படுத்தும் இந்த அலைகள், நியோவேவ் எல்லாம் என்ன? நாமும் கொஞ்சம் தெரிந்து கொள்வோம்.

எலியட் வேவ் தியரி 1938

ரால்ப் நெல்சன் எலியட் என்பவர் 1938-ல் 'த வேவ் பிரின்சிபில்' என்பதைப் பிரசுரித்தார். பின்பு அவரே அதை இன்னமும் முறைப்படுத்தி, 'இயற்கையின் சட்டம் - பிரபஞ்சத்தின் இரகசியம்' (Nature's Law - The Secret of the Universe) என்று வெளி யிட்டார்.

அதன் பின்னர் ஹாமில்டன் போல்டன், ராபர்ட் பிரெக்டெர், ராபர்ட் பெக்மேன் மற்றும் நாம் முன்பு பார்த்த கிளென் நீலி முதலியவர்களால் இந்த எலியட் வேவ் தியரி செழுமையடைந்து பல மாற்றங்களும் பெற்றது.

எலியட் சொன்னது மிகவும் அடிப்படையானது. சார்ட்களில் கோடுகள் மேலே ஏறுவதையும் கீழே இறங்குவதையும் பார்க்

கிறோம். இவையெல்லாம் விலைகள், அல்லது சந்தைக் குறியீடுகளான இண்டெக்ஸ்கள்.

சார்ட்களில் உள்ள கோடுகள் திசை மாற்றங்கள் அடைவதற்கு இரண்டே காரணங்கள்தான் உண்டு. ஒன்று இம்பல்சிவ் (Impulsive). இதனை 'நினைத்தவுடன் செய்வது' என்று எடுத்துக் கொள்ளலாம். அடுத்தது கரெக்டிவ் (Corrective). இதனை 'சரிசெய்வது' என்று எடுத்துக் கொள்ளலாம்.

இம்பல்சிவ் என்றால், வாங்கி விலையேற்றுவதோ, விற்று இறக்குவதோ, இரண்டுமே ஏதோ ஆசையினாலோ அல்லது பயத்தாலோ மக்களால் செய்யப்படுவது. திடீரென செய்கிறார்கள். பலரும் தனித்தனியே செய்வதால், அதையே 'ஓவர்' ஆகச் செய்கிறார்கள்.

செய்தது 'கொஞ்சம் ஓவர்' என்று அவர்களுக்கே படுவதால் அவர்களே பின்பு அதனைச் சரி செய்கிறார்கள். அதிகம் விற்றிருந்தால் வாங்கியும், வாங்கியிருந்தால் விற்றும். இதுதான் சரி செய்வது (Correction). ஆயிற்றா? இந்த 'கரெக்ஷனை' அவர்களேதான் செய்ய வேண்டும் என்பதில்லை. சந்தையில் வேறு மக்கள் செய்கிறார்கள்.

எலியட் என்ன சொல்கிறார்? 'இம்பல்சிவ்' என்பது ஓர் அலை (Wave). அந்தப் பெரிய அலைக்குள்ளே ஐந்து குட்டிப் பகுதிகள் உண்டு. (அலைக்குள் அலைகள்.)

அதேபோல, 'கரெக்ஷன்' என்பது வேறோர் அலை. அதற் குள்ளும் அலைகள் உண்டு. ஆனால், அதன் உள்பாகங்கள் மூன்று தான். சில சமயங்களில் மட்டும் அது ஐந்தாகவும் இருக்கலாம்.

இம்பல்சிவ் அலை!

இந்த அலைக்குள் இருக்கும் ஐந்து சின்னப் பகுதிகளுக்கும் தனித்தனியாகப் பெயர் வைத்துக் கொள்ளலாம், 1 - 2 - 3 - 4 - 5 என்று. இந்த 1, 2, 3, 4, 5 குட்டி அலைகளுள், அலை ஒன்றும் (1) அலை மூன்றும் (3) அலை ஐந்தும் (5) ஒரு கட்சி. அதாவது ஆளுங்கட்சி. எந்தப் பக்கமாக இம்பல்சிவ் அலை அடிக்கிறதோ அந்தப் பக்கமாகத்தான் குட்டி அலைகள் 1, 3, 5 போகும்.

நல்ல பட்ஜெட் வெளியாகிறது என்று வைத்துக் கொள்வோம். பட்ஜெட்டின் தகவல்கள் வெளியாக வெளியாக, என்ன

நடக்கும்? பங்குகளின் விலைகள் ஏறும். ஏறுவதற்குக் காரணம்? உடனடி மனப்பான்மை. நினைத்ததும் செய்வது. 'ஆஹா! பங்குச்சந்தைக்கு நல்ல செய்தி, பங்குகளை வாங்கிப் போடு!'

உடனே பலரும் வாங்குவார்கள். அதனால் விலை ஏறுவதுதான் குட்டி அலை எண் 1.

விலை இப்படி அதிகம் ஏறியதும் என்னாகும்? 'ஆஹா, நல்ல விலை வந்துவிட்டது. கையில் இருப்பதை விற்றுவிடலாம்' என்று சிலர் (அதே நபர்களோ அல்லது வேறு சிலரோ) விற்கத் தொடங்குவார்கள். பட்ஜெட் நல்ல பட்ஜெட்தான். சந்தேகமே யில்லை. முதலில் விலைகள் ஏறத்தான் செய்தன. ஆனால் என்னவோ தெரியவில்லை, இப்பொழுது விலைகள் இறங்கு கின்றனவே?

இதுதான் குட்டி அலை எண் 2. ஏறுமுகம்தான், ஆனால் இடையே ஒரு கீழ்நோக்கிய 'ரேலி' (Rally). இதைத்தான் டெக்னிக்கல் பொசிஷன்படி கொஞ்சம் இறங்கும் என்பது. டிரெண்ட் மாறிவிடாது. ஆனால் இடையில் கொஞ்சம் ஆசுவாசம்.

அடுத்து, 'என்ன இது! விலை இறங்குகிறதே, நல்ல வாய்ப் பாயிற்றே. பிடி. வாங்கிப் போடு' என்று இன்னோர் அலை அடிக்கும். குட்டி அலை எண் 3. ஏறுமுக அலை.

மீண்டும் அலை 4 எதிர்ப்புறமாக. அதன்பின் அலை 5 மேல் நோக்கி. அதோடு முடிந்தது இம்பல்சிவ் அலை. இப்படியாக ஒவ்வோர் அலைக்கும் ஒரு 'சரி செய்யும்' கரெக்டிவ் அலை பின்னாலேயே வரும். இந்த அலைகளின் கால அளவு மாறு பாடானது. அது தனிக் கணக்கு. இவ்வளவு நாள்களுக்குக் குட்டி அலை 1 அல்லது குட்டி அலை 2 என்பதெல்லாம் அவை நடக்க நடக்கக் கணக்கெடுத்துக் கொள்வார்கள். முதல் சில அலைகளை வைத்து, அதன் வீரியத்தினைக் கணக்கிடுவார்கள்.

அதேபோல இம்பல்சிவ் அலை, கெட்ட செய்தியால் வந்த அலையாகவும் இருக்கலாம். மே 17, 2004 அன்று பங்குச்சந்தை தேர்தல் முடிவுகளால் அலைக்கழிக்கப்பட்டது. ஸ்திரத்தன்மை இல்லாத கூட்டணி அரசு வருகிறதென்றோ அல்லது டிஸின் வெஸ்ட்மெண்டுக்கு எதிரான அரசு மத்தியில் வருகிறதோ என்றோ பயந்து, சந்தையில் இம்பல்சிவ் அலை ஒன்று அடித்தது.

அலையா அது? ராட்சஸ அலை! ஆனால் மீண்டும் ஏறியது. அதன் பின் இறங்கியது.

சரி. இதனைத் தெரிந்து கொள்வதால் நமக்கு என்ன லாபம்? ஒன்று சந்தை எப்படி இயக்கப்படுகிறது என்று புரிந்துகொள்ள முடியும். இரண்டாவது, எவ்வளவு ஏறினாலும், திரும்ப இறங்கித்தான் ஏறும்; இறங்கியிருந்தால் ஏறித்தான் இறங்கும். அவற்றைச் சரியாகப் பயன்படுத்திக் கொள்வதற்காகத்தான் இதனைச் சொல்கிறோம்.

விஷயம் அவ்வளவுதான். இதையே ஒரு சின்னப் படமாகப் பார்த்தால் இப்படித்தான் இருக்கும்.

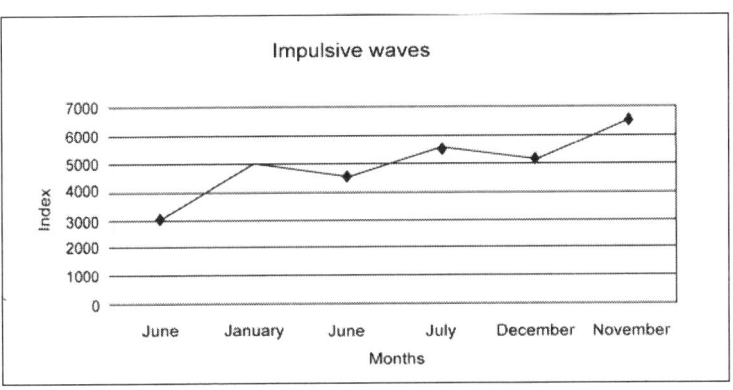

ஒன்று மேலே, இரண்டு கீழே, மூன்று மேலே, நாலு மீண்டும் கீழே, ஐந்து மேலே போகும். அவ்வளவேதான்.

அவர் மேலும் சில விதிமுறைகளைச் சொல்கிறார்.

1. குட்டி அலை 3 என்பது 1, 3, 5 என்ற மூன்றிலும் மிகச் சிறியதாக அமைய முடியாது.

2. குட்டி அலை 4 'ஓவர்லாப்' (Overlap) ஆக முடியாது.

3. குட்டி அலைகள் 2-ம் 4-ம் மாறிவரும்.

4. குட்டி அலைகள் 1 மற்றும் 3-ன் எந்தப் பகுதியும் 0-2 கோட்டை மீறக் கூடாது (இது நீலியின் விதி).

5. குட்டி அலைகள் 3 மற்றும் 5-ன் எந்தப் பகுதியும் 2-4 கோட்டை மீறக் கூடாது.

6. குட்டி அலைகள் 1, 3 மற்றும் 5-ம் தான் நீடிக்க முடியும் (Extension Rule)

7. நீடித்தல் என்றால், ஏற்கெனவே உள்ள மிக நீளமானதை விட 1.618 மடங்கு நீடிக்கும்.

8. குட்டி அலை 3-வது நீடிக்கும் பட்சத்தில் 5-வது நடை பெறாமல் போகச் சந்தர்ப்பம் உண்டு.

கரெக்டிவ் அலை

இம்பல்சிவ் அலையை விரிவாகப் பார்த்தாகிவிட்டது. அதனுள் சில கரெக்டிவ் அலைகளும் இருந்தன. கரெக்டிவ் என்றால் எதிர்ப்பாட்டு. அவ்வளவுதான்.

இப்பொழுது பார்க்கப் போவது மொத்த இம்பல்சிவ் அலைக்கும் பெரிய எதிர்ப்பாட்டு. அதாவது பெரிய கரெக்டிவ் அலை. பட்ஜெட் போட்டாகிவிட்டது. நல்ல பட்ஜெட் என்று அனைத்து தரப்பினரும் பாராட்ட, ஒரு பெரிய இம்பல்சிவ் அலை. சென் செக்ஸூம் நிஃப்டியும் ஏறிவிட்டன. (இடையிடையே கொஞ்சம் கொஞ்சம் எதிர்ப்பாட்டு அலைகளால் இறங்கி இறங்கி ஏறினாலும்). அடுத்து?

கரெக்டிவ் அலைதான். பெரிய இம்பல்சிவ்வுக்கு பெரிய கரெக்டிவ். ஏறிய இண்டெக்ஸ் இறங்கும். வேறு வழியே இல்லை என்கிறார் எலியட். காலங்காலமாக எல்லாப் பங்குச்சந்தைகளிலும் அவர் சொல்லியபடிதான் நடக்கிறது! ஏறுவது, இறங்கும். இறங்குவது ஏறும்.

இந்த கரெக்டிவ் அலைக்குள்ளும் மூன்று குட்டியலைகள் உண்டு என்றும், சமயத்தில் ஐந்து குட்டியலைகள் உண்டு என்றும் பார்த்தோம். இவற்றுக்குப் பெயர் 1, 2, 3 கிடையாது. வித்தியாசம் காட்டுவதற்காக எலியட் இவற்றுக்கு a, b, c என்று பெயரிட்டு உள்ளார். சமயத்தில் a, b, c போக d, e-யும் கூட உண்டு (Prolonged Bear Phase). இந்த சரி செய்யும் கரெக்டிவ் அலைகளில் 3 விதங்கள் உண்டு.

1. சிக்ஸாக் (Zigzag) *(மேலும் கீழுமாக)* A - B - C

2. ஃப்ளாட் (Flat) A - B - C

3. முக்கோணம் (Triangle) A - B - C - D - E

இந்த அனைத்து அலைகளுக்கும் சில குறிப்பிட்ட விதிகள் உள்ளன. ஆனால் இப்பொழுது இவற்றைப் புரிந்துகொள்வது சிரமமாக இருக்கும். இவற்றை விவரமாகப் பார்க்க இதற்கென எழுதப்பட்ட சில புத்தகங்களைப் படிக்க வேண்டும்.

மீண்டும் மிலிந்த் கராண்டிகர்

ஓரளவாவது நமக்கு இப்பொழுது இந்த அலைகளைப் பற்றித் தெரியும். இன்டெக்ஸ் ஏறும்... இறங்கும்... ஏறும்... இறங்கும். குட்டிக் குட்டி அலைகளாக நடக்கும். ஒரே நேர் கோடாக அல்ல.

இப்படி இண்டெக்ஸ் நகர்வதைப் படத்தில் பார்த்துத்தான் மிலிந்த் கராண்டிகர் கணிப்புகளை வெளியிட்டார். அவர் சொல்வதுபடி பார்த்தால், 'இரண்டாவது சிக்ஸாக்கின் அலை அ முறையாக 5 பகுதிகளாகப் (குட்டி அலைகளாக) பிரிகிறது. அதில் அலைகள் 1, 2, 3 மற்றும் 4 முடிந்துவிட்டது. அலை 5 என்பது சென்செக்ஸ் 6321-ல் தொடங்கியுள்ளது...'

'... அலை 4, 2005 ஜனவரி 4-ம் தேதி சென்செக்ஸ் 6696 இருக்கும் பொழுது தொடங்கியுள்ளது. அந்த அலை 4-க்குள் 'a' என்ற குட்டி அலை 2005 ஜனவரி 25-ல் முடிந்துவிட்டது. அடுத்து அலை 'b' 2005 மார்ச் 9-ல் முடிந்தது.'

'இந்த அலை 4 என்பது அலை 3-ஐப் போல, 1.618 மடங்கு இருக்க வேண்டும். அதனால் சொல்கிறேன். சென்செக்ஸ் இன்னமும் மூன்று மாதத்தில் 8000-த்தைத் தாண்டும். அதாவது ஜூன் 2005-க்குள்' என்றார்.

தாண்டியது!

எப்படி இந்தக் கணக்கு? மேலும் அவர் கிளென் நீலி சொன்னதை வைத்து, எந்த 'இம்பல்ஸ் வேவ்' அதிக மக்கள் கலந்து கொள்வதாக அமைகிறதோ, அது மிக நீண்டதாக இருக்கும் என்கிறார். அதன்படி, மிலிந்த் கராண்டிகர், மூன்றாவது அலை முதல் அலையைவிட 1.618-க்கும் அதிக மடங்கு நீளமானதாகவும், 5-வது அலை மூன்றாவதைவிட

1.618 மடங்கிலும் அதிகமானதாகவும் இருக்கும் என்கிறார். (பிசினெஸ் ஸ்டாண்டர்ட் 11.4.2005) அவர் கணக்குப்படி இன்னமும் 5 ஆண்டுகளில் சென்செக்ஸ் 18,000 முதல் 40,000 (ஆமாங்க நாற்பதாயிரம்தான்) போகும் என்றார். (பிசினெஸ் லைன் Q - A யில்) கணக்குப்படி 2010 ஏப்ரல் 10ம் தேதிக்குள் போயிருக்க வேண்டும். போனதே... 2008 ஜனவரியில் 21,000 போனதே. நாற்பதாயிரம் போகவில்லைதான். அதனால் 18,000க்கும் மேலே போனதே.

எவர் சொல்வதையும் உலகம் முழுமையாக ஒப்புக்கொள்ளாதே என்கிறீர்களா? கரெக்ட். இந்த எலியட் தியரிக்கும் இப்படி வியாக்கியானங்கள் உண்டு. இதே தியரியை பலரும் பலவிதமாக எடுத்துச் சொல்வார்கள்.

கராண்டிகர் சொன்னதைப் பற்றி கேட்கையில், பிசினெஸ் லைனில் Q - A பகுதியில் கிருஷ்ணகுமார் என்பவரும் இதைப் பற்றி இப்படி எழுதியிருந்தார்.

சென்செக்ஸ் மே 2004-ல் 4227 என்ற 'லோ' வில் இருந்து, இம்பல்சிவ் அலை ஆரம்பித்தது. எலியட் வேவ் தியரியின்படி, இந்த இம்பல்சிவ் அலை 5 குட்டி அலைகளைக் கொண்டிருக்க வேண்டும்.

முதல் அலை (Wave 1) சென்செக்ஸை 6693-ல் கொண்டு நிறுத்தியது. அதன் பின் அலை 2, கரெக்‌ஷன் அலை. அது சென்செக்ஸை 6118-க்குக் கொண்டு வந்து தள்ளியது. அது எலியட் சொல்லியது போல, எக்ஸ்பேண்டட் ஃப்ளாட் (Expanded Flat) ஆகவே இருந்தது. அடுத்தது அலை 3, 6118-ல் தொடங்கியது. அந்த அலை, சமீபத்திய உயரமான (அவர் எழுதிய சமயத்தில்) 8821-ல் முடிகிறதா அல்லது அலையின் ஒரு பகுதிதான் முடிந்திருக்கிறதா என்று பார்க்க வேண்டும். (அலையின் ஒரு பகுதிதான் என்று பின்னால் தெரிந்தது. இண்டெக்ஸ்தான் மட மடவென்று ஏறியதே.)

ஒருகால் இந்த அலை 3 என்பதும் 5 பகுதிகளாகப் பிரிந்திருக்குமானால், இந்த அலை 3 என்பது சென்செக்ஸைக் கடுமையான உயரத்துக்குக் கொண்டு போகும். (போனதே!)

அல்லது இதையே கொஞ்சம் வேறு விதமாகப் பார்ப்பது என்றால், 8821-ல் அலை 3 முடிந்துவிட்டது. அடுத்த இறக்கம்

என்பது அலை 4 என்று எடுத்துக்கொள்ளலாம். அப்படியிருந்தால், அடுத்துவரும் அலை 5 என்பது 8821-ஐ விடக் கூடுதலாகப் போகும். எப்படிப் பார்த்தாலும் இன்னமும் ஓர் உயரம் (High) இருக்கத்தான் இருக்கிறது.'

இவ்வாறு மிகச் சரியாக பிசினெஸ் லைனில் எழுதியிருந்தார் கிருஷ்ணகுமார்.

ஏதோ ஒரு முறை எவரோ ஒருவர் மட்டும் சரியாக சொன்னதாக நினைத்துக்கொள்ளவேண்டாம். இது, பிசினெஸ் ஸ்டாண்டர்ட் பத்திரிகையில் தேவாங்ஷு டட்டா என்பவர் ஆகஸ்ட் 16, 2011 ல் எழுதிய கட்டுரையில் இருந்து தரப்படும் சில முக்கியமான பகுதிகள். இதனைப் படித்தால் டெக்னிக்கல் அனலிஸ்ட்டுகளால் எவ்வளவு சரியாக கணிக்க முடியும் என்பது தெரியவரும்.

''ஜனவரி 2011ல் தெரிய வந்தாலும் கூட, நவம்பர் 2010 லேயே சந்தை பேரிஷ் ஆகிவிட்டது. நவம்பர் 5 2010ல் நிப்டி 6338 என்கிற உச்சத்தினை தொட்டது. அதன் பிறகு 2010 டிசம்பரில், 5721 என்கிற அளவுக்கு கீழிறங்கியது. அதற்குப்பிறகு ஜனவரி 4, 2011ல், முன்பை விட குறைவான உயர்வாக ('லோவர் ஹை') 6,181 என்பதோடு திரும்பிவிட்டது. அப்போதே 'அப் டிரண்ட்' மாறிவிட்டது என்பது தெரிய ஆரம்பித்துவிட்டது. அடுத்து குறைந்தபோது முந்தைய 'லோ' வைக் காட்டிலும் குறைவாக, பிப்ரவரி 2011ல், 5177 என்கிற அளவுக்கு போனது. இறங்கிய போது 200 நாள் நகரும் சராசரியினையும் விட்டு கீழே போனது. இதைப் பார்த்தபோது, சந்தையின் லாங் டர்ம் வாய்ப்பு கரடிகளுக்கே என்று தெரிந்தது. இது கடந்த வாரத்தில், 52 வார 'லோ' வான 4947 ஐ தொட்டபோது மேலும் உறுதியானது. ....

.... இறக்குகிற சந்தைக்கு சப்போர்ட் என்பது 'பிபனோசி ரீடிரேஸ்மெண்டு' களில்தான் கிடைக்கும். அக்டோபர் 2008ல் வந்த குறைவான 2250 மற்றும் முந்தைய புல் மார்கெட்டின் உயர்வான 6338 ஆகிய இரண்டையும் வைத்து ரீடிரேஸ்மெண்ட் அளவுகளைப் பார்த்தால், 5400 (23%) 4800(38%) 4300 (50% மற்றும் 3800 (62%) வரை சொல்லலாம்..

முதல் பிபனோசி அளவு ஏற்கனவே வந்தாகிவிட்ட்து. இரண்டாவது 4800 ல் இருக்கிறது. இதில் நல்ல சப்ப்போர்ட் கிடைக்கும்.

அது உடைக்கப்பட்டால் அடுத்த அளவு 4300 வரை போகும். அடுத்தது 3800. அடுத்த இடைக்கால டிரெண்ட் உயர்வாகத் தான் இருக்கும். ஆனால் அது வலிமையானதாக இருக்காது. அதன் தடை 5660ல் (200 நாள் நகரும் சராசரி) யில் இருக்கும். 4800 க்கு மேல் கீழிறங்குவது நின்றால், 5350, 5400 வரை போகும்.. 4300 வரை வீழ்ந்தால், பின்பு 4800 வரை மேலெழும்பும்....

.... முந்தைய புல் மார்கெட் 19 முதல் 25 மாதங்கள் வரை நீடித்தது. இந்த கரடி போக்கு (பே'ர் மார்கெட்) 10 மாதங்களாக இருக்கிறது. இது 12 முதல் 16 மாதங்கள் வரை நீடிக்கலாம். (நவம்பர் 2011- மார்ச் 2012 வரை). அல்லது அதற்கு மேலும் கூடப் போகலாம். ஆனால் கண்டிப்பாக 4,800 என்பது தொடப்படும். நிப்டி 5400 க்கு மேல் போனால் அது டிரண்ட் ரிவர்சலாக இருக்கும்''.

மேலே எழுதப்பட்டிருப்பதுதான் அவருடைய ஆகஸ்ட் மாதத்து கணிப்பு. சந்தை செப்டெம்பர் 2011 காலாண்டு முடிவுகள் வெளி வந்த போது வேகமாக உயர்ந்தன. ஆனால் என்ன ஆச்சரியம்! அவர் கணித்தது போலவே, சரியாக 5400 க்கு அருகே பிரேக் போட்டது போல நின்றுவிட்டு, யு டர்ன் அடித்து கீழிறங்கத் தொடங்யதே பாரக்கவேண்டும்! அதன் பிறகு, நிப்டி 670 புள்ளிகள் தொடர்ந்து வீழ்ந்து, நவம்பர் ஊ-நீ குளோசிங்கிற்கு முன்பாக நவம்பர் 23ல், 4,710 வரையே வந்தது.

ஆக டெக்னிக்கல் அனாலிசிஸ் என்பது வெற்று ஊகம் அல்ல. கற்பனை அல்ல. கதையுமல்ல. அதில் கணக்குகள் இருக் கின்றன. இருட்டில் தடுமாறும் பொழுது, கையில் இருக்கும் டார்ச் லைட் போலத்தான் இந்த டெக்னிக்கல் அனாலிசிஸ். துல்லியமாக இதுதான் என்று சொல்லமுடியாதே தவிர, போக்குகளைக் கணித்துவிடுகிறார்கள் வல்லுனர்கள்.

டெக்னிக்கல்ஸ் பார்த்தாகிவிட்டது. சரி. டெக்னிக்கல்ஸ் என்பது ஒரு நாளில் அல்ல, தொடர்ந்து பங்குச்சந்தையைக் கவனிக்கும்போது, பயன்படுத்தவேண்டிய ஒரு முக்கியமான உபயோகமான கருவி என்பது புரிகிறது. இருந்தாலும், இதனை வைத்து என்னவெல்லாம் செய்ய வேண்டும் என்று குறிப்பாக ஏதாகிலும் சொல்ல முடியுமா என்று சிலர் கேட்கலாம்.

ஃபண்டமெண்டல் அனாலிசிஸ் வைத்தோ அல்லது குறிப்பான ஏதோ ஒரு செய்தியை வைத்தோ ஒரு பங்கினை வாங்க முடிவு செய்துவிடும் பட்சத்தில், உடனே அந்தப் பங்கினை வாங்கிவிட வேண்டாம்.

அந்தப் பங்கின் சார்ட்டினைப் பார்க்க வேண்டும். www.indiabulls.com, www.yahoo.com போன்ற பல இணையத்தளங்கள் இருக்கின்றன. அவற்றில் தேடினால் பங்குகளின் டெக்னிக்கல் சார்ட்கள் இருக்கும். அவற்றைப் பார்க்க வேண்டும்.

பங்கின் விலை ஏறுமுகத்தில் இருக்கிறதா? இல்லை இறங்கு முகத்தில் இருக்கிறதா? இறங்குமுகத்தில் வாங்க வேண்டாம். குறைந்த விலை போலத் தோன்றினாலும், அதில் இன்னமும் கூட இறக்கம் பாக்கியிருக்கும்.

ஏறுமுகமாகவே இருக்கட்டும். அப்பொழுதுகூட வாங்கக் கூடாது. காரணம், அதன் ஆர்.எஸ்.ஐ. (RSI) எப்படியிருக்கிறது என்று பார்க்க வேண்டும். ஏற்கெனவே நிறைய உயர்ந்துவிட்டதா? அல்லது இன்னமும் பாக்கியிருக்கிறதா? பார்க்க வேண்டும். அதேபோல வீழும்போக்கில் இருந்தால்கூட வாங்கலாம். கரெக்ட்! அதன் ஆர்.எஸ்.ஐ.யினைப் பொறுத்து. ஏற்கெனவே ஏகப்பட்டது விற்றாகிவிட்டது என்றால் அது தாற்காலிகமாகவாவது ஏறித்தான் ஆகும்.

உயர்ந்து கொண்டே போகிறதா? சரி. இதற்கும் மேலும் உயருவதை எது தடுக்கக்கூடும்? அந்தப் பங்கின் ரெசிஸ்டென்ஸ் விலை என்ன? அல்லது இறங்கிக் கொண்டே போகிறதா? அந்தப்பங்கு எந்த விலைக்குக் கீழே போக விடமாட்டார்கள்? அதாவது அந்தப் பங்கின் சப்போர்ட் விலை என்ன?

நல்ல சேதி வந்ததும் ஏற ஆரம்பித்து, சில நாள்களிலேயே ஏகப் பட்டது ஏறிவிட்டதா? அதாவது அது 'இம்பல்சிவ் அலை' காரண மாகத்தான் ஏறியுள்ளது. உடனே ஒரு குட்டி கரெக்டிவ் அலை வரும். முன்பு தவறவிட்டிருந்தால் அப்போது வாங்கலாம். கரெக்டிவ் அலையைப் போய் இறங்குமுகம் என்று தவறாகப் புரிந்துகொள்ள வேண்டாம். கையில் இருந்தால் விற்காமல் வைத்திருக்கலாம்.

அதேபோல கெட்ட சேதி ஏதும் வந்து, விலை ஒரேயடியாக இறங்கினால், அதுவும் இம்பல்சிவ்தான். அதற்கும் கரெக்டிவ்

அலை வரும். ஆனால் கரெக்‌ஷன் ஒரு சில தினங்களுக்குத்தான். மீண்டும் கெட்ட செய்திக்கான தாக்கம் விலைகளில் வரலாம். ஜாக்கிரதை.

ஒரு பங்கின் விலை இறக்கமோ அல்லது விலை ஏற்றமோ எப்போது மாறக்கூடும், எப்போது டிரெண்ட் மாறும் என்பதை அவற்றின் சராசரிகளை (ஆவரேஜ்கள்) வைத்துக் கணக்கிட்டு விடலாம். சரியான நேரத்தில் சரியாக முடிவுகள் எடுத்து லாபம் பார்க்கலாம். போலிங்கர் பேண்டுகளைப் பயன்படுத்தியும் இதனைக் கண்டுபிடிக்கலாம்.

ஒரு பங்கு ஓவர் பாட் (Over bought) நிலையில் உள்ளதா அல்லது ஓவர் சோல்ட் (Over sold) நிலையிலா என்பதைக் கண்டுபிடித்தால், அதற்கு நேர் எதிர்மாறான நடவடிக்கையை எடுத்துப் பலன் அடையலாம். அதற்கு மொமெண்ட்டம் உதவும்.

ஒரு பங்கின் விலைகள் எப்போது ஏறத் தொடங்கும் அல்லது எப்போதிலிருந்து இறங்கத் தொடங்கும் போன்றவற்றை முன் கூட்டியே ROC பார்த்துக் கண்டுபிடிக்கலாம். சரியான நடவடிக்கை எடுத்து லாபம் பார்க்கலாம்.

தனிப்பட்ட பங்குகள் தவிர, மொத்த மார்க்கெட்டும் இண்டெக்‌ஸும் எப்போது உயரும் (Bull Phase), எப்போது இறங்கும் (Bear Phase) என்பதையும் டெக்னிக்கல் அனாலிசிஸ் வைத்துக் கண்டுபிடிக்கலாம்.

எத்தனை நாள் ஏறினால் இறங்கும், எப்போது எவ்வளவு புள்ளிகள் வந்தால் குறியீட்டு எண்கள் உயரும் அல்லது குறையும் போன்றவற்றையும்கூட முன்கூட்டியே கணிக்கமுடியும்.

பங்குச்சந்தை என்கிற சிங்கம் ஓரளவேனும் நம்மைக் கடித்து விடாமல் பார்த்துக் கொள்ள, டெக்னிக்கல் அனாலிசிஸ் அருமையான ஒரு கருவி. எல்லோரும் இருட்டு என்று பயந்து நடக்கும்போது இதனைத் தெரிந்து வைத்திருப்பவர்கள் தைரியமாக இதன் வெளிச்சத்தில் நடக்கலாம். பயன்படுத்திப் பயன் அடைவோம்.

5. இந்தியப் பங்குச்சந்தை இதற்கு மேலும் உயருமா?

பொருளாதாரம் (மேக்ரோ எக்கனாமிக்ஸ்) தொடங்கி, ஃபண்டமெண்டல் அனாலிசிஸ், டெக்னிக்கல் அனாலிசிஸ் என்று பலவற்றையும் ஒரு பார்வை பார்த்தாயிற்று. ஆனாலும்கூட, எல்லோருக்கும் பயம் முழுக்க போயிருக்குமா என்று சொல்லமுடியாது. உள்ளூர சின்னதாக அச்சம் இருக்கவே செய்யும். காரணம், சடுதியில் பங்குச்சந்தை காணும் ஆட்டங்களின் அளவு. 2003 முதல் 2011 வரையிலும்தான் எவ்வளவு ஏற்ற இறக்கங்கள்!

2003ல் தொடங்கிய புல்ரன் மூன்று ஆண்டுகளுக்கு மேலாக 2007 வரை தொடர்ந்தது. பங்குச் சந்தையில் பல வருடங்களாகப் புழங்கி வந்து, பழம் தின்று கொட்டைபோட்டவர்களையும் கூட ஏமாற்றி விட்டு, நம்பவே முடியாத அளவு மேலே மேலே என்று நில்லாமல் போய்க்கொண்டேயிருந்தது. சுமார் 3,000 புள்ளிகளில் இருந்து ஒரேயடியாக 21,000. சென்செக்ஸ் காட்டில் மழையோ மழை.

ஏற்றம் நிற்காதது மட்டுமல்ல. படுவேகமாகவும் இருந்தது. காளை ஓடியது என்று சொல்லுவதை விட பறந்தது என்றுதான் சொல்லவேண்டும். 2007ம் ஆண்டு அக்டோபர் மாதத்தில் மட்டும், 18,000, 19,000 மற்றும் 20,000 என்கிற மூன்று

முக்கிய மைல்கற்களை தடை ஓட்டத்தில் லாகவமாக தாவுகிற குதிரையைப் போல ஒரு சில நாட்களிலேயே அனாயாசமாகத் தாண்டியது. அக்டோபர் 8 அன்று சென்செக்ஸ் 21077. நிப்டி 6287.

நிலைமை அப்படியே போகும், மேலும் பல புதிய உச்சங்கள் தொடப்படும்,அவ்வளவு ஏன், சென்செக்ஸ் 40,000 கூட வரும் என்று முன்பு நம்பாதவர்களே அடித்துச் சொல்லிய நேரம், அப்படியே தலைகுப்புற விழுந்தது. 2008 ஜனவரியில் கால் இடறி விழுந்த சென்செக்ஸ் பட்ட அடி, சாதாரண அடி அல்ல, பலமான அடி. அதன் பிறகு இடை இடையே சற்று உயர்ந்தாலும் தொடர்ந்து அதன் பிறகு இறங்குமுகம்தான்.

ஆனாலும் ஏனோ வினோதமாக, 'புல் பேஸ்' முடிந்துவிட்டது என்பதை 'அனுபவசாலிகள்' கூட நம்பவில்லை. 'இதற்கு மேலுமா விழமுடியும்!' என்று யோசித்தார்கள். சரியாகிவிடும் என்றே நினைத்தார்கள்.

எப்போதும் போல எல்லோரையும் ஏமாற்றியது பங்குச்சந்தை. முன்பு பரபரப்பு காட்டிய அதே அக்டோபர் மாதத்தில் (27ம் தேதி), 2008 புதிய நீச்சத்தினையும் (சென்செக்ஸ் 7697. நிப்டி 2524) கண்டது. மிரண்டே போனார்கள் முதலீட்டாளர்கள். எந்த விலையும் வாங்குவதற்கான நல்ல விலை இல்லை. எதற்கு கீழும் விலைகள் இறங்க முடியும் என்பது போல அப்போது நினைக்க வைத்தது. சீ ச் சீ இந்தப்பழம் புளிக்கும் கதைதான்.

அள்ள அள்ள பணம் 1 ல் சொன்னது போலவேதான். கண்ணைக் கூசுகிற அளவு அடித்த வெளிச்சம் தொடரவில்லை. மங்கியது. பின்பு இருட்டவே செய்தது. அதேபோல பயமுறுத்திய கும்மிருட்டும் நீடிக்கவில்லை. தொடர்ந்து விடியலும் வெளிச்சமும் வந்தது.

2008ல் நிகழ்ந்த இறக்க நிலை நீடிக்கவில்லை. 2009 ல் மாற்றம் வந்தது. 2009 ம் ஆண்டினை முடிக்கும் போது சென்செக்ஸ் அளவு, 17,230. (நிப்டி 5144). அதன் பிறகு 2010, 2011 எல்லாம் ஏற்றமும் இறக்கமுமாக்க கழிந்த ஆண்டுகள். மொத்தத்தில் பெரிய போக்கு மாற்றங்களை கொண்டுவராத, குறிப்பிட்ட 'ஃபேண்டு'க்குள் விலைகளும் குறியீட்டு எண்களும் வளைய வந்துகொண்டிருந்த ஆண்டுகள். இந்தப் பகுதியினை எழுதும் டிசம்பர் 2011 ல் சென்செக்ஸ் 17,000 அருகில். நிப்டி 4900 க்கு அருகில்.

போக்கு இனி எப்படி இருக்கும்?

இதன்பிறகு என்ன ஆகும் என்கிற கேள்வி எப்போது வந்தாலும், இனி செண்டிமெண்டாகவோ, ஊகத்தின் அடிப்படையிலோ பதில் சொல்லத்தேவையில்லை. கணிப்பின் அடிப்படையி லேயே அதனைச் சொல்ல முடியும் என்பதைத்தான் இந்த புத்தகம் பேசியிருக்கிறது. வருங்காலத்தில் பங்குச் சந்தையின் போக்கு எப்படி இருக்கும் என்று என்றைக்கு கேட்டாலும் அதற்கான பதில்களை கண்டுபிடிப்பதற்கான வழிமுறைகளை முந்தைய அத்தியாயங்களில் விரிவாகப் பார்த்தோம்.

அந்த மானிகள் கொண்டு பார்த்தால், வருங்காலம் எப்படி இருக்கும் என்பதை ஓரளவேனும் கணிக்க முடியும். அப்படி, 2011 டிசம்பரில் உள்ள நிலைமையின் அடைப்படையில், பங்குச் சந்தையின் போக்கு வருகிற ஆண்டுகளில் எப்படி இருக்கும் என்பதை பார்க்கலாம்.

முதலில் பொருளாதாரம்

பொருளாதாரம் என்றால், நம் நாட்டு பொருளாதாரச் சூழல். இதில் முதலில் பார்க்க வேண்டியது, ஒட்டு மொத்த வளர்ச்சி யினைக் காட்டும் ஜி.டி.பி.யினைத்தான். அடுத்தது ஜி.டி.பி. யினை உருவாக்கும் அல்லது பாதிக்கும் அம்சங்கள். அதில், பண வீக்கம், வட்டிவிகிதங்கள், மக்களின் வாங்கும் சக்தி போன்றவை வரும்.

இந்தியாவின் ஜி.டி.பி வளர்ச்சி

இந்தியாவின் ஜி.டி.பி வளர்ச்சி தொடர்ந்து நல்ல அளவிலேயே இருக்கிறது. 2010ம் ஆண்டு கணக்கின் படி, இந்திய பொருளா தாரத்தின் அளவு அமெரிக்க டாலர் கணக்கில், 1.729 டிரில்லியன் டாலர்கள். (ஆமாம் சில ஆண்டுகளுக்கு முன்பாகவே டிரில்லியன் டாலர் எக்கானமி என்கிற அளவினை நம் நாடு தொட்டாயிற்று). இந்திய ரூபாய் கணக்கில் தெரிந்துகொள்ள, இந்த 1.729 டிரில்லி யனை, நடப்பு டாலர் மதிப்பால் பெருக்கிக்கொள்ளவேண்டும். டிரில்லியன் என்றால் லட்சம். டாலர் மதிப்பு ரூ 50.

இந்தியப் பொருளாதாரம் 1995 க்குப் பிறகும், அதிலும் குறிப்பாக 2003க்கு பிறகும் நல்ல வளர்ச்சி கண்டிருப்பதைப் படத்தில் பார்க்கலாம்.

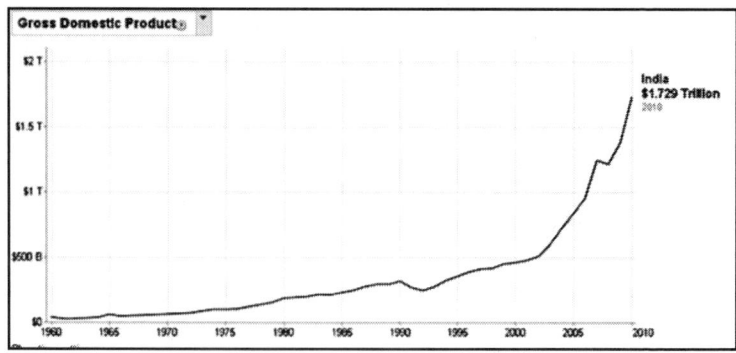

GDP வளர்ச்சி சதவிகிதம்

GDP தொகை எவ்வளவு என்று (Absolute) பார்த்தால் மட்டும் அது சிறப்பாக இருக்கிறதா என்று சொல்லிவிடமுடியாது. காரணம், தேசத்தின் பரப்பளவினைப் பொறுத்தும் மக்கள் தொகையினைப் பொறுத்தும் அது கூடுதலாகவோ குறைவாகவோ தெரியலாம். அதனால்தான் GDP கடந்த ஆண்டினை விட எவ்வளவு கூடுதல் என்பதை பார்க்கும் வழக்கம் இருக்கிறது. அதனை சதவிகிதத்தில் சொல்லுவார்கள். அப்படிப் பார்த்தாலும் இந்தியா கடந்த சில ஆண்டுகளாக சிறப்பான வளர்ச்சி அடைந்து வருகிறது.

ஆண்டுக்கு எவ்வளவு வளர்ச்சி என்று இறுதியாக கணக்கிடப் பட்டாலும், ஒவ்வொரு காலாண்டுக்கும் (குவார்ட்டர்ஸ்) எவ்வளவு என்கிற விபரங்களும் கிடைக்கின்றன.

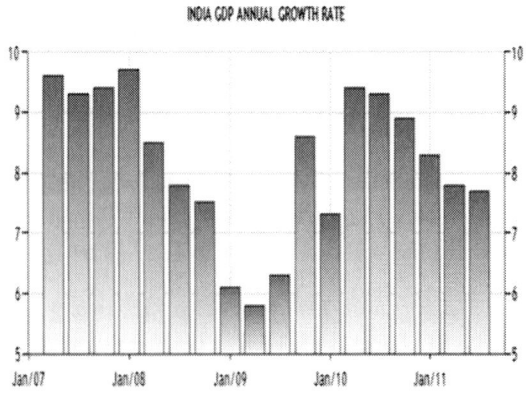

உலகப் பொருளாதாரச் சுணக்கம் காரணமாக 2008, 2009ல் மட்டும் இந்தியாவின் பொருளாதார வளர்ச்சி சற்று மங்கியது. ஆனால் மீண்டும் 2010ல் வளர்ச்சி உயர ஆரம்பித்தது. பிறகு மீண்டும் ஐரோப்பிய பொருளாதாரப் பிரச்னை காரணமாக, 2011ல் தளர்ச்சி யடைந்தது என்பதை பார் சார்ட் படத்தில் பார்க்கலாம்.

120 கோடி மக்கள் தொகைகொண்ட நம் தேசம், ஆண்டுக்கு ஆண்டு, எட்டு, ஒன்பது சதவிகித வளர்ச்சி அடைவது என்பதெல் லாம் சாதாரண வளர்ச்சி அல்ல. உலக அளவில் ,சீனா மட்டுமே இந்தியா அளவு (அதைவிட சற்று அதிகமாக) பொருளாதார வளர்ச்சி காணுகிற தேசமாக இருக்கிறது. ஏனைய, அதிலும் குறிப்பாக இதுவரை வளர்ந்த நாடுகளாக, செழிப்பமான நாடு களாகப் பார்க்கப்பட்டுவந்த, அமெரிக்கா மற்றும் ஐரோப்பிய நாடுகள் பலவும் 3%க்குக் குறைவாகவே தொடர்ந்து மிதமான வளர்ச்சி அளவில் இருக்கின்றன.

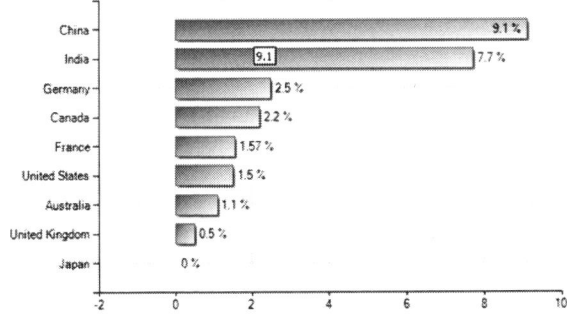

நம் தேசத்தில் பல்வேறு பொருளாதார வளர்ச்சிக்கான அம்சங் களும் சாதகமாகவே இருந்தாலும் கூட, உலகின் வளர்ந்த நாடு களில் ஏற்பட்டுள்ள சிரமம் நம் நாட்டின் ஜி.டி.பி, தொடர்ந்து பழைய வேகத்தில் வளர்வதற்குத் தடையாக இருக்கிறது. அதனால் நமது நாட்டின் ஜி.டி.பி % 2011ல் குறைந்தது. அல்லது 2011முதல் குறைய ஆரம்பித்திருக்கிறது என்றும் சொல்லலாம்.

1990களில் கொண்டுவரப்பட்ட தாராளமயமாக்கல், தனியார் மயமாக்கல் மற்றும் உலகமயமாக்கல்(LPG) காரணமாக, பொருளா தார வளர்ச்சி வேகமெடுத்தது. தற்சமயம் உலகத்தின் வளர்ந்த நாடுகளின் பொருளாதாரப் பிரச்னைகள் மற்றும் சுணக்கம்

(Recession) காரணமாக, இந்தியாவின் வளர்ச்சியிலும் கொஞ்சம் தளர்வு வந்திருக்கிறது. காரணம் அதேதான். வளர்ச்சிக்கு உதவிய உலகத்துடனான இணைப்பு அதே இணைப்புதான், தளர்சிக்கும் காரணமாக அமைந்துவிட்டது.

அமெரிக்கப் பொருளாதாரம்

உலகின் மிகப்பெரிய பொருளாதாரமான அமெரிக்காவில், 2008 முதல் பிரச்னை. சப்பிரைம் சீர்கேட்டில் தொடங்கிய பூதாகரமான பொருளாதாரப் பிரச்னை, 2009, 2010 ல் சற்று அடங்கியது (போல தோற்றமளித்தது). அதற்கு காரணம், பிரச்னைகளை சரிசெய்ய அமெரிக்க அதிபர் பராக் ஒபாமா லட்சக்கணக்கான கோடி டாலர்கள் அரசுப் பணத்தினை வாரி இறைத்ததுதான். குவாண்டிடேட்டிவ் ஈசிங் (QE) என்று அதற்கு பெயர்.

அப்படிச்செய்ய, ஓயப்பார்த்த அமெரிக்க பொருளாதார சக்கரம் மீண்டும் சுழல ஆரம்பித்து, வேகமெடுத்துவிடும் என்று அவர் நம்பியதுதான். தண்ணீர் வராத அடிபம்பில், வாளியில் இருக்கும் தண்ணீரை கொஞ்சம் ஊற்றி அடித்தால், தண்ணீர் வரும் என்பது போன்ற நம்பிக்கையில், இருக்கிற தண்ணீரையும் (பணத்தினையும்) ஒபாமா செலவு செய்தார். ஆனால் பலன் வருவதாக (இது வரை) தெரியவில்லை.

நிலைமை எப்படி போய்விட்டது என்றால், அவர், அவர் (நாட்டு) தண்ணீரை மட்டுமல்லாது, கடன் வாங்கியிருந்த தண்ணீரையும் (அரசு வாங்கியிருந்த கடன் தொகைகளையும்), இந்த சோதனைகளில் விட்டுவிட்டார் என்பதுதான்.

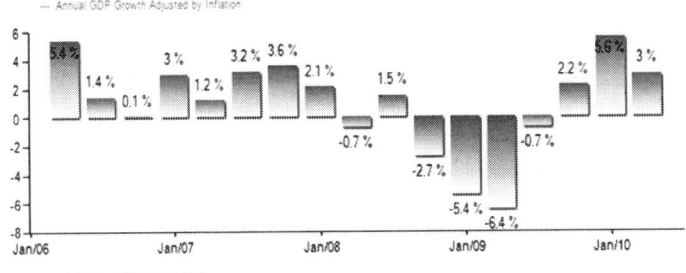

அமெரிக்காவின் நிலைமை உண்மையில் சொல்லப்போனால் மோசம். அதனால்தான் சரித்திரத்தில் இல்லாத நிகழ்வாக, அமெரிக்க அரசு வெளியிடும் கடன் பத்திரங்களே சற்று மாற்று (தரம்) குறைந்தவைதான் என்று ஸ்டாண்டர்டு - புவர் என்கிற சர்வதேச தர நிர்ணய நிறுவனம் ஆகஸ்ட் 2011ல் அறிவிக்கும் நிலை வந்தது. நவம்பர் 2011ல் மற்றொரு தர நிர்ணய நிறுவனம் Fitch அமெரிக்க பொருளாதாரத்தினை ஸ்டேபிள்-ல் இருந்து நெகட்டிவ் அவுட்லுக் ஆக இறக்கியது.

அமெரிக்காவில் பொருளாதார நிலை சீராகாமல், இந்தியா 10% வளர்ச்சி போன்ற பெரிய (கனவு) வளர்ச்சிகளை கண்டுவிட முடியாது, காரணம், அந்த நாட்டுடனான நமது பொருளாதாரத் தின் தொடர்பு. ஐ.டி., ஐ.டி.இ.எஸ், ஏற்றுமதிகள், வேலை வாய்ப்புகள், FDI, FII Investments என்று பல விதங்களிலும் உலகமயமாக்கலால் வலிமையான தொடர்புகள் உருவாக்கப் பட்டிருக்கின்றன. ஊரில் இருக்கும் பெரும்தனக்காரர் பாதிக்கப் பட்டால், அது ஊரில் உள்ள எல்லோரையுமே ஓரளவு பாதிக்கவே செய்யும். இந்தியா, சீனா அளவு இல்லாவிட்டாலும், கண்டிப்பாக ஓரளவு பாதிக்கப்படவே செய்யும்.

ஐரோப்பா

அமெரிக்காவுக்கு இணையாகச் சொல்லக்கூடிய மற்றுமொரு பெரிய பொருளாதார சக்தியாக விளங்கியது ஐரோப்பிய யூனியன். சுருக்கமாக, யூரோ சோன்.

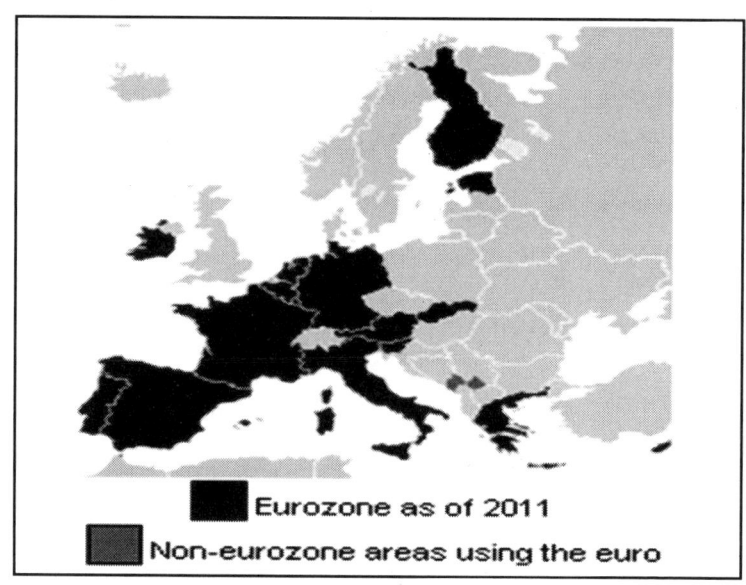

அங்கு அங்கத்தினராக இருக்கும் பல தேசங்களின் நிலைமை அமெரிக்காவைவிட மோசம்.

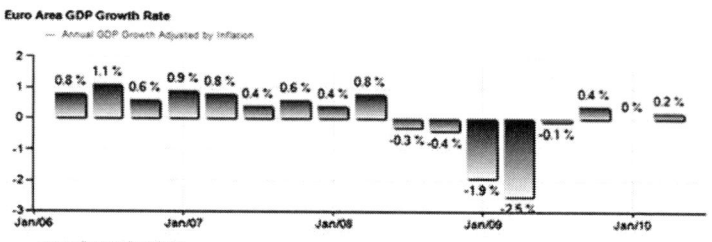

பிஃக் (PIIGS) நாடுகள்

கிரீஸ், இத்தாலி, ஸ்பெயின் போன்ற சில நாடுகளின் அரசாங்கங்கள் வாங்கியிருக்கும் கடன்களின் அளவு கழுத்துக்கும் மேல். அவை திவாலாகும் நிலையில் உள்ளன. அப்படிப்பட்ட தேசங்கள் சிலவற்றை ஒன்று சேர்த்து, பிஃக் நேஷன்ஸ் (PIIG Nations) என்றழைக்கிறார்கள் ஆங்கிலத்தில். பிஃக் என்பதன் பொருள் ஏதுமில்லை. சில தேசங்களின் பெயர்களின் முதல் எழுத்துகள் சேர்ந்ததுதான் அது.

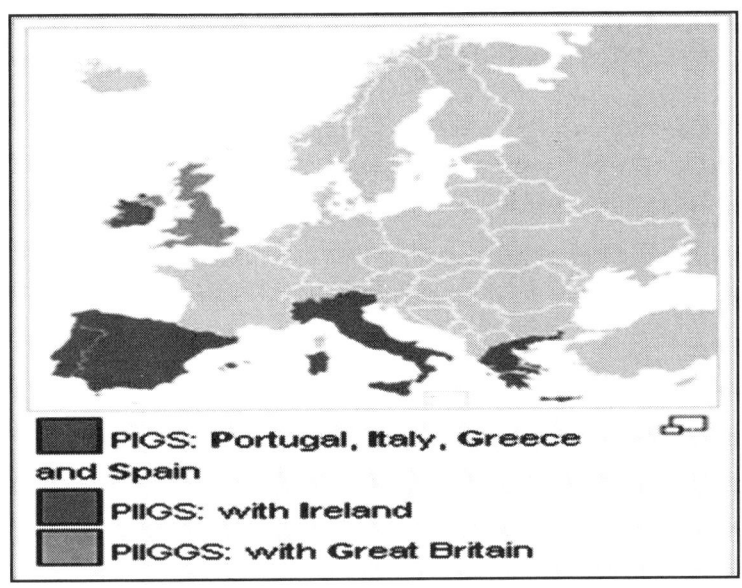

அரசாங்கங்கள் ஆட்சி செய்ய ஆகும் செலவுக்காவும், மக்கள் நலத்திட்டங்களை செயல்படுத்துவதற்காகவும், கட்டுமான செலவுகளுக்கும் தங்கள் வரி வருமானத்தினை பயன்படுத்தும். சமயங்களில் வருமானம் போதாமல், கடன் வாங்கவும் செய்யும். அரசு வாங்குகிற கடன்கள் எவ்வளவு என்பதை ஒப்பிட்டுப்

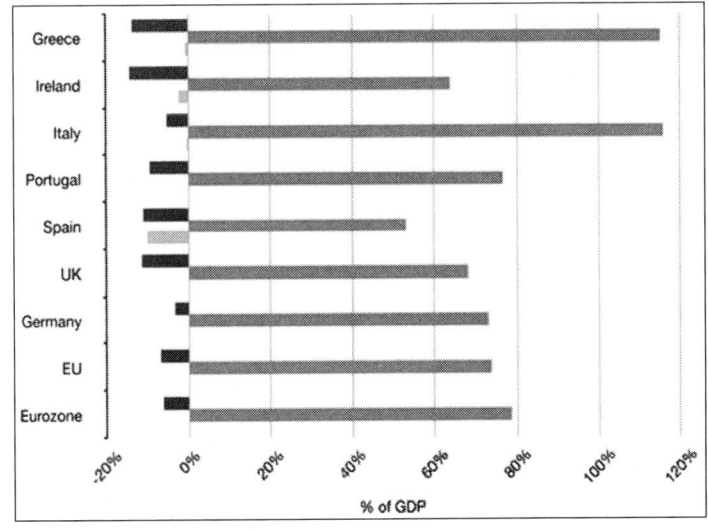

பார்ப்பதற்காக சில முறைகள் வைத்திருக்கிறார்கள். அவற்றில் ஒன்று, நாட்டின் ஜி.டி.பி அளவில், அரசின் கடன் தொகையின் சதவிகிதம் என்ன என்று பார்ப்பது. ஆகஸ்ட் 2011ல் அமெரிக்கா அதில் 95% என்கிற ஆபத்தான அளவினைத்தொட்டு, உலகத் தினை அதிர்ச்சிக்கு உள்ளாக்கியது. யூரோ சோனில் இருக்கும் கிரீஸ் படுமோசம். 120 சதவிகிதத்தினையே அது தொட்டது.

உலகத்தையே கட்டி ஆண்ட இங்கிலாந்தின் நிலைமையும் அதேதான். 'அமெரிக்காவுக்குத்தான் பிரச்னை. அதனால் புத்தி சாலித்தனமாக நமது ஏற்றுமதிகளையும் வியாபாரத் தொடர்பு களையும் ஐரோப்பா பக்கம் திருப்பலாம்' என்று திட்டமிட்டு, நம் தேசத்தின் பல பெரிய நிறுவனங்கள் செயல்பட்டன. திட்டம் நல்ல திட்டம்தான். ஆனால் அவர்கள் திருப்பிய வியாபாரத் தினைப் போலவே, பொருளாதார புயலும் ஐரோப்பா பக்கம் திரும்பியதுதான் துரதிருஷ்டம்.

பிரிக் (BRIC) நாடுகள்

பொருளாதாரத்தில் சிரமப்படும் தேசங்களை ஒன்றுசேர்த்து பிஂஃக் நாடுகள் என்று அழைப்பதுபோல, பொருளாதாரத்தில் வேகமாக வளரும் நாடுகளை, பிரிக் நேஷன்ஸ் என்று அழைக்கிறார்கள். பிரேசில், ரஷ்யா, இந்தியா மற்றும் சீனா தான் அந்த BIRC நாடுகள். அவற்றின் வளர்ச்சி சிறப்பாகவே இருக்கிறது.

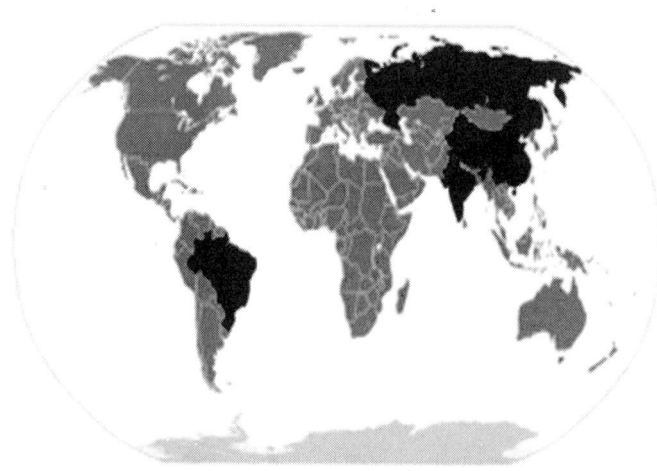

வேகமாக வளரும் பிரேசில், ரஷ்யா, இந்தியா மற்றும் சீனா

இந்தியாவின் பிற பொருளாதார அடிப்படைகள்

பொருளாதார மதிப்பு
(ஆண்டு ஜி.டி.பி) மதிப்பு: ரூ. 62,31,171 கோடிகள்

தனிநபர் வருமானம் : 2008-09 ல் : ரூ 40,141

= 2009-10 ல் : ரூ.44,345

மொத்த வெளிநாட்டு
கடன்கள் : (டிசம்பர் 2010ல்)
328 பில்லியன் $

இறக்குமதி: 359 பில்லியன்
$ (டிசம்பர் 2010)

ஏற்றுமதி: 225 பில்லியன் $
(டிசம்பர் 2010)

அரசின் கடன்கள், மொத்த ஜி.டி.பி யில் 71.84% (2010 ல்)

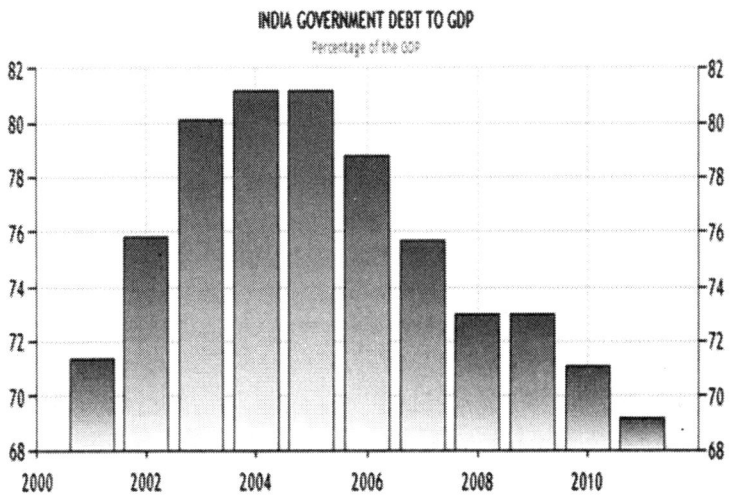

அன்னிய செலாவணி கையிருப்பு : 320 பில்லியன் டாலர்கள்

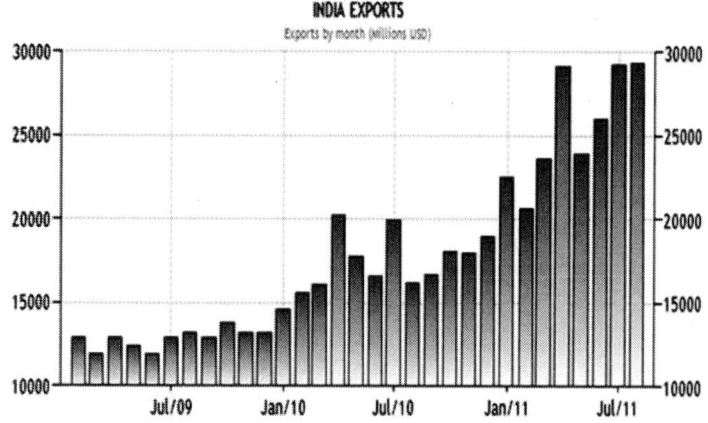

இந்தியாவின் ஏற்றுமதி

இறக்குமதி

இறக்குமதியில் இரண்டுவகை உண்டு. ஒன்று பயன்பாட்டுக் கானது. இதில் முக்கியமானது கச்சா எண்ணை இறக்குமதி. இந்தியா ஆண்டு ஒன்றுக்கு பல லட்சம் கோடி ரூபாய்களுக்கு (2006-07ல் 2,36,000 கோடி ரூபாய்கள்) கச்சா எண்ணையினை இறக்குமதி செய்கிறது. இரண்டாவது, கேப்பிடல் எக்குவிப் மெண்ட்ஸ். நாட்டின் தொழில் பெருக்கத்திற்கான எந்திரங்களை இறக்குமதி செய்வது. இதனால் நன்மைதான் அதிகம்.

ஏற்றுமதிக்கும் இறக்குமதிக்கும் இடையில் உள்ள இடைவெளி தான் சிரமத்தின் அடையாளம். இதனை பேலன்ஸ் ஆப் பேமெண்ட் என்பார்கள். இது அதிகமாகிக்கொண்டே போகக்கூடாது.

2011ல் இதன் அளவு மாதம் ஒன்றுக்கு சுமார் 30 பில்லியன் யு.எஸ் டாலர் (1.5 லட்சம் கோடி ரூ.) ஆக இருக்கிறது.

டாலர் படுத்தும் பாடு

இறக்குமதியும் ஏற்றுமதியும் இந்திய ரூபாய்களில் செய்ய முடியாது. வேறுநாடுகளுடன் என்பதால் அவசியமாக இரண்டுக்கும் வெளிநாட்டு கரன்சிகள்தான்.

1990களில் நிகழ்ந்தது போல, வெளிநாட்டுக் கடன்களுக்கு கொடுக்க டாலரோ தங்கமோ இல்லாமல் போய்விடக்கூடாது. அப்படி ஆவதற்கு இரண்டு காரணங்கள். ஒன்று ஏற்றுமதிக்கும் இறக்குமதிக்கும் இடையிலான வேறுபாடு. அதுதான் முன்பு பார்த்த பேலன்ஸ் ஆப் பேமெண்ட் அல்லது பேலன்ஸ் ஆப் டிரேட். அதற்கு தேவைப்படும் பாரின் கரன்சி ரிசர்வ்.

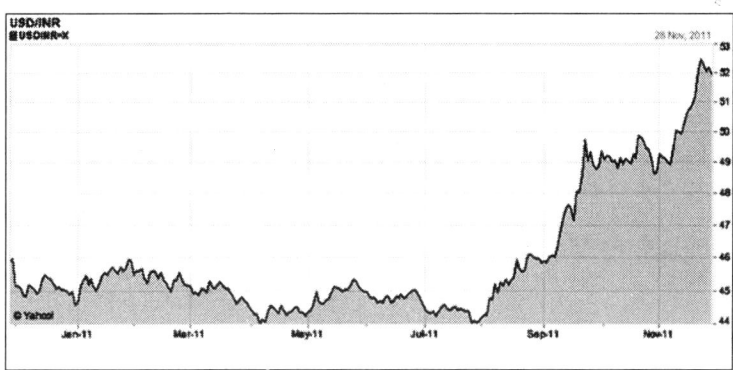

அதன் அளவு போதுமான அளவு இருந்தாகவேண்டும். இல்லாவிட்டால் பிரச்னைதான். அதனை சரிபார்ப்பதற்கு, மாத இடைவெளியினை (பற்றாக்குறையினை)ப் போல, (டிரேட் கேப்) போல எத்தனை மடங்குகள் ரிசர்வ் இருக்கிறது என்று பார்ப்பது வழக்கம். 2011 டிசம்பரில் இருக்கும் பாரெக்ஸ் அளவு சுமார் 300 பில்லியன் டாலர்கள். அதாவது 10 மாதத்துக்கு தேவையான அளவு(தான்). பாரெக்ஸ் இல்லாவிட்டால் தேவையான இறக்குமதியினை செய்துகொள்ளமுடியாது. முக்கியமாக கச்சா எண்ணெய்.

பாரின் கரன்சி லோன்- டாலர் கடன்கள்

அரசு மட்டுமின்றி நிறுவனங்களும் கூட கடன்கள் வாங்குகின்றன. இந்திய நிறுவனங்கள் வெளிநாடுகளிலிருந்தும் இப்படிப்பட்ட கடன்களை வாங்குகின்றன. அதற்கு ரிசர்வ் வங்கியின் அனுமதி உண்டு. (இவற்றின் பெயர், பாரின் கரன்சி கன்வெர்டிபிள் பாண்ட்ஸ் - FCCBs) வெளிநாடுகளில் கடன் வாங்குவதற்குக் காரணம், அங்கு நிலவுகிற 'குறைந்த வட்டி' என்கிற நிலை. 2011 நிலவரப்படி, பல நிறுவனங்கள் வாங்கியுள்ள மொத்த கடன் தொகை பத்து பில்லியன் $. ரூபாய் கணக்கில் 52,000 கோடி. பல்வேறு நிறுவனங்கள் 4, 5 ஆண்டுகளுக்கு முன் வாங்கியது. இப்போது திருப்பிக்கட்டவேண்டிய நேரம். அவர்கள் கடன்

வாங்கிய போது டாலர் மதிப்பு குறைவு (சில நிறுவனங்களுக்கு ரூ 42). ஆனால் கடனை திருப்ப வேண்டிய நேரத்தில் டாலர் மதிப்பு ரூ. 52 க்கு அருகில்! 2011 ல் மட்டும் 17% உயர்வு.

இந்த பிரச்னையினால் பலவிதமான தாக்கங்கள். ஒன்று, இந்த நிறுவனங்கள் சந்திக்கவிருக்கும் நட்டம். (செப் 2011 காலாண்டில் JSW ஸ்டீல் நட்டம் ரூ. 513 கோடி, செயில் ரூ 509 கோடி, எஸ்ஸார் ஆயில் 409 கோடி சேசகோவா 217 கோடி, பஜாஜ் ஆட்டோ 95 கோடி). இரண்டாவது, இவற்றுக்கு தேவைப்படும் டாலர்கள். அதனால் மேலும் அதிகரிக்கும் அல்லது குறையாமலிருக்கும் டாலர் மதிப்பு. (இதனால் டாலர் தொடர்பான வியாபாரங்களில் இருப்பவர்களுக்கு சிரமம்). மூன்றாவதாக இந்திய அரசுக்கு டாலர் ரிசர்வில் வரும் பற்றாக்குறை.

தொழில் வளர்ச்சி

நாட்டின் தொழில் வளர்ச்சி என்பது அதன் பொருளாதார முன்னேற்றத்திற்கு முக்கியம். தவிர நிறுவனங்கள் எவ்வளவு கூடுதல் உற்பத்தி செய்கின்றன என்பதையும் தொழில் வளர்ச்சி காட்டிவிடும். இவையெல்லாம் பங்குச் சந்தை எதிர்பார்க்கும் முக்கிய புள்ளிவிபரங்கள். 2011ன் முடிவில் இந்தியாவின் தொழில் வளர்ச்சி எப்படி இருக்கிறது? 2010 ல் பிரமாதமாக இருந்த ஐ.ஐ.பி எண்கள், 2011ல் சரிவையே சந்தித்தன. ஏப்ரல் முதல் ஆகஸ்ட் வரையிலான 5 மாத காலத்தில் 5.6% வளர்ச்சி. அதுவே அதற்கு முந்தைய 2010ல் 8.7%. செப்டெம்பர் 2011ல் வெறும் 1.9% (2010 செப்டெம்பரில் 6.1%). ஆக, குறைந்துவரும் பொருளாதார வளர்ச்சியினைச் சுட்டுகிறது ஐ.ஐ.பி.

Chart 1: Growth Trends in Major Industry Categories (%)

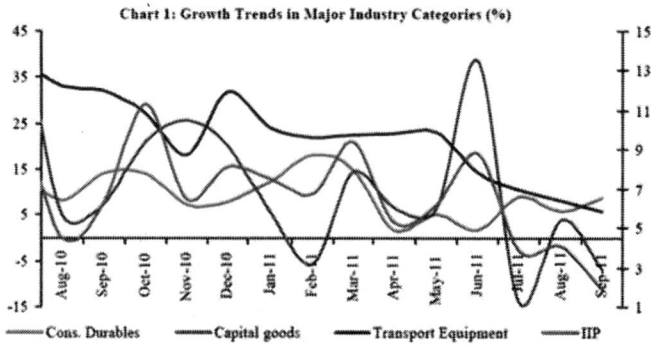

ஐ.ஐ.பி. யின் கூறுகள்

ஐ.ஐ.பி என்பது மொத்த தொழில் வளர்ச்சி. அதனையும் பகுதி பகுதியாகப் பிரித்து காரணங்களை ஆராயலாம். அப்படித் தனியாக கணக்கிடுபனவற்றைத்தான் ஒன்று சேர்த்து ஐ.ஐ.பி என்கிறார்கள். அதனைப் பார்த்தால், *2011*ன் வளர்ச்சிக்கு குறைவுக்கு முக்கிய காரணம், சுரங்க உற்பத்தி குறைவே.

இவை எப்படி கணக்கிடப்படுகின்றன என்று தெரிந்துகொள்ளு வதற்காக, செப்டெம்பர் *2011* தகவல்களையும், கூடவே ஏப்ரல் - செப்டெம்பர் என்கிற ஆறு மாத கால ஐ.ஐ.பி கூறுகளின் வளர்ச்சி விகிதங்களையும் பார்க்கலாம்.

Table 1: Growth Trends in Industrial Output (Base 2004-05=100)

Industry group	Weight	Y-o-Y Growth (%)	
		Sep-11	Apr-Sep 2011
General (IIP)	**1000**	1.9	5
Mining & quarrying	141.57	-5.6	-1.0
Manufacturing	755.27	2.1	5.4
Electricity	103.16	9.0	9.4
Use-Based Classification			
Basic goods	355.65	4.5	6.9
Capital goods	92.57	-6.8	4.6
Intermediate goods	265.14	1.5	1.4
Consumer goods	283.64	3.5	4.5
a)Consumer durables	53.65	8.7	5.2
b)Consumer non-durables	232.99	-1.3	3.8
Major Manufacturing Industries (2-digit Classification)			
Food products and beverages	72.76	8.6	16.0
Tobacco products	15.7	12.8	-1.0
Textiles	61.64	-1.9	-2.1
Wearing apparel; dressing and dyeing of fur	27.82	-8.1	-6.0
Luggage, handbags, saddlery, harness & footwear, tanning and dressing of leather products	5.82	10.0	7.0
Wood and products of wood & cork except furniture, articles of straw & plating materials	10.51	2.4	-3.5
Paper and paper products	9.99	5.1	5.7
Publishing, printing & reproduction of recorded media	10.78	8.4	9.0
Coke, refined petroleum products & nuclear fuel	67.15	2.8	5.4
Chemicals and chemical products	100.59	-6.0	-0.6
Rubber and plastics products	20.25	-1.8	-1.3
Other non-metallic mineral products	43.14	0.4	2.3
Basic metals	113.35	10.4	14.2
Fabricated metal products, except machinery & equipment	30.85	11.8	14.1
Machinery and equipment n.e.c.	37.63	-3.8	-2.1
Office, accounting & computing machinery	3.05	16.6	13.1
Electrical machinery & apparatus n.e.c.	19.8	-27.7	-3.8
Radio, TV and communication equipment & apparatus	9.89	25.0	5.1
Medical, precision & optical instruments, watches and clocks	5.67	11.8	-2.7
Motor vehicles, trailers & semi-trailers	40.64	5.7	13.7
Other transport equipment	18.25	19.0	17.6
Furniture; manufacturing n.e.c.	29.97	-8.2	0.1
Infrastructure Index	**37.90**	**2.3**	**4.9**

Source: Central Statistical Organization (CSO)

வட்டிவிகிதங்கள்

நாட்டின் பொருளாதார வளர்ச்சிக்கு தொழில் மற்றும் வியாபார பெருக்கங்கள் அவசியம். அவற்றுக்கு பணம் தேவை. அந்தப் பணம் முதலீடாக (ஈக்குவிட்டி) மட்டும் வருவதில்லை. கடனாக வும் பெறப்படும். அதனால் கடனுக்கு பணம் கிடைக்கவேண்டி

யதும், கடனுக்கு கட்டவேண்டிய வட்டி விகிதங்கள் குறைவாக இருக்கவேண்டியதும் நிறுவனங்களின் வளர்ச்சிக்கு தேவையாகி விடுகின்றன. வட்டி விகிதங்கள் குறைவாக இருந்தால், நிறுவனங்களின் லாபம் நன்றாக இருக்கும். அதனால், நாட்டில் வட்டி விகிதங்கள் எவ்வாறு இருக்கின்றன என்று பார்க்கவேண்டியிருக்கிறது.

வட்டி விகிதங்கள் தொடர்ந்து உயர்ந்து வருவதாகவே இருக்கிறது நிலைமை.

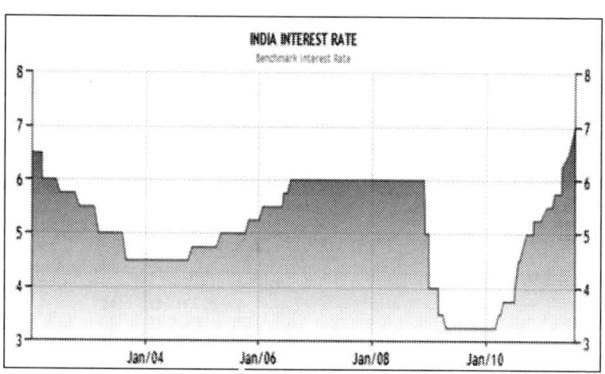

ரெப்போ ரேட்

நாட்டின் வட்டி விகிதங்களை தீர்மானிப்பது, ரிசர்வ் வங்கி. தீர்மானிக்க பயன்படுத்தும் கருவி (மானிடரி டூல்), ரெப்பொ ரேட் (Repo Rate). பணவீக்கத்தினை கட்டுப்படுத்த வேண்டிய கட்டாயத்துக்கு உள்ளாக்கப்பட்ட ரிசர்வ் வங்கி, 2010ல் தொடங்கி, சுமார் 20 மாத காலங்களில் 12 முறை வட்டி விகிதங்

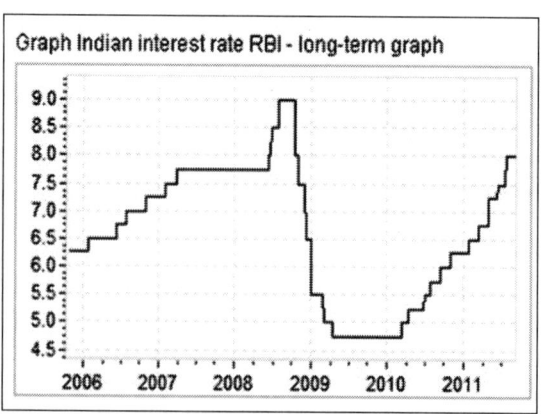

களை கால் மற்றும் அரை சதவிகிதங்களாக உயர்த்தியிருக்கிறது. இதன் அடிப்படையில்தான் வங்கிகளும் அவற்றின் வட்டி விகிதங்களை ஏற்ற இறக்கம் செய்வார்கள்.

சி.ஆர்.ஆர்

இது போக, நாட்டின் பணப்புழக்கத்தினை குறைப்பதற்காக, சி.ஆர்.ஆர். (CRR) எனப்படும் கேஷ் ரிசர்வ் ரேஷியோவையும் தொடர்ந்து உயர்த்தி வந்திருக்கிறது. இதனால் நிறுவனங்களுக்கு தேவையான அளவு பணம் கடனாக கிடைக்காது.

பணவீக்கம்

ரெப்போ மற்றும் சி.ஆர் ஆர் போன்றவற்றை ரிசர்வ் வங்கி அதிகரிப்பதற்கு காரணம், பணவீக்கம். விலைவாசி உயர்வு. அதனால் நாட்டில் நிலவும் பணவீக்கம் என்ன என்பதையும் பார்த்தாக வேண்டும்.

India Inflation Rate Chart (in %)

Year	Jan	Feb	Mar	Apr	May	June	July	Aug	Sept	Oct	Nov	Dec
2011	9.35	9.54	9.68	9.70	9.56	9.44	9.22	9.78	9.72	9.73	-	-
2010	16.22	14.86	14.86	13.33	13.91	13.73	11.25	9.88	9.82	9.70	8.33	9.47
2009	10.45	9.63	8.03	8.70	8.63	9.29	11.89	11.72	11.64	11.49	13.51	14.97
2008	5.51	5.47	7.87	7.81	7.75	7.69	8.33	9.02	9.77	10.45	10.45	9.70

தொடர்ந்து 9 % க்கு அதிகமான பணவீக்கம் என்பது குறையாத காய்ச்சல் போல.

சென்செக்ஸ் மற்றும் நிப்டி PE

பங்குச்சந்தையில் பங்குகளின் விலைகள் உயர்கின்றனவா அல்லது குறைகின்றனவா என்பதைத் தெரிந்துகொள்ள குறியீட்டு எண் களைப் பார்த்தால் போதும். ஆனால், வருங்காலப் போக்கினை கணிக்க அது மட்டுமே போதாது. பங்குச் சந்தை குறியீட்டு எண்களின் பி.இ. ரேஷியோக்களையும் பார்க்கவேண்டும்.

9ம் தேதி டிசம்பர் 2011ல் சென்செக்ஸ் PE 15.04 ஆகவும் , நிப்டி PE 14.35 ஆகவும் இருந்தது. முன்பு 2006, 07,08 ம் ஆண்டுகளில் இருந்தை எல்லாம் விட இந்த பி.இ. ரேஷியோக்கள் மிகவும் குறைவு.

ஏன் குறைவு?

இதற்கான காரணம், மேலே பார்த்த பல புள்ளிவிபரங்கள். 2011ம் ஆண்டு முடிவில் இருக்கும் நிலவரப்படி, பல பொருளாதார புள்ளிவிபரங்கள் சரியாக இல்லை என்பதே முதலீட்டாளர்களின் அச்சத்துக்கு காரணம்.

எப்.ஐ.ஐ முதலீடுகள் (கடந்த சில ஆண்டுகளில்)

முதலீட்டாளர்களில் முக்கியமானவர்கள் எப்.ஐ.ஐ.கள். இவர்களுடைய முக்கியத்துவம் இரண்டு வகைகளில் வருகிறது. முதலாவது இவர்களின் வாங்கும் சக்தி. பல ஆயிரம் அல்ல, பல லட்சம் கோடி ரூபாய்களுக்கு வாங்கக் கூடியவர்கள். 2010ம் ஆண்டில் அப்படித் தான் வாங்கினார்கள். அதேபோல அந்த அளவுக்கு குறுகிய காலத்தில் விற்கவும் அவர்களால் முடியும். அதையும் 2008ல் செய்திருக்கிறார்கள். இந்த பணபலம் போக, அவர்களின் முக்கியத் துவத்திற்குக் காரணம், அவர்களின் ரிசர்ச். வாங்குவதென்றாலும் விற்பது என்றாலும் வெறும் உணர்வுபூர்வமாக (அசைகள், பயங்கள்) செயல்படமாட்டர்கள். அவர்கள் புரபஷனல் (தொழில் முறை) முதலீட்டாளர்கள்.என்ன ஏது என்று தீர ஆராய்ந்த பிறகு செய்பவர்கள். இதனால் இவர்களை பின்பற்ற மிகப்பெரிய முதலீட்டாளர் கூட்டமே உண்டு. (இதனையே இவர்கள் தங்களுக்கு சாதகமாகப் பயன்படுத்திக்கொள்வதும் உண்டு).

எப்.ஐ.ஐ.கள் இந்திய பங்குச் சந்தையில் இருந்து 2008ல் செய்தது போல முதலீடுகளை பெரிய அளவுகளில் வெளியேற்றவில்லை. அவர்கள் இந்தியாவில் செய்திருக்கும் முதலீடுகளின் மதிப் பினைப் பார்த்தால் இது தெரியவரும் (அட்டவணை).

ஆண்டு	காலாண்டு முடிவு	பில்லியன் டாலர்கள்
2009	ஜூன்	76
	செப்டெம்பர்	85
	டிசம்பர்	93
2010	மார்ச்	105
	ஜூன்	107
	செப்டெம்பர்	130
	டிசம்பர்	138
2011	மார்ச்	139
	ஜூன்	142

RBI தகவல்படி

ஆனால் இவையெல்லாமே செகண்டரி சந்தைகளில் முதலீடு செய்யப்பட்டவை என்று சொல்லமுடியாது. கோல் இந்தியா போன்ற சில பெரிய ஐ.பி.ஓ க்களில் அவர்கள் செய்திருக்கும் முதலீடுகளும் இதில் அடங்கும்.

இருக்கிற அளவினை குறைக்கவில்லையே தவிர, *2011*ல் எப்.ஐ.ஐ.கள் கூடுதல் முதலீடுகளை இந்தியாவுக்குள் கொண்டு வரவில்லை என்பதும் கவனிக்கத்தக்கது.

மாற்று முதலீட்டு வாய்ப்புகள், கமாட்டிட்டீஸ், கரன்சி,

உலகெங்குமே பங்கு வர்த்தகத்தில் சுணக்கம் ஏற்பட்ட அதே நேரம், தங்கத்தில் செய்த முதலீடுகள் பெரிய அளவில் லாபம் கொடுத்திருக்கின்றன. இ.டி.எப் (Exchange Traded Fund), கமாட்டிட்டி போன்றவற்றால் தங்கத்தில் முதலீடு செய்வதும் சுலபமாகிவிட்டது.

	இந்தியாவில் தங்கம் விற்பனை டன்களில்		மொத்தம்
ஆண்டு	முதலீடுகள்	ஆபரணங்கள்	டன்களில்
2007	213.3	557.7	771
2008	223.4	599.8	823.2
2009	171	471.4	642.4
2010	657.4	348.9	1006.3

World Gold Counsil's Gold Demand Trends Report

அதேபோல பிற கமாட்டிகளிலும் கரன்சி வ்ர்த்தகத்திலும் முதலீட்டாளர்கள் ஆர்வம் காட்டத் தொடங்கியிருக்கிறார்கள்.

அரசு, கொள்கை பற்றாக்குறை

*2011*ல் இந்தியாவின் பிரச்னைகளில் ஒன்றாகச் சொல்லப் படுவது புதிய ஒன்று. அரசுக்கு வழக்கமாக ஏற்படும் நிதிப் பற்றாக்குறை போக, மைய அரசால் முடிவுகள் எடுக்கமுடிவ தில்லை. எல்லாம் தேங்கி நிற்கின்றன என்கிற டிபிசிட்டும் சேர்ந்துகொண்டிருக்கிறது. ரிபார்ம்ஸ் இல்லை என்றால் பங்குச் சந்தைக்கு பிடிக்காது.

ஆனாலும்...

மேலே பார்த்தனவெல்லாம் முக்கியமானவை. 2011ல் நிலைமை சரியில்லை என்பதும் சரிதான். ஆனாலும் கூடுதலாக ஒன்றினையும் கவனிக்க வேண்டும். பண்டமெண்டல்கள் அதிலும் குறிப்பாக புள்ளிவிபரங்கள் தெரிவிப்பது, என்ன நிகழ்ந்தது என்பதை. கூடுதலாக என்ன நிகழ்ந்துகொண்டிருக் கிறது என்பதையும். தெரிவிக்காதது என்ன நிகழக்கூடும் என்பதை.

நீண்டகால முதலீட்டாளர்கள் கவனிக்க வேண்டியது, என்ன நிகழக்கூடும் என்பதைத்தான்.

செக்குலர் புல் ரன்

இந்தியா 2003 முதல் சந்திப்பது ஒரு செக்குலர் புல் ரன் (Secular Bull Run) என்கிறார்கள். செக்குலர் என்றால், இண்டெக்ஸ் காணும் ஹை எனப்படும் உச்சங்கள் ஒவ்வொன்றும் அதற்கு முந்தைய உச்சங்களைவிட உயர்வாக இருக்கும். அதேபோல இறக்கங்கள் முந்தைய உச்சங்களைவிட அதிகமாகவே இருக்கும்.

இதற்கு அமெரிக்காவும் ஜப்பானும் முன்னோடிகள்!

அதெப்படி இண்டெக்ஸ் அவ்வளவு ஏறமுடியும்? சாத்தியம் தானா? வேறு எங்கும் இப்படி நடந்திருக்கிறதா என்றெல்லாம் கேட்கத் தோன்றுகிறதல்லவா? பதில் இருக்கிறது. முன்னோடி கள் அமெரிக்காவும் ஜப்பானும்தான்.

அமெரிக்காவின் இண்டெக்ஸ் டவ் ஜோன்ஸ் (Dow Jones). அமெரிக்கப் பங்குச்சந்தையில் புல் ரன் 18 வருடங்கள் இருந்திருக்கிறது. 1982 முதல் 2000 வருடம் வரை கனஜோர் தான். அமெரிக்காவின் இந்தத் திருவிழாவை ஆரம்பித்து வைத்தவர் முன்னாள் அதிபர் ரோனால்ட் ரீகன்தான். இந்தியா வில் நரசிம்ம ராவ் பிரதமராகவும் மன்மோகன் சிங் நிதியமைச்ச ராகவும் இருக்கும்போது தொடங்கப்பட்டதே 'புதிய பொருளாதாரக் கொள்கைகள்' (New Economic Policies). அது போல, அங்கே ரீகன்தான் தாராளமயமாக்கலை (Liberalisation) தொடங்கி வைத்தார். கட்டவிழ்த்து விட்டார். எகிறிப் பாய்ந்தது பொருளாதாரக் குதிரை.

1980 முதல் 1988 வரை ரீகன் ஆட்சியில் இருந்தபோது, தனியார் மயமாக்கலை விரிவுபடுத்தினார். விமானப் போக்குவரத்து, தகவல் தொடர்பு, மற்றும் தபால் துறையினைக்கூட தனியார் களிடம் கொடுத்தது அரசு. தவிர உற்பத்தியை அதிகரித்து, நுகர்வதை அதிகரிப்பதற்காக, ரீகன் வரிகளைக் குறைத்தார்.

வேக வேகமாக ஏறிய பங்குச்சந்தை, இடையில் 1987-ல் ஒரு அடி வாங்கியது. அக்டோபர் மாதம் ஒரு திங்கட்கிழமை ஒரே நாளில் குறியீட்டு எண் 22.5% குறைந்தது. அடுத்த நாள் இன்னொரு பெரிய அடி. இண்டெக்ஸ் 1700-க்குப் போய்விட்டது. இப்படி ஒரு கரெக்ஷன் ஆன பிறகு, அது திரும்பிப் பார்க்கவே இல்லை.

1991-ல்	3000
1995-ல்	4000, 5000
1996-ல்	6000, 7000
1997-ல்	8000, 9000
1998-ல்	10,000
1999-ல்	11000

கவனித்தால் தெரியும் 1995-ல் ஆரம்பித்தது தொடர்ந்து பல வருடங்களுக்கு ஏறியிருக்கிறது.

அமெரிக்காவின் டவ் ஜோன்ஸ் கதை இப்படியென்றால், ஜப்பானின் இண்டெக்ஸ் ஆன நிக்கேயின் (Nikkei) கதை அதை விடப் பெரிய புல் ரன் கதையாக இருக்கிறது. ஜப்பானில் 1964-ல் ஆரம்பித்த புல் ரன், 1989 வரை தொடர்ந்தது. (நாமெல்லாம் சீக்கோ கடிகாரங்களும், பானசோனிக் டேப் ரெக்கார்டர்களும் வாங்கிக் கொண்டிருந்த காலம்.) வெறும் 1200-ல் ஆரம்பித்த நிக்கேயின் குறியீட்டுப் புள்ளிகள், அப்படியே போய்ப் போய் (இடையிடையே கொஞ்சம் இறங்கினாலும்) 39,000-ஐத் தொட்டது! எவ்வளவு? 39,000!

எல்லாத் துறைகளும் நிறுவனங்களும் நன்றாகச் செயல்படும் பட்சம் இப்படிப்பட்ட குறியீட்டு எண்கள் உயர்வு சாத்தியம்தான். எவ்வளவு பேர் பங்குகளை வாங்கினால் இப்படி விலைகள் உயர்ந்து, குறியீட்டு எண்கள் உயரமுடியும்? நம் தேசத்தில் இது சாத்தியமா? என்ற கோணத்தில் இருந்தும் ஆராய்ந்திருக் கிறார்கள்.

சேமிப்பு அதிகம்

இந்தியாவில் இளவயதினர்கள் எண்ணிக்கை அதிகம். அவர்கள் அனைவரும் நன்றாகச் சம்பாதிப்பவர்கள். சம்பாதிக்கும் பணத்தில் தற்சமயம் 34 சதவிகிதத்தினை சேமிக்கிறார்கள் என்கின்றன புள்ளிவிவரங்கள். அந்தச் சேமிப்பில் வெறும் 2 சதவிகிதம் மட்டும்தான் (100-க்கு 2 ரூபாய்) பங்குச்சந்தையில் முதலீடு செய்யப்படுகிறது.

கல்வி, ஏனைய தொழில்நுட்ப வசதிகள், ஊடகங்கள் போன்றவை அதிகரிக்க அதிகரிக்க பங்குச்சந்தைக்கு வரும் பணம் அதிகரிக்குமாம். 2011 வாக்கில் 2% ஆக இருப்பது, வரும் வருடங்களில் 10% ஆனால், பங்குச்சந்தை குறியீட்டு எண் எங்கேயோ போய்விடும் என்கிறார்கள்!

நிறையப் பணம், நல்ல பங்குகளைத் தேடும். இல்லை இல்லை. துரத்தும். அதனால் நல்ல பங்குகளின் விலைகளும் அதனால் குறியீட்டு எண்களும் எகிறும்! இப்படித்தான் காரணங்களை அடுக்குகிறார்கள். இந்தச் சமயத்தில் மீண்டும் நினைவுபடுத்திக் கொள்ள வேண்டியது, 'எல்லாம் சரியாக இருந்தால்' என்பதனைத்தான். அதற்கு யாரும் கேரண்டி கொடுக்க முடியுமா? எல்லாம் என்பதில் பலவும் அடக்கம்.

நாம் என்ன செய்ய வேண்டும்?

விவரம் தெரிந்தவர்களைப் பற்றிக் கவலையில்லை. நம் அக்கறையெல்லாம், புதிதாகப் பங்குச்சந்தைக்குள் வருபவர்கள் பற்றித்தான். கவலையெல்லாம் முதன்முதலாக ஏற்றம் பார்ப்பவர்களைப் பற்றித்தான்.

சுருக்கமாகப் பார்த்துவிடலாம்.

அ. பங்குச்சந்தை ஏன் இறங்காமல் தொடர்ந்து நன்றாக இருக்கக் கூடும்?

ஆ. ஏன் இறங்கக்கூடும்.

இ. நம் அணுகுமுறை எப்படியிருக்கலாம்?

ஆங்கிலத்தில் At The Crossroads என்பார்கள். நாலு மூலைச் சாலை. வந்தாயிற்று. அடுத்து எந்தப் பக்கம் போவது என்ற

தவிப்பு சிலருக்கு. காரணம், பங்குச்சந்தை பற்றிய பலவிதமான செய்திகள். அதனுள்ளே நாம் உழைத்துச் சம்பாதித்த பணத்தை விட்டு வைக்கலாமா? ஏறினால் நல்ல லாபம். அதை இழப்பா னேன்? இறங்கினால் நஷ்டம் ஆகிவிடுமே. தாங்குமா? தேவையா?

அ) பங்குச்சந்தை எதனால் நன்றாக இருக்கக் கூடும்?

1. இந்திய நிறுவனங்கள் நன்கு லாபமீட்டுகின்றன. தொடர்ந்து லாபம் ஈட்டும் என்கிறார்கள்.
2. இந்திய நாட்டின் 'டெமோகிராஃபி' எனப்படும் மக்களின் வயது நிலை சாதகமாக உள்ளது. நாட்டில் இளவயதினர் அதிகம்.
3. மக்களின் சம்பாத்தியமும் கூடவே அவர்களின் செலவு செய்யும் அளவுகளும் அதிகமாக இருக்கும்.
4. அதனால் GDP வளர்ச்சி 7 முதல் 8 சதவிகிதம் வரை தொடர்ந்து இருக்கும்.
5. ஏனைய தெற்காசிய நாடுகளான தென் கொரியா, தாய் லாந்து, பிலிப்பைன்ஸ் முதலியவற்றுடன் ஒப்பிட்டால், பங்குகளின் விலைகள் கூடுதலாகத் தெரிந்தாலும், இந்திய நிறுவனங்கள் அடைந்திருக்கும், அடையப்போகும் லாப வளர்ச்சியுடன் ஒப்பிட்டால் சரியானதுதான்.
6. இந்தியா, சீனாவைப் போல, தங்கள் பொருளாதார வளர்ச்சிக்கு ஏற்றுமதியை பெரிய அளவில் நம்பியிருக்க வில்லை. அதனால், உலக அளவில் அதிலும் குறிப்பாக ஐரோப்பாவில் ஏற்பட்டிருக்கும் பொருளாதாரப் பிரச்னை கள் இந்தியாவை நேரடியாக பாதிக்கும் வாய்பில்லை. இந்தியாவின் பொருளாதார மாடல் டொமெஸ்டிக் கன்சம்ஷன் எனப்படும் உள்நாட்டுத்தேவைகளை நிறைவு செய்வதற்கானது. 2011ல் இருக்கிற நிலைமை, பணவீக்கம் குறைகிற போது சுலபமாக மாறிவிடக்கூடும். பணவீக்கம் குறைந்தால், வட்டி விகிதங்கள் குறையும். அவை குறையும்போது நிறுவனங்களின் இடுபொருள் மதிப்பு (காஸ்ட்) குறைந்து லாபங்கள் மீண்டும் அதிகரித்துவிடும்.
7. இந்தியாவில் தொலைத்தொடர்பு, போக்குவரத்து முதலிய துறைகளில் கட்டமைப்பு வளரத் தொடங்கிவிட்டது. இது பொருளாதாரத்துக்குப் பலவகைகளிலும் உதவும்.

8. இந்தியர்கள் இன்னமும் இந்த முதலீடுகள் பக்கம் அதிகம் வந்து விடவில்லை. BPO, KPO-க்கள் அதிகரித்துவிட்ட நிலையில், சம்பளம் வாங்குபவர்களின் வருமானமும் அதிகரிக்கும் நிலையில், பங்குச்சந்தை ஏற்றம்தான் பெறும். இன்னமும் எவ்வளவோ நபர்கள் முதலீட்டாளர் களாக உள்ளே வருவார்கள், பங்குகளைத் தொடர்ந்து வாங்குவார்கள்.

நம் தேசத்தில் பங்குச்சந்தை முதலீட்டுக்குச் சாதகமான வரி விதிப்பு கொள்கைகளும் திட்டங்களும் இருக்கின்றன. இனியும் தொடரலாம். ஏன் அதிகரிக்கவும் செய்யலாம்.

முன் எப்போதையும்விட ஒழுங்கும் கண்காணிப்பும் பங்குச் சந்தைகளில் அதிகரித்துள்ளன. ஊழல்களுக்கான சாத்தியங்கள் குறைந்துள்ளன.

ஆ) பங்குச்சந்தை ஏன் இறங்கக்கூடும்?

1. ஆயிரம் சொன்னாலும், பங்குச்சந்தை லட்சக்கணக்கான மனிதர்களால் இயக்கப்படுவது. எவரும் காத்திருக்கவோ, பணத்தை இழக்கவோ தயாராக இல்லை. அதனால் எந்த சின்னத் தடுமாற்றம் ஏற்பட்டாலும், பிரச்னைகளோ என்று பயப்பட்டு, பலரும் வெளியேறத் துடிப்பார்கள். அதனால் சடுதியில் குழப்பங்கள் ஏற்பட்டு, தடுமாற்றங்களாக மாறி, நம்பிக்கைகள் உடையலாம்.

2. உலகப் பொருளாதாரத்தில் வரும் மாற்றங்கள் இங்கே எதிரொலிக்கத்தான் செய்யும். அமெரிக்காவின் ஃபெட் ரேட் எனப்படும் வட்டி விகிதம், அமெரிக்க பட்ஜெட் பற்றாக்குறைகள், மற்ற நாடுகளின் வளர்ச்சி முதலியன இந்தியாவில் செய்யப்படும் அந்நிய முதலீடுகளைக் குறைக்கலாம்.

3. ஐரோப்பிய பிரச்னையின் ஆழம் இன்னும் முழுமையாகத் தெரியவில்லை. வெளித்தெரிவதைவிட அது கூடுதலாக இருக்கலாம். அதேபோல அமெரிக்கா அதன் அரசு கடன் சிரமங்களில் இருந்து முற்றிலுமாக வெளிவரவேண்டும். அதற்கு இன்னும் சில ஆண்டுகள் ஆகலாம்.

4. அமெரிக்க டாலர் மதிப்பினால் ஏற்படும் குழப்பங்கள் அதிரித்தால் அது இந்திய பொருளாதாரத்தினையும் குறிப்பிட்ட அளவு பாதிக்கவே செய்யும்.

5. கச்சா எண்ணெய் விலை ஒரு நேரத்தில் பீப்பாய் ஒன்றுக்கு 200 டாலரையே தொடும் என்றார்கள். இடையில் விலை இறங்கியிருந்தாலும், மீண்டும் உயர்ந்தால், அது நம் தேசத்தின் பொருளாதாரத்தைப் பாதிக்கும். நிறைய கச்சா எண்ணை இறக்குமதி செய்யும் தேசம் நம்முடையது. மேலும் பெட்ரோலியப் பொருள்களின் விலை உயர்வு என்பது, பரவும் தன்மை கொண்டது. நாட்டில் விலைவாசி உயரும், நிறுவனங்களின் லாபம் குறையும்.

6. FII-க்கள் நிரந்தரமான முதலீட்டாளர்கள் அல்லர். இங்கே பணம் கூடுதலாகப் பண்ண முடியும் வரைதான் இங்கே இருப்பார்கள். அவ்வளவுதான். அதற்கு என்ன கேரண்டி?

7. FII-க்களில் ஹெட்ஜ் ஃபண்ட்களும் உண்டு. இவர்கள் மூக்கில் லேசாக வேர்த்தாலே, பெட்டியைத் தூக்கிக் கொண்டு கிளம்பி விடுவார்கள். தங்கள் முதலீடுகளைச் சரேலென்று அவர்கள் உருவினால், நமது பங்குச்சந்தைகளில் பல கலவரங்களே நடக்கும். சிலர் நெஞ்சைப் பிடித்து உட்கார வேண்டிய சூழ்நிலையும் வரும்.

8. நம் அரசியல் கட்சிகள் பொருளாதாரக் கொள்கைகளை மாற்றலாம். சாதகமில்லாத கொள்கைகள் முதலீட்டாளர் களையும் முதலீடுகளையும் விரட்டிவிடக் கூடும்.

9. ஹர்ஷத் மேத்தா, கேத்தன் பாரேக் போல இந்த பூமியில் இனி யாரும் வரமாட்டார்கள் என்பது என்ன நிச்சயம்?

10. உலகில் முக்கியமான நாடுகளில் நடக்கும் பயங்கரவாதச் செயல்கள். (இரட்டைக் கோபுரம் தகர்ப்பு) அல்லது போர்கள் (ஈராக் யுத்தம்) ஆகியவை பல பெரிய பொருளா தார வீழ்ச்சிகளை உருவாக்கலாம். அதன் முதல் தாக்கம் பங்குச்சந்தைகள்தாம்.

11. மார்க்கெட் தொடர்ந்து ஏற, சம்பந்தம் இல்லாதவர்கள், விவரம் ஏதும் தெரியாதவர்கள்கூட இது ஏதோ, ஒன்று போட்டால் மூன்று வரும் விளையாட்டு போல என்று நினைத்து பெருமளவில் உள்ளே நுழைவார்கள். அதனால் வீழ்ச்சி வரலாம்.

இ) நம் அணுகுமுறை எப்படி இருக்க வேண்டும்?

பங்குச்சந்தையில் வாய்ப்பு, அபாயம் இரண்டும் இருக்கிறது. எப்பொழுதும் இருக்கிறது.

இப்படிப்பட்ட சந்தையில் நம் அணுகுமுறை எப்படியிருக்க வேண்டும்?

1. பங்குச்சந்தையிலும் நாம் முதலீடு செய்யலாம். அதாவது... பங்குச்சந்தையில் முதலீடு செய்யலாம். ஆனால் அதில் மட்டுமே செய்ய வேண்டாம். நம்மால் முதலீடு செய்யக்கூடிய ஒரு பகுதி பணத்தினை மட்டும் இங்கே கொண்டு வரவேண்டும். எவ்வளவு நிச்சயமாக வாய்ப்பு இருப்பது தெரிந்தாலும் சரி. அந்தக் கட்டுப்பாடு மோசமான நஷ்டங்களில் இருந்து நம்மைக் காப்பாற்றும். கொஞ்சம் அசையாச் சொத்து, கொஞ்சம் தங்கம், கொஞ்சம் இன்ஷூரன்ஸ், கொஞ்சம் வங்கிகளில் வைப்புகளாக, உடனடியாகத் தேவைப்படுமானால் எடுக்கக்கூடிய வகையில் வைத்துக்கொள்ள வேண்டும். மீதமுள்ள பணத்தினைத்தான் பங்குச்சந்தையில் போடவேண்டும்.
2. குறைந்த பட்சம் மூன்று நான்கு வருடங்களுக்கு விட்டு வைக்கக் கூடிய அளவு பணத்தினை மட்டுமே பங்குச் சந்தையில் முதலீடு செய்வது என்ற தீர்மானத்துடன் பங்குச்சந்தையில் இறங்க வேண்டும்.
3. நல்ல நிறுவனப் பங்குகளில் மட்டும், அதாவது ஃபண்டமென்டல் உறுதியாக உள்ள ஷேர்களில் முதலீடு செய்ய வேண்டும். ஏதும் எதிர்பாராத பிரச்னைகள் வந்து பங்குச்சந்தை இறங்கினாலும், கையில் இருக்கும் பங்குகளை வைத்துக்கொண்டு அப்பொழுதுதான் காத்திருக்க முடியும்.
4. நாம் டிரேடிங் செய்பவராக இருந்தால், நமக்கு வரக்கூடிய லாபம் (அது 20 சதவிகிதமோ கொஞ்சம் கூடுதலாகவோ இருக்கலாம்) கிடைத்ததும், முறையாக வெளியே வந்து விட வேண்டும் (Booking Profit).
5. டிரேடிங் செய்வதில் நஷ்டங்களை உடனடியாகத் தடுக்கக் கூடிய ஸ்டாப் லாஸ் (Stop Loss) ‘டிரிக்கர்’களைத் தவறாமல் பயன்படுத்த வேண்டும்.

6. நிறைய விவரங்கள் தெரிந்து கொண்டு, சிந்தித்து, பங்குகள் வாங்குவது, விற்பது. இம்பல்சிவ் ஆகச் செய்வது இல்லை என்கிற கட்டுப்பாடு வைத்துக்கொள்ள வேண்டும்.

7. சந்தைச் செய்திகளில், மனோபாவங்களில் மயங்கி விடாமல் தொடர்ந்து நம்மைக் கவனப்படுத்திக் கொள்வது; ஒரேயடியாக ஏறுவதும் ஒரேயடியாக இறங்குவதும் சாத்தியமில்லை என்பதை நினைவில் நிறுத்திக் கொள்வது. இவை இரண்டையும் மறக்கக் கூடாது.

8. டெக்னிக்கல் அனாலிஸ்களைப் புரிந்துகொண்டு அதற் கேற்ப, சரியான சமயங்களில் பங்குகளை வாங்க வேண்டும்; விற்க வேண்டும்.

9. எந்த நேரத்திலும் சரியில்லாத நிறுவனங்களின் பங்குகளை வாங்கவே கூடாது.

பங்குச்சந்தை ஏறும், இறங்கும். இரண்டுமே நிலையில்லை. எப்பொழுதிலிருந்து எவ்வளவு காலத்துக்கு ஏறும், இறங்கும்? நிச்சயமாக சொல்லவே முடியாது. அப்படிப்பட்ட பங்குச் சந்தையில் பணம் சம்பாதிக்க, அதனுடன் இணைந்து சில வருடங்களாவது வாழ்வதுதான் உதவும்.

நல்ல நிறுவனங்கள் எப்பொழுதும் சரியாகவே நடக்கும், செயல்படும். பகிர்ந்தளிக்கும் நிறுவனங்களின் பங்குகள் நீண்ட காலப் போக்கில் ஆபத்தற்றவை. அப்படி, வைரங்களாகப் பொறுக்கி எடுத்து வைத்துக் கொள்ள வேண்டும்.

இந்தியா அடுத்த 20, 30 ஆண்டுகளில் பெரும் வளர்ச்சி காண இருக்கிறது. அதில் நமது நிறுவனங்களின் (Corporates) பங்கு அளப்பரியது. அந்த நிறுவனம் பங்குகளை வாங்குவதன் மூலம் அந்த வளர்ச்சியில் நாமும் பங்கு பெறலாம்.

அநாவசியமான பயமோ, அளவற்ற ஆசையோ வேண்டாம். நிதானம் கட்டுப்பாடான அணுகுமுறை இவை போதும் நன்கு சம்பாதிப்பதற்கு.

நீங்களும் சம்பாதிக்கலாம். சம்பாதிப்பீர்கள்.

வாழ்த்துகள்.

ஆசிரியரின் நூல்கள்

சுயமுன்னேற்றம்
1. இட்லியாக இருங்கள் - எமோஷனல் இன்டெலிஜென்ஸ்
2. எமோஷனல் இண்டெலிஜென்ஸ் 2.0
3. ரசவாதம்: ஏதிலும் பெரும் வெற்றி (NLP பற்றி)
4. தடையேதுமில்லை (சுயமுன்னேற்றக் கட்டுரைகள்)
5. உஷார் உள்ளே பார் (மனமும் சக்தியும்)
6. ஆல் தி பெஸ்ட் ! (நீங்கள் விரும்பும் வேலையை வென்றெடுப்பது எப்படி?)
7. தள்ளு (மோட்டிவேஷன்)
8. சின்னத் தூண்டில் பெரிய மீன்
9. சிறு துளி பெரும் பணம்
10. டீன் தரிகிட (பதின் பருவம்)
11. சொல்லாததையும் செய்!
12. மனதோடு ஒரு சிட்டிங்
13. இவ்வளவுதானா நீ?
14. முன்னேற்றம் இந்தப் பக்கம்
15. எல்லோரும் வல்லவரே
16. காதலில் இருந்து திருமணம் வரை
17. சிக்கனம் சேமிப்பு முதலீடு
18. நல்லதாக நாலு வார்த்தை
19. திட்டமிடுவோம் வெற்றிபெறுவோம்
20. அதிகாரம் அல்ல, அன்பு
21. உடல் மனம் புத்தி
22. யார் நீ?
23. You vs You: *Everything you need to know about Emotional Intelligence*

பங்குச்சந்தை
1. அள்ள அள்ளப் பணம் 1 - பங்குச்சந்தை: அடிப்படைகள்
2. அள்ள அள்ளப் பணம் 2 - பங்குச்சந்தை: அனாலிசிஸ்
3. அள்ள அள்ளப் பணம் 3 - பங்குச்சந்தை: ஃபியூச்சர்ஸ் அண்ட் ஆப்ஷன்ஸ்
4. அள்ள அள்ளப் பணம் 4 - பங்குச்சந்தை: போர்ட்ஃபோலியோ முதலீடுகள்
5. அள்ள அள்ளப் பணம் 5 - பங்குச்சந்தை: டிரேடிங்
6. அள்ள அள்ளப் பணம் 6 - மியூச்சுவல் ஃபண்ட்
7. அள்ள அள்ளப் பணம் 7 - தங்கம்
8. அள்ள அள்ளப் பணம் 8 - இன்சூரன்ஸ்
9. அள்ள அள்ளப் பணம் 9 - கடன்
10. ஷேர் மார்க்கெட் சீக்ரெட்ஸ்
11. பங்கு சந்தை என்றால் என்ன
12. Bulls and Bears - *All about Shares*
13. ஷேர் பசார் சீக்ரெட்ஸ் (ஹிந்தி)

வியாபாரம்
1. நம்பர் 1 சேல்ஸ்மேன் (சிறந்த விற்பனையாளர் ஆவது எப்படி?)
2. பணமே ஓடி வா
3. தொட்டதெல்லாம் பொன்னாகும்
4. பணம், சில ரகசியங்கள்
5. பணம் சந்தேகங்கள் விளக்கங்கள்
6. நேர்மையாக சம்பாதிக்க இவ்வளவு வழிகளா!
7. எந்தத் தொழிலிலும் ஜெயிக்கலாம்

நிர்வாகம்

1. ஆளப்பிறந்தவர் நீங்கள் (தலைமைப் பண்புகள்)
2. காலம் உங்கள் காலடியில் (நேர நிர்வாகம்)
4. உலகம் உன் வசம் (கம்யூனிகேஷன்)
5. உறுதி மட்டுமே வேண்டும் (கமிட்மெண்ட்)
6. உறவுகள் மேம்பட (Secrets of Managing People)
7. சிறந்த நிர்வாகி ஆவது எப்படி?
8. மேனேஜ்மென்ட் குரு கம்பன்
9. வீட்டுக் கணக்கு
10. நேரத்தை உரமாக்கு (காலம் உங்கள் காலடியில் - 2)

பொருளாதாரம்

1. நாட்டுக் கணக்கு
2. நாட்டுக்கணக்கு - 2
3. அதிர்ந்த இந்தியா
4. அவசரம் - உடனடியாக செய்யவேண்டிய சமூக பொருளாதார மாற்றங்கள்

மாணவர்களுக்கு

1. மன அழுத்தம் விரட்டலாமா
2. இந்தமுறை நீதான்
3. நீங்கள் அசாதாரணமானவர்
4. You are Extraordinary
5. திட்டமிடுவோம் வெற்றிபெறுவோம்

மற்றவை

1. எங்குமிருப்பவர் (சாய் சரிதம்)
2. கே பாலசந்தர் - வேலை டிராமா சினிமா
3. நல்ல மனம் வாழ்க
4. மகிழ்ச்சியாக வாழுங்கள்
5. அப்பா, மகன் - நெருக்கமும் நெருடல்களும்

புதினம்

1. நெஞ்சமெல்லாம் நீ
2. பட்டாம்பூச்சிகளின் கண்ணாமூச்சி காலம்
3. ஜெமினி சர்க்கிள்

நீங்கள் விரும்பும் புத்தகம் உங்கள்
வீடு தேடி வர அழையுங்கள்

Dial for Books

94459 01234 | 9445 97 97 97

WhatsApp No: 95000 45609

dialforbooks.in | amazon.in | flipkart.com